सहज सुचलं म्हणून

D9900579

जयंत अनंत देशपांडे

notionpress
.com
INDIA · SINGAPORE · MALAYSIA

ISBN 979-8-89588-688-5

समर्पण

महाराष्ट्राचे थोर इतिहास संशोधक कै डॉ श्री यशवंत खुशाल देशपांडे (माझे आजोबा) यांच्या स्मृतींना सादर समर्पित..

अनुक्रमणिका

प्रास्ताविक

अंतरंगात शिरण्यापूर्वी...

जीवनात भेटणाऱ्या व्यक्तींच्या परस्पर भेटी पूर्व नियोजित असतात कां? मी व जयंत अनंत देशपांडे दोघेही स्टेट बँक ऑफ इंडिया संस्थेत सुमारे चार दशकं कार्यरत होतो पण त्यांची भेट झाली ती संस्थेतून सेवानिवृत झाल्यावर. श्रीमती किरण संगवई, सेवानिवृत्त मुख्याध्यापिका, तारकुंडे धरमपेठ महाविद्यालय, नागपूर यांनी सुरू केलेल्या व्यासंग समूहाच्या सभेत. व्यासंग समूह साहित्य क्षेत्रात रुची व गती असलेल्या व्यक्तींचा. याच समुहामध्ये जयंतरावांनी महाराष्ट्राचे सुप्रसिद्ध लेखक श्री पु. ल. देशपांडे व वैदर्भीय कवी श्री सुरेश भट यांच्या साहित्यावर विश्लेषणात्मक भाष्य केले. एकतर एकाच संस्थेत काम केलेले आणि त्यांचे शैलीदार सादरीकरण या गोष्टींमुळे आमची वैचारिक जवळीक घडून येण्यास वेळ लागला नाही. त्यांची अभ्यासू वृत्ती, परिस्थितीचे भावनिक अवलोकन करण्याची वृत्ती आणि सूक्ष्म निरीक्षण शक्तीचे मला कुतूहल वाटू लागले. देशपांडे दाम्पत्य हे प्रभूनगर, नागपूर प्रभागांत सर्वश्रुत आहेत हे जाणून त्यांची सामाजिक बांधिलकी किती मोठी आहे ह्याबद्दल समजले. जयंतराव

प्रभुनगर ज्येष्ठ नागरिक मंडळाशी व सौ प्राची देशपांडे श्री जनार्दन स्वामी योगाभ्यासी मंडळाशी वर्षानुवर्षे जोडल्या गेलेले असल्याचे लक्षांत आले. त्यामुळे माझा ह्या कुटुंबाविषयीचा आदर दुणावला. मी सुद्धा योगाभ्यासी मंडळाशी जोडल्या गेलेलो असल्याने त्यांच्या सातत्याचे खरोखरीच कौतुक वाटते. दुधांत साखर म्हणजे जयंतरावांचा मृदू व माणसे जोडण्याचा स्वभाव असल्याने आमचे मैत्रीचे बंध जरी नवीन होते तरी लगेचच दृढ झाले. जयंतराव सोशल मीडियावर विविध विषयावर स्फुटलेखन करीत असतात. त्यांच्या लेखांचा मी नियमित वाचक आणि चाहता झालो.

त्यांचं लेखन विविध विषयावर असतं व अनुभवाचे बोल त्यात गुंफलेले असतात. भाषा सरळ सुलभ असते, त्यात क्लिष्टता नसते. त्यात माहित नसलेल्या बऱ्याच गोष्टी समाविष्ट केलेल्या असतात. महत्त्वाचे म्हणजे मनांस व बुद्धीस पटतील आणि वाचल्यावरही रुंजी घालत राहील असं त्यांचं लेखन असतं. त्यांचे लेख परत परत वाचावेसे वाटतात. लेख प्रदीर्घ नसल्याने व्यस्त दिनचर्येत सुद्धा सहज वाचता येतात.

या पृष्ठभूमीवर वाचकांची उत्सुकता नक्कीच ताणली गेली असणार. खास वाचक मित्रांच्या आग्रहास्तव जयंतरावांनी निवडक स्फुट लेखांचा संग्रह प्रसिद्ध करण्याचा संकल्प केला आणि त्या संकल्पनेतून आकाराला आलेले पुस्तकरूपी मधुर फळ आज आपल्या हातात आहे. पुस्तकातील लेख जयंतरावांचे विविध विषयावरील चिंतन व मनन तर प्रगट करतातच पण विषयातील वैविध्य त्यांच्या साहित्यिक आवाक्याचे दर्शन पण घडवितात. उदाहरणार्थ.. पाऊल(प्रवास), लोक असं कां व्यक्त होतात?, मुखवटे आणि चेहरे, जीवनातला आनंद हरवतो आहे कां?, सगुण निर्गुण

दोन्ही विलक्षण, मृत्यू एक चिरंतन सत्य, आत्मशोध, पंचकन्यांचे माहात्म्य, आई सारखे दैवत नाही इत्यादि इत्यादि.

जयंतरावांना हिंदी चित्रपटांचे, त्यातील गीते आणि संगीताचे सखोल ज्ञान आहे. 'आवाज की दूनियाके दोस्तो' या लेखांत त्याची झलक मिळते. "मैं खयाल हूं किसी औरका" लेखांत त्यांनी गझल काव्याला हृदयाला हृदयाशी भावनिकरीत्या जोडणारा रेशीम बंध असं म्हटलं आहे. शेवटी अशीही पुस्ती जोडली आहे की गजलकारांना अभिप्रेत असलेला अर्थबोध ऐकणाऱ्याला झाला तर तो मणीकांचन योगच. लेख संग्रहातील सेवानिवृत्तीवरील प्रदीर्घ लेख ज्येष्ठ नागरिकांना भावेल आणि उपयोगी पडेल असाच आहे. ज्येष्ठांनी वेळेचं, उत्पन्नाचं नियोजन कसं करावं, यांनी बरोबरच शारीरिक व मानसिक आरोग्य कसं सांभाळावं याबद्दल त्यातून उत्तम मार्गदर्शन मिळेल.

सुजाण वाचकांना कांही सांगणे न लगे, त्यांना लेख वाचनाच्या शुभेच्छा. मला खात्री आहे जयंतरावांचे लेख आपणास आत्मिक समाधान देतील. लेखकाचं परत एकदा अभिनंदन. त्यांनी एक सुंदर व वैचारिक ललित लेखांचा संग्रह प्रकाशित करण्याचा संकल्प करून आपले विचार आणि गहन चिंतन वाचकांसमोर ठेवले. "सहज सुचलं म्हणून" हा ललित लेख संग्रह वाचक मित्रांच्या संग्रही नक्कीच असावा असं माझं वैयक्तिक मत आहे. त्यांनी आपलं लेखन कार्य निरंतर चालू ठेवावं... शुभेच्छा.

बाळकृष्ण चौबळ
सेवानिवृत्त उपव्यवस्थापकीय संचालक
स्टेट बँक ऑफ इंडिया
नागपूर

लेखकाचे मनोगत

अंतरंग उलगडून पाहताना...

जीवनातील चाळीस वर्षे बँकेची सेवा करून मी सेवानिवृत्त झालो. बँकेच्या व्यस्त कार्यकाळात छंद आणि स्वतःच्या आवडी निवडी जपायला वेळ मिळू शकला नाही. इतकी वर्षे व्यवहार हाताळून सुद्धा निजी जीवनातील व्यवहार नीटसा हाताळता आला नाही... एक प्रांजळ कबुली. सेवानिवृत्ती नंतर मात्र वेळ मिळाला आणि लेखन कार्य सुरू केले. लेखन म्हणजे काय?... आपल्या मनांतील विचारांचं काहूर कागदांवर उतरविणं अशी माझी वैयक्तिक धारणा आहे. सुरुवातीच्या काळांत जे कांही लिहिलं ते मित्रमंडळी व आप्तेष्टांना आवडलं आणि लेखन प्रवास सुरू झाला. संस्कार करणं हे जितकं महत्त्वाचं तितकचं स्वतःवर संस्कार करून घेणं हे सुद्धा महत्त्वाचं. समाजात वावरतांना आणि बँकिंग सेवेत असताना बऱ्यांच चांगल्या व्यक्ती भेटत गेल्या आणि त्यांच्या विचार शैलीचा प्रभाव मनांवर होत गेला. त्याचे कवडसे माझ्या लिखाणात वाचकांना दृष्टीस पडले तर मला फारसं नवल वाटणार नाही.

समाज माध्यमं लोकप्रिय झाल्यावर बरीच मंडळी लेखनाकडे वळतांना पाहून आनंद होतो. 'सहज सुचलं म्हणून' हा माझा पहिला वहिला ललित लेखांचा संग्रह. वेगवेगळ्या विषयांवर मांडलेले विचार आपल्याला आवडतील अशी आशा वाटते. बऱ्याच ठिकाणी वाचकांचं त्या विचारांशी एकमत सुद्धा होईल, अशी पण खात्री वाटते. 'सहज सुचलं म्हणून' हा ललित लेखांचा संग्रह पुस्तकरूपानं माझ्या हातात घेतला तेंव्हा पहिलीटकरिणीने आपले अपत्य हातात घेतल्यावर तिला जो आनंद होतो, तसा आनंद झाला. वाचकांना सुद्धा माझं लेखन आनंद देईल ह्या अपेक्षांसहित.

ऋणनिर्देश...

"सहज सुचलं म्हणून" या ललित लेख संग्रहाची प्रस्तावना आदरणीय श्री बाळकृष्ण चौबळ, सेवानिवृत्त उप व्यवस्थापकीय संचालक, भारतीय स्टेट बँक यांनी मान्य केल्याचा आनंद खूप मोठा आहे. ते यशस्वी बँकर आहेत आणि त्यांच्या गाठीला विविध विषयांवरील ज्ञानाचे फार मोठे भांडार आहे. माननीय श्री बबनराव सराडकर विदर्भाचे सुप्रसिद्ध कवी असून त्यांच्या कविता मातीशी नाळ जोडून आहेत. डॉ प्रदीप विठाळकर साहित्य व शिक्षण क्षेत्रांत प्रचलित असलेले नांव आहे. ते एक उत्तम वाकपटू आहेत आणि त्यांच्या साहित्य संशोधक वृत्तीबद्दल ओळखले जातात. तिन्ही व्यक्तिमत्त्व खूप मोठे आहेत आणि त्यांनी माझ्यासारख्या नवोदित लेखकाच्या साहित्यावर लिहिण्याची संमती दर्शविली, या बद्दल मी त्याचा आभारी नव्हे, तर ऋणी राहील.

जयंत अनंत देशपांडे

पाऊल (प्रवास)

नवजात अर्भकाला पाहता क्षणीच प्रत्येकाला प्रबळ इच्छा होते ती त्याच्या इवल्यांशा पावलांचा स्पर्श आपल्या दोन्ही गालावर अनुभववा म्हणून. किती नाजुक व लोभस स्पर्श. दिसामासांनी पायात शक्ती येते आणि कोवळ्या पावलांवर बालक पहिल्यांदा उभं राहतं, तो सोहळा किती आनंददायी. आईचा आनंद गगनांत मावत नाही. हा आनंद सर्वप्रथम आईलाच अनुभवायला मिळतो कारण बाळ सदैव आईच्या जवळच घोटाळत असतं. स्वतःच्या पायावर उभं राहण्याची धडपड मनुष्याला अगदी जन्मापासून करावी लागते, हे बाकी खरं. एकदा स्वतःच्या पावलांवर उभं राहून पाऊल पुढे टाकता येऊ लागले की त्याच्या जीवनाचा प्रवास सुरू होतो तो अगदी शेवटापर्यंत. कदाचित सुखकर, कदाचित फरफटणारा. जातकाचे प्रयत्न, प्राक्तन आणि नशिबाच्या फेर्याप्रमाणे. पाऊल आणि प्रवास जणू पर्यायवाची शब्द. पावलांशिवाय प्रवास नाही. प्रवास सुखकर व्हायचा असेल तर त्याला प्रयत्न आणि प्राक्तनाची जोड आवश्यक राहणार.

बालपणी ही पावलं जेंव्हा घरात दुडुदुडु धावत बागडत असतात त्यावेळी त्या बालकांवर वर्षाव करणारे लाड, कौतुक अवर्णनीय. खरंच जीवनातील बालपणीचा काळ किती तणावमुक्त, उद्याची चिंता नाही, कुठलं भय नाही, राग लोभ नाही. असा कौतुकाचा काळ साधारण पांच सहा वर्षात संपुष्टात येतो, फिरून कधीही वापस न येण्यासाठी. कालांतरानं अध्ययना साठी त्यांना बाहेर पडावंच लागतं. पहिल्यांदा त्यांना बाहेरच्या जगाची ओळख होऊ लागते. चांगली वाईट त्यांच्या अनुभवाप्रमाणे. हा पाऊल प्रवास अत्यावश्यक असतो. किंचितसा जाचक पण भविष्य घडवणारा. पुढं टाकलेली पाऊले त्याला अनेक गोष्टी शिकवू लागतात. बाहेरच्या वातावरणाशी ती समरस होत जातात. मैत्री आणि सवंगडी ह्या नितांतसुंदर अनुभवाकडे आकर्षित होतात. जीवनात प्रत्येकाला एकतरी जीवाचा सखा किंवा सखी असणं आवश्यकच. जीव लावणारा खरा मित्र किंवा मैत्रीण आपलं वैचारिक पाऊल योग्य दिशेनं टाकण्यास निश्चितच क्रियाशील राहतात. ती पाऊले नंतर दीर्घ काळासाठी शाळेकडे वळतात. अध्ययनासाठी लागणारा काळ चांगले वाईट अनुभव देणारा प्रवासच. संस्कारक्षम वय, कांहीतरी नवीन शिकण्याची जिज्ञासा, कांहीतरी भव्यदिव्य करून दाखविण्याची जिद्द, जीवनात वेगळं करून दाखवायची उमेद अशा अनेक गोष्टी मनांत रुजवत हा पाऊलप्रवास सुरू असतो. प्रत्येकजण आपल्या कुवतीप्रमाणं, परिस्थितीनुसार, प्राप्त झालेल्या संधीनुसार आणि मिळालेल्या नशिबाच्या साथीनं हा प्रवास करत असतो. त्यात कांही यश मिळवतात, कांही अडखळतात, तर कांही अपयशी ठरतात. पण प्रवास अहर्निश सुरूच असतो, तो थांबत नाही. शिक्षण झाल्यावर अर्थार्जन. नोकरी धंद्यासाठी करावी लागणारी पायपीट कां कोणाला चुकली आहे. थोडं स्थैर्य प्राप्त झाले की त्याचे दोनाचे चार

कधी होतात याची वाट आई वडील,आप्तेष्ट बघू लागतात. कुठलीतरी अनामिक पाऊले या प्रवासात त्याची किंवा तिची आजन्म साथ देण्यास उत्सुक असतात. नववधूच्या पावलांनी घरात लक्ष्मी येते असं म्हटल्या जातं. विवाहोत्तर प्रवास अर्थपूर्ण, आनंददायी होण्यासाठी कुणाला तरी दोन पाऊलं मागे तरी घ्यावी लागतात किंवा पुढेतरी टाकावी लागतात. इंद्रदिनातील प्रवासात शीण असतो पण मौजही असते, दगदग असते पण कुठेतरी सुखही खुणावत असते. कुटुंब सौख्य अनुभवताना त्याचा विस्तार पण होतो. जबाबदारीची जाणीव होत असतो. आता ही पावलं खंबीर होऊ लागतात. सामाजिक बांधिलकी, आप्तेष्ट, स्वतः जोडलेला मित्रपरिवार घेऊन पाऊल प्रवास अखंड सुरू असतो. याच काळांत घरातली थकत चाललेल्या चार पावलांना त्या जबाबदार आणि खंबीर पावलांच्या आधाराची गरज भासु लागते. घरांत नवीन पावलं बागडू लागलेली असतात. जीवनाचं रहाट गाडगं अविरत फिरत असतं.

पाऊल प्रवासात कोणाचेही पाऊल वाकडं पडू नये ही खबरदारी घेणं अत्यावश्यक. नाहीतर सगळीच वाताहात. पाऊलं जेंव्हा अडखळत तेंव्हा ते भविष्यातल्या संकटाची चाहूल करून देत. प्रत्येकाला पावलागणिक कुठल्यातरी समस्येला, अडचणीला तोंड द्यावं लागत असतं. राज्यकर्त्यांकडून नागरी समस्या सोडविण्यासाठी ठोस पावलं उचलल्या जात असतात. पण ती खरचं ठोस असतात काय? ती पावलं पोकळंच असतात. उचललेली पावलं पोकळ भासु नये म्हणुन ठोस संबोधल्या जात असतील कदाचित. योग्य दिशेने पाऊल उचलले की नाही ते भविष्यातील यशापयशावरच अवलंबून असते. पावलावरच्या रेषांवरून जातकाचे भविष्य कथनसुद्धा केल्या जाते, खरं खोटं देवच जाणे. यशस्वी माणसाच्या पावलावर पाऊल टाकून चालल्यास यशाची खात्री असते

असेही म्हणतात. नवपरिणित वधूसुद्धा आपल्या जोडीदाराबरोबर सात पावलं चालून (सप्तपदी) आपल्या संसाराला सुरवात करते. वाळूमध्ये आपलीच पावलं उमटवून मिटवण्याची गंमत आगळीच. जीवनाच्या अथक आणि अनाकलनीय प्रवासात सुद्धा प्रत्येक व्यक्ती आपापल्या पाऊलखुणा उमटविण्यात प्रयत्नशील असतो, नाहीतर तो एकाच जागी घुटमळत राहिला असता. खेळांत सुद्धा प्रतिस्पर्ध्याचं पुढचं पाऊल जर ओळखता आलं नाही तर पराभव निश्चित. आपले शुभचिंतक सुद्धा पावलां पावलांवर खबरदारी बाळगं म्हणुन सल्ला देत असतात.

'पाऊले चालती पंढरीची वाट' असं म्हणत जीवनाचा अंतिम टप्पा गाठणं सुरू होत. तो कधी कुणाला चुकला आहे काय? ईश्र्वराची आराधना करण्यासाठी हीच पाऊले तीर्थक्षेत्रे, मंदिराकडे वळू लागतात, मन:शांतीसाठी. आणि ती वेळ येतेच. जीवनातील संघर्ष आणि पायपीट मनं आणि शरीर थकवून टाकतात. थकलेल्या पावलांना आता विश्रांतीची गरज भासणं साहजिक. जन्मभर ही पावलं जमिनीवर असतात पण आईच्या गर्भात व शेवटच्या प्रवासात त्यांचा जमिनीला स्पर्श होऊ नये हा दैवदुर्विलास की विरोधाभास.

वागणं: क्रिया की प्रतिक्रिया

पृथ्वीतलावर मानवांचे राज्य आहे. हाडां मासांचा माणूस, त्याला वेगवेगळे अवयव प्राप्त झाले असले आणि त्यांना विशिष्ट कार्य मर्यादा जरी प्राप्त करून दिल्या गेल्या असल्या तरी मेंदू, मनं आणि हृदय त्याच्या वावरावर मर्यादा घालत असतात. माणसाच्या मनांला, मेंदूला किंवा हृदयाला कोण आज्ञापित असेल? हे तिघेच त्याच्या वागण्या बोलण्यावर स्वतंत्रपणे मर्यादा तर घालत नसतील. माणसाचा माणसांतील वावर म्हणजे त्याचे व्यक्तिमत्त्व. व्यक्तिमत्त्वाला अनेक पैलू किंवा कंगोरे असतात. त्यातूनच तो जनमानसांत उठून दिसतो, हवाहवासा वाटतो किंवा नकोसा होतो. जनमानसांत एका विशिष्ट पद्धतीने व्यक्त होण्यामुळे त्या माणसाची वागणूक पारिभाषित केली जाते. थोडक्यांत काय, वागणं ही मनुष्याची निरंतर प्रक्रिया आहे. मनुष्य निरनिराळ्या परिस्थितीत निरनिराळ्या पद्धतीने वागत असतो. कधी कधी तर तो त्याच्या मूळ स्वभावाच्या विपरीत वागत असतो. वन्य किंवा पाळीव प्राण्यांच्या बाबतीत असे निश्चित म्हणता येणार नाही. प्रत्येक प्राण्याचा एक निश्चित स्वभावधर्म असतो आणि तो त्यालाच अनुसरून वागत असतो. प्राण्यांचे वागणे

त्यांच्या बाह्य संवेदनांवरुन ठरत असते. जेंव्हा त्यांच्या अस्तित्वाला धोका पोहचू शकतो असे त्याला वाटते तेंव्हाच तो स्वतःच्या बचावासाठी आक्रमण करत असतो. वाघ किंवा तत्सम प्राणी भुक लागली तरच आक्रमण करतात. सापाच्या शेपटीवर पाय पडला तरच तो दंश करेल अन्यथा तो मनुष्याच्या वाटेला जात नाहीत. त्यांच्या वागण्याला किंवा वावरण्याला एक निश्चित मर्यादा असते. भुक आणि जीवाचे भय या दोनच गोष्टी त्यांचे वागणं निश्चित करत असतात असे म्हटल्यास वावगं ठरणार नाही. माणसाचे तसे नाही. व्यक्ती कुठल्या परिस्थितीत कसा वागेल याचा मापदंड निश्चित करणे अवघड असते. लोभ, क्रोध, माया, हव्यास, स्वतःची प्रतिमेची जपणूक इत्यादि अनेक गोष्टी त्याची वागणूक ठरवीत असतात. विचार (चांगला किंवा वाईट) करण्याची शक्ती, परिस्थितीचे आकलन करण्याची शक्ती, निर्णयक्षमता, भविष्यात होणाऱ्या परिणामा बद्दलची अनिश्चितता अशा अनेक गोष्टी त्याने प्राप्त परिस्थितीत कसे वागावे हे ठरवित असतात आणि इथेच तो पशुप्राण्यांपेक्षा वेगळा ठरतो. बरेच वेळा मनुष्याच्या वागण्याने तो जसा आहे तसा भासत नाही. एकाच व्यक्तीत भिन्न प्रवृत्ती वास करतात असे जाणवते. आंत बाहेर एकच प्रकार असेल असं नाही. वरकरणी अतिशय प्रेमळ व सहृदय वाटणारा व्यक्ती आतून नक्की कसा असेल हे नुसत्या वागण्यावरून ठरविणे चुकीचे ठरू शकते. थोडक्यांत काय तर मनुष्याच्या वरकरणी वागणूकी वरून त्याची निश्चित परिभाषा करणे किंवा त्याच्याबद्दल विशिष्ट मत बनविणे फारसे योग्य होणार नाही. त्यासाठी त्याच्या बरोबरचा निरंतर सहवास आणि त्यातून प्राप्त झालेले चांगले वाईट अनुभव गाठीशी बांधून ठेवणे महत्त्वाचे ठरते. एखाद्या भेटीत व्यक्तीबद्दल निश्चित बनविलेले मत हे भविष्यात चुकीचे ठरू शकते. प्रथम दर्शनी चांगल्या वागण्या बोलण्याने

एखादी व्यक्ती छाप पाडू शकते पण त्याच्या निरंतर व्यवहारातून तो नक्की कसा आहे ह्याचा निश्चित बोध होऊ शकतो. हेतुपुरस्सर वागणूक हा मनुष्याचा गुण की दोष हे सुद्धा अनुभवांतूनच कळू शकते. एखादी व्यक्ती चांगली वागणूक जर छुप्या हेतूने करत असेल तर ते गैरच. व्यावहारिक भाषेत त्यांना स्वतःच्या पोळीवर तूप ओढून घेणारे किंवा आप्पलपोटे म्हणता येईल. अशा व्यक्तींच्या भविष्यातील वागणुकी मधे दृश्य स्वरूपात विसंगती जाणवेल. वाजवीपेक्षा जास्त प्रेम दाखविणाऱ्या, खूप जास्त आपुलकी दाखविणाऱ्या व्यक्तींपासून चार हात दूर राहिलेले बरे. एखाद्या व्यक्तिमत्त्वाचा सखोल अभ्यास होण्यास काळ द्यावा लागतो.

आजचे युग हे जाहिरातीचे युग आहे. विकायला ठेवलेली वस्तू ही बाकी उपलब्ध असलेल्या वस्तूंपेक्षा कशी चांगली आहे ह्याचा प्रचार केल्या जातो. त्यामुळे वस्तू विकत घेणाऱ्यांची फसगत होण्याची शक्यता नाकारता येत नाही. त्यामुळे एखादी वस्तू विकत घेऊन त्याची खरी उपयुक्तता काय आहे हे पडताळून पाहणे महत्त्वाचे. मोठमोठ्या फलकांवर झळकणाऱ्या जाहिराती मनं मोहून घेतात. टीव्ही माध्यमावरील जाहिराती खूपच आकर्षक असतात. त्यात दाखविलेल्या गोष्टीबद्दल “Derived Demand” निर्माण व्हावी हाचं उद्देश असतो. बरेच वेळा मोठमोठ्या मॉल्स मध्ये दैनंदिन जीवनात लागणाऱ्या वस्तू इतक्या आकर्षक पद्धतीने रचलेल्या असतात की त्यामुळे आवश्यक नसलेल्या वस्तू पण विकत घेतल्या जातात. अलीकडे माणसाचे देखील तसेच झाले आहे. त्याची वागणूक ही वस्तू वरील वेष्टन किंवा आवरणासारखी झालेली दिसते. अंदर कुछ और, बाहर कुछ और.

भौतिकशास्त्राच्या नियमानुसार "Every action has equal and opposite reaction". पण भौतिक जगांत आणि त्यातही माणसामाणसांतील दैनंदिन व्यवहारात व वैचारिक देवाण घेवाणीत हा नियम तंतोतंत खरा ठरत नाही. एखाद्या व्यक्तीचे वागणं ही त्याची क्रिया झाली. त्याला "equal and opposite" प्रतिक्रिया मिळेलच असे मानणं ग्राह्य धरता येत नाही. प्रतिक्रिया ही दुसऱ्या व्यक्तीच्या आकलनशक्ती, कल्पनाशक्ती व वैचारिक पातळीवर अवलंबून असते. पूर्वग्रहदूषित विचारसरणीच्या व्यक्तीकडून बऱ्याचदा अनपेक्षित प्रतिक्रिया येणे नाकारता येत नाही. दोन भिन्न व्यक्तींच्या क्रिया व प्रतिक्रियेत समन्वय साधला जाईलच असे गृहीत धरणे गैरच ठरेल. त्यामुळे दोघांचे वागणं "या हृदयीचे त्या हृदयी" पोहोचलेच असे नाही. एखादी गोष्ट वाटणं व मुळात ती तशीच असणं यात बरेच वेळा तफावत असू शकते. मनुष्य स्वभावधर्माला अनुसरून होणाऱ्या क्रिया व त्यावरील प्रतिक्रियांचा अभ्यास हा मानसशास्त्रीय विषय आहे. "त्याने माझ्याशी असं वागायला नको होत?", "तो माझ्याशी असा कसा वागू शकतो?", "त्यांनी माझ्याशी वागतांना आधी विचार करायला हवा होता? अशा निरर्थक प्रश्नांची व्युत्पत्ती वैचारिक समन्वयाच्या अभावामुळे होऊ शकते.

उपरोक्त चर्वीचर्वणावरून असा निष्कर्ष काढणं की प्रत्येक मनुष्य त्याच्या वागणुकी विपरीतच असेल असं समजणं सुद्धा फारसं योग्य नाही. कलियुगात देखील आभाळाला खांब नाहीत आणि तरीही ते दिमाखात उभे आहे, ह्याचाच अर्थ असा आहे की जगांत सद्वर्तनी, सच्छिल आणि संयुक्तिक वागणारी माणसे नक्कीच आहेत. प्रश्न आहे तो व्यक्ती, व्यक्तिमत्त्व आणि भिन्न परिस्थितीत त्यांची वागणूक ह्याचे

विश्लेषणात्मक अध्ययन करण्याची. दिसतं ते सगळेच सोनं नसतं पण ते सोनं नसेलच कशावरून. माणसातील खरां माणूस शोधण्याची आपली क्षमता तर कमी झाली नाही ना? प्रश्न गहन आहे, पण आपला अनुभव हीच आपली खात्री.

तो परत येईल कां?

तो एका सेवाभावी संस्थेत मॅनेजर म्हणून काम करत होता. अत्यंत कार्य कुशल आणि मेहनती अधिकारी म्हणून त्यानं नांव कमावलं होतं. त्याच्या हाताखाली बरेच कर्मचारी होते. तो आपल्या केबिनमध्ये काम करण्यात व्यस्त होता. तितक्यांत केबिनचं दार वाजलं. ऑफिसचा वॉचमन त्याची परवानगी घेऊन आत आला. "सर, कुणीतरी वयस्क गृहस्थ आपल्याला भेटण्यासाठी वाट पाहतो आहे. त्याला पाठवू कां?". खरंतर बरेच ग्राहक व इतर मंडळी त्याला दिवसभरात भेटत असतं. पण आता व्यवहाराचा वेळ संपून बरांच वेळ झाला होता. म्हणूनच वॉचमनने त्याची परवानगी घेण्यासाठी विचारणा केली होती. त्याने खुणेनंच त्या व्यक्तीला 'आत पाठव' अशी सूचना केली. थोड्या वेळांतच एक सत्तरी उलटलेला गृहस्थ आत आला. स्वच्छ पांढरे केस, किंचित मळकट कपडे, चेहऱ्यावर दीनवाणे भाव, कुठल्याही कोनातून तो कार्यालयीन कामासाठी आलेला वाटत नव्हता. त्याच्या थकलेल्या आणि बावरलेल्या चेहऱ्याकडे बघून मॅनेजरने त्याच्यासाठी पाणी मागितले. त्याने संभाषण सुरू करण्यासाठी लावलेला वेळ अस्वस्थ करणारा होता. तितक्यात मेसेंजरने त्याला

24

पाण्याचा ग्लास दिला. त्याने ग्लासभर पाणी उसंत न घेता घशाखाली रिचवले. मग मॅनेजरनेच त्याला 'बोला' असे सांगितले. त्याने त्याचे नांव गांव सांगितले. त्याच्या सांगण्यानुसार तो त्याच्या वैयक्तिक कामाने कामठीला ट्रेनने जात असल्याचे समजले. असे असतांना तो गोंदियाला कां उतरला हा संभ्रम पडणे साहजिकच होते. न राहवून मॅनेजरने हा प्रश्न त्याला विचारलाच. "क्या बताऊं साहब, कामठी जा रहा था, चाय पीने गोंदिया उतरा. चायके पैसे देने लगा. तब पता चला किसीने मेरा बटवा मार दिया", तो उत्तरला. आतापर्यंत मॅनेजरला तो हिंदी भाषिक आहे ह्याची कल्पना आली होती. 'तो'... मॅनेजरच्या एका शब्दांत अनेक प्रश्न उपस्थित झाले होते. मग मी काय करू?, तू इथे कशाला आला?, माझ्याकडून काय अपेक्षित आहे? वगैरे वगैरे. थोडा स्थिरावल्यानंतर तो आता घडा घडा बोलू लागला. "साहब, आप मेरी थोडी मदत कर दिजीये, मैं कामठी जाऊंगा और काम निपटाके आते वक्त आपके पैसे भी लौटाऊंगा." खरंतर मॅनेजर त्याला नाही म्हणून वापस पाठवू शकला असता पण त्याच्या वयांकडे बघता नाही म्हणायला तो धजावला नाही. संभाषण खंडून जाऊ नये म्हणून मॅनेजरने त्याला विचारले की "क्या काम है कामठीमे?". तो उत्तरला "साहब, कुछ पैसे दिये थे दोस्तको, वही लेने जा रहा हुं ". त्याने आठवल्यासारखे करत जवळच्या पिशवीमध्ये हात घालून एका बँकेचे पासबुक काढले आणि ते दाखवत बोलला... "साहब, बँकमे मेरा पैसा जमा है, लेकीन अब किस कामका". मॅनेजर म्हणाला... "ठीक है, ठीक है, इसे अंदर बॅगमें संभालकर रखो". कां कोण जाणे, आता मॅनेजरचा त्या म्हाताऱ्यावर आणि त्याच्या परिस्थितीवर विश्वास बसू लागला होता. "कब तक वापस आओगे".. मॅनेजरचा प्रश्न. "परसों तक".. त्याचे उत्तर. मॅनेजरने खिशात हात घालत शंभरची एक

नोट काढली आणि ती त्याला देत विचारलं.. "चाय पिओगे, मुझे पी पिना है". "नही साहब, अब जो गाडी मिलेगी उससे कामठी जाऊंगा. वापसी पर आपके पैसे लौटाऊंगा".. असं म्हणत तो दोन्ही हात जोडत आभार मानत खुर्चीतून उठला आणि बाहेर जाऊ लागला. केबिनच्या दारातून मागे वळत त्याने मॅनेजरचे परत एकदा आभार मानले.

तेवढ्यांत मॅनेजरच्या हाताखाली काम करणारा क्लर्क केबिनमधे आला. "कोण होता"... क्लर्कने विचारले. मॅनेजरने पूर्ण कहाणी सांगितली. "आता तो कशाला येतो परत"... क्लर्कची शंका. प्रसंग छोटासा. राहून राहून एकच प्रश्न उपस्थित होतो, तो परत येईल कां?. अर्थात या प्रश्नाची दोनच उत्तरे... हो किंवा नाही. एकतर तो परत येईल, पैसे वापस करेल किंवा तो कधीच परत येणार नाही, पैसे बुडतील. क्लर्कने तो परत येणार नाही असा निर्णय दिला होताच. "मी त्याला पैसे कां दिले असतील"... मॅनेजरने क्लर्कला विचारले. "मदत म्हणून किंवा दया भावनेने"... क्लर्क बोलला.

"दोन्हीही नाही"... मॅनेजर सांगू लागला... तो माझ्या वडिलांच्या वयाचा होता माझे वडील जर अशा अडचणीत सापडले असते तर.. आणि त्यांना जर कोणी मदत केली नसती तर.. त्यांनी काय केले असते. ते किती असहाय अवस्थेत सापडले असते. याचं भावनेने मी त्याला मदत केली. आता तो परत येतो की येत नाही याला कांहीच अर्थ उरत नाही. शंभर रुपये गमावणं माझ्यासाठी विशेष गोष्ट नाही पण मनांतील ह्या भावंभावना जपणं मला योग्य वाटलं. त्याच्या बोलण्यात किती सत्य किंवा असत्य याची शहानिशा करणं मला गरजेचं वाटलं नाही म्हणून मी त्याला पैसे दिले.

मॅनेजरचा आवाज किंचित कापरा झाला होता. क्लर्क त्याचं बोलणं ऐकून अवाक झाला होता. एखादा व्यक्ती असाही विचार करू शकतो, याचं त्याला राहून राहून आश्चर्य वाटत होतं. त्याचा मॅनेजर प्रतीचा आदर दुणावला होता.

तिकडे तो आगंतुक शंभर रुपये कमावल्याच्या आनंद आणि आपल्या अभिनय कौशल्यावर खुश होत गुत्त्याकडे जात होता. आपल्या कृतीतून मॅनेजरने सात्विक समाधान मिळविले होते आणि मिळालेल्या पैशातून तो आगंतुक ऐहिक सुख प्राप्त करणार होता. नाण्यांला दोन भिन्न बाजू असतात हेच खरं.

लोक असं कां व्यक्त होतात?

न्यूटनचा जगप्रसिद्ध "Law of Motion" म्हणजे Every action has equal and opposite reaction. क्रिया म्हटली की प्रतिक्रिया ही आलीच. कोणी कांही बोललं की त्यावर आपली प्रतिक्रिया देणं किंवा देहबोलीतून अथवा शब्दरूपांत व्यक्त होणं अगदी स्वाभाविक आहे. जगांतील प्रत्येक व्यक्तीलाच काय तर प्राण्यांनाही व्यक्त होण्याची मुभा आहे, किंबहुना ती त्यांना मिळालेली निसर्गदत्त देणगीच. कोणी कसं व्यक्त व्हावं हे त्या त्या व्यक्तीचं व्यक्ती स्वातंत्र्य. व्यक्त होण्याचं वैशिष्ट्य असल्यानेच तर त्याला व्यक्ती असं संबोधलं जातं. पण बरेचदा कांही व्यक्ती अतिशय अनपेक्षितरीत्या व्यक्त होत असतात. आपण केवळ त्यांच्या वागण्या बोलण्यावरून अनेक निष्कर्ष काढत बसतो. विषयाच्या मुळांशी जाण्याचा खरंतर आपल्याजवळ वेळही नसतो आणि इच्छाही नसते. पटकन निष्कर्षाप्रत पोहचणं, या प्रक्रियेलाच तर एखाद्या विषयी मत बनविणं म्हणता येईल कां?

व्यक्त होणं सकारात्मक किंवा नकारात्मक असू शकतं. समोरच्या व्यक्तीचं यश, ऐश्वर्य न पचवू शकणाऱ्या व्यक्ती नकारात्मक वागू

शकतात. किंबहुना त्यांना स्वतःचं अपयश किंवा अकार्यक्षमता त्या क्षणी वेडावत असते आणि ते नको तसं वागू लागतात. या उलट एखादी व्यक्ती जर वाजवीपेक्षा जास्त सकारात्मक वागत असेल, अवाजवी कौतुक करत असेल तर ते त्याच्या मनांतले खरे भाव लपविण्यासाठी. एखाद्या व्यक्तीला मिळालेलं यश, प्रसिद्धी आपल्याला लायक (लायक आहे असं मानणं हा त्याचा गैरसमज) असूनही मिळू नये हे त्याला पचनी पडत नसतं. समोरच्या व्यक्तीला जे कांही मिळालेलं आहे ते आपल्याला मिळायलाच हवं होत आणि त्यासाठी आपणच सर्वस्वी लायक आहोत अशी त्याची ठाम समजूत असते. असं वागणं मुलाच्या परीक्षेतील यशासंबधी होणाऱ्या छोट्यामोठ्या एकत्रीकरणात प्रकर्षाने जाणवतात. आपल्या मुलाला कमी टक्के गुण मिळालेत ही बाब असे व्यक्ती मान्य करायलाच तयार नसतात. आपल्या पाल्याची गुणवत्ता त्या पातळीची नसेल हे त्यांना मान्य नसतं. मग ते शिक्षण पद्धती आणि तत्सम गोष्टींवर टीका करत सुटतात. प्राप्त परिस्थितीत सुख न मानणं हा मनुष्याचा स्थायी भाव आहे. दुसऱ्याच्या ताटाकडं पाहून अन्न ग्रहण करण्याची मनुष्याची जुनी खोड आहे. पण त्याला विस्मरण होतं की या कृतीनं त्याचं पोटही भरत नाही आणि जेवणाचा आनंदही मिळत नाही.

स्त्रियांमध्ये हा भाव प्रकर्षानं बघावयास मिळतो. एखाद्या मैत्रिणीने घेतलेली नवीन साडी दाखवली तर वरवर त्या साडीच आणि मैत्रिणीच लाख कौतुक करतील पण तो प्रकार आपल्याजवळ नाही याची खंत उराशी बाळगत बसतील. दुसरा प्रकार म्हणजे मला पॅटर्न आवडला होता पण आवडता रंग मिळाला नाही म्हणून मी ती साडी घेतली नाही अशीही प्रतिक्रिया देतील. थोडक्यांत काय तर समोरच्या व्यक्तीच्या एखाद्या व्यक्तव्याचा किंवा कृतीचा कसा हिरमोड करता येईल यातच

त्यांचा उत्साह ओसंडून वाहत असतो. आनंद देणं किंवा आनंद मिळू देणं हे जणू त्यांच्या दृष्टीनं वर्ज्यच असतं. निखळ विनोद आताशा दुर्मिळच झाला आहे. समाजात बऱ्याच व्यक्ती विनोदाचा वापर समोरच्याला कमी लेखण्यासाठी, क्षणिक लोकप्रियता मिळविण्या साठी किंवा चारचौघात उठून दिसण्यासाठी करतांना दिसतात. खरंतर सुज्ञ व्यक्ती अशांचे अनुभवानुसार योग्य ते मूल्यमापन करतात आणि भविष्यात त्यांना टाळण्याचे प्रयत्न करीत असतात.

कांही व्यक्तींना कुठं काय बोलावं याचं मुळीच भान राहत नाही. त्यामुळे ते एका वेळी अनेकांना अडचणीत टाकत राहतात. आपल्या व्यक्तव्याचा दुसऱ्यावर काय परिणाम होऊ शकेल याचं मुळीच भान न ठेवता संवाद साधल्यामुळे अवघड परिस्थिती निर्माण होऊ शकते. कांही व्यक्तींना जाणता अजाणता समोरच्याच्या दुखऱ्या नसेवर हात ठेवण्याची सवय असते. त्यांना त्यांच्या अशा कृतीच्या परिणामाची मुळीसुद्धा कल्पना नसते किंवा तो जाणून घेण्याची मानसिकता नसते. असो... व्यक्ती तितक्या प्रकृती. विचार, आपुलकी, प्रेमभाव हे सगळं जेंव्हा सकारात्मकरीत्या मुखांतून प्रकट होतात तेंव्हाच वक्तव्य सौम्य, आनंददायी व अर्थपूर्ण होतं. राग आला की मनुष्यांचे स्वतःच्या बोलण्यावरील नियंत्रण सुटतं आणि तो अद्वा तद्वा बोलत सुटतो. क्रोधावर नियंत्रण ही सुसंबद्ध संवादाची गुरुकिल्ली. कुठलंही हाड नसलेली जीभ प्रसंगी धारदार होते असं म्हटल्या जातं. खरं म्हणजे जिभेला उगीच बोल लावल्या जातो कारण काय बोलायचं हे सर्वप्रथम मनांत योजलं जातं. जीभ आणि मुख ही केवळ मनांत आलेलं व्यक्त करण्याची माध्यमं आहेत.

विसंगत, असंबद्ध वागण्या बोलण्याचे अनेक कटु प्रसंग आपण जीवनात अनुभवत असतो. आपण मारणाऱ्याचे हात धरू शकतो पण बोलणाऱ्याचे तोंड धरू शकत नाही, त्यामुळे दुसऱ्यांना सुधारण्यापेक्षा स्वतः सुधारणं केंव्हाही स्वागतार्ह. चार शब्द लिहितांना उदाहरणं देण्याचं हेतुपुरस्सर टाळलं आहे. स्वानुभव हाच श्रेष्ठ गुरू मानल्या गेला आहे, त्यामुळे वाचकांनी स्वानुभवावरून आणि आपल्या कल्पनाशक्तीला वाव देत काय योग्य किंवा अयोग्य ते ठरवावं. पण एव्हढं मात्र नक्की की आपल्या वागण्या बोलण्यात किंवा चारचौघात व्यक्त होतांना काळजी घेणे आवश्यक असून आपल्यामुळं दुसऱ्याच्या मनांला वेदना होऊ नये हे महत्त्वाचं.

मुखवटे आणि चेहरे

असं म्हणतात चेहरा बोलतो. शरीरात कांहीही बिघाड झाला तरी त्याचे पडसाद चेहऱ्यावर उमटतात. एवढंच काय तर व्यक्तीची मनस्थिती ठीक नसेल तर ते ही चेहऱ्यावरून कळते. मनांतले दुःख, वेदना, निराशा, आनंद चेहऱ्यावर आरशात बघितल्यासारखे दिसतात. चेहऱ्यावरून जाणकार तुमचं भविष्य देखील वर्तवतात, अशी ही मान्यता आहे. प्रेमात पडलेल्या प्रेयसीची मूक संमती तिच्या लाजलेल्या मुखकमला वरून प्रियकराला कळून येते, त्यासाठी तिला शब्द खर्चावे लागत नाहीत. हट्ट करणाऱ्या लहान बालकाचा राग त्याच्या चेहऱ्यावर लगेच दिसून येतो. बायको घुश्श्यात असली की नवरा तिच्या चेहऱ्यावरील भाव टिपून ताबडतोब आपला पवित्रा बदलतो. मुलाची मार्कलिस्ट पाहून वडील आपला राग किंवा आनंद लपवू शकत नाहीत. नुसता उतरलेला चेहरा पाहूनच डॉक्टर सुद्धा रुग्णाच्या तब्येतीचा अंदाज बांधू शकतात. असे कितीतरी दाखले देता येतील. अगदी सिनेमांच्या गाण्यांत सुद्धा हे भाव सोप्या आणि सरळ भाषेत दर्शविलेले आहेत.

लाख छुपाओ छुप न सकेगा राज हो कितना गहरा!

दिलकी बात बता देता है असली नकली चेहरा!!

असं जरी असलं तरी प्रत्येक वेळी चेहरा खरंच खरं सांगतो कां? याचं उत्तर खात्रीने होकारार्थी असेलच अशी ग्वाही देत येत नाही.

मुद्राभिनय हे व्यक्तीला लाभलेले वरदानच आहे. बऱ्याच वेळी आपसूक, हेतुपुरस्सर किंवा जाणीवपूर्वक आपण मनांतल्या भावभावना चेहऱ्यावर आणू इच्छित नाही. बॉस कितीही चुकतं असला तरी त्याचे आदेश आपण चेहऱ्यावर आज्ञाधारक भाव दर्शवून स्वीकारतो. बायकोच्या वास्तव अवास्तव मागण्या समाधानी चेहऱ्याने मान्य करतो. मुलाबाळांचे हट्ट शक्य नसतील तरी सुद्धा कौतुकाने पुरवतो. अनपेक्षित किंवा नको असलेल्या पाहुण्याचे स्वागत इच्छा नसताना आनंदाने करत असतो. त्याला महत्त्वाचे कारण म्हणजे नाईलाज. प्रत्येक व्यक्ती वागता बोलतांना नेहमी भविष्यावर डोळा ठेऊन असतो. नफ्यातोट्याचे त्रैराशिक तो मनांतल्या मनांत मांडतो आणि त्यानुसार आपल्या चेहऱ्यावरील भाव स्थिरावत असतो. भिकाऱ्याला भीक देताना त्याच्या चेहऱ्यावर तुसडे भाव आपोआप येतात, ते आणावे लागत नाहीत. भाजीवाल्याशी भाव करतांना त्याचा चेहरा त्रासिक होतो. मात्र मॉलमधे वस्तु खरेदी करतांना मिळालेल्या भ्रामक सुटीचा आनंद त्याच्या चेहऱ्यावर झळकत असतो, कारण तिथे भाव करता येत नाही आणि त्याला पोकळ ऐट मिरवायची असते.

समाजांत वावरताना जर काळजीपूर्वक निरीक्षण केले तर आपल्याला बऱ्याच प्रकारचे चेहरे नेहमीच दिसतात. समाजवादी

चेहरे चेहऱ्यावर कायमस्वरूपी स्मित पांघरून जणू कांही त्यांचा जन्म समस्तांचे भले करण्यासाठी झाला आहे असे वावरत असतात. आशावादी चेहऱ्याने सल्ला देणे हा त्यांचा आवडता छंद. त्यांच्या शब्दांची फेक आणि आवाजातील मार्दव इतके मनमोहक असते की ऐकणारा त्यात भुलायलाच हवा. ध्येयवादी चेहरे नेहमी सत्याची बाजू जोपासत असतात. लुटालूट, फसवणूक, धोखाघडी, बदलती पिढी, आमच्या काळात असं नव्हतं, जगण्यात कांही राम राहिला नाही, सरकारचे नियमन कसं चुकतं आहे असे शब्द किंवा वाक्यप्रयोग अत्यंत करारी मुद्रेने ते करत असतात. त्यांच्या बोलण्यात जरब असते आणि चेहऱ्यावर कायम आत्मविश्वास विलसत असतो. आपली ठाम मते समोरच्याला कशी पटवून द्यायची, हे कसब त्यांच्यात मुळांतच असते. रूढी आणि परंपरावादी चेहरे सामाजिक वैषम्य, जुन्या व नव्या पिढीतील संघर्ष, धर्माचा ऱ्हास, संस्कारातून दिसून येत असलेली ठिसुळता, भविष्यात काय होणार आहे याची सदैव चिंता चेहऱ्यावर बाळगत राहतात. वर्तमान काळातील निष्ठा, वादग्रस्त प्रणाली किंवा व्यवस्था कशी ढासळते आहे याबद्दलचे नैराश्य त्यांच्या चेहऱ्यावर दिसून येते. बदकाच्या पिलावर पान पडलं आणि ते आभाळ कोसळलं असा दिंडोरा पिटत जंगलात फिरते अशी त्यांची अवस्था असते. त्यांच्या चेहऱ्यावर कुठल्याही परिस्थितीशी एकमत झाल्याचे भाव कधीच येत नाहीत. अशी मंडळी घराबाहेर कपाळावर गंध आणि बांधिलकी दर्शवणारी टोपी घालूनच पडतात. तर कांही मंडळी चेहऱ्यावर कायमस्वरूपी आश्चर्य वाटणारे भाव घेऊन वावरत असतात. ते समोरच्याला नेहमीच शरण गेल्यासारखे वाटतात. समोरचा व्यक्ती धाडसी आहे, किती व्यवहार कुशल आहे, त्याला सर्व गोष्टीतलं सगळं कसं काय कळतं, इतकी साधी गोष्ट आपल्याला कशी

काय समजू नये याचं त्यांना सदैव आश्चर्य वाटत असतं. काळजीवाहू चेहरे मात्र सगळ्यांनाच त्रासदायक असतात. वाहतुकीचे नियम पाळले नाही तर काय अनर्थ घडू शकतात, वस्तू घेतांना वारंटी वा गॅरंटी बघूनच घ्यावी, ऑनलाईन व्यवहार करतांना काय खबरदारी घ्यावी अशा बाबींची त्यांना अथोपासून इतिपर्यंत माहिती असते, किंबहुना त्याचे ते पुरस्कर्ते असतात. समोरची व्यक्ती आपले नुकसानच करणार असे ठाम भाव त्याच्या चेहऱ्यावर दिसतात. या संदर्भातली उदाहरणे आणि दाखले त्यांच्या जिभेवर सदैव रेंगाळत असतात आणि त्याबद्दल विस्तृतपणे ते माहिती देत राहतात. दीनवाणे चेहऱ्यांबद्दल काय बोलावं. शोषित व पीडित व्यक्तींच्या चेहऱ्यावरील भाव घेऊनच ते समाजात वावरतात. बायकोचा वाढदिवस विसरलेला नवरा, मोक्याच्या वेळी अपेक्षित खेळ न दाखवू शकलेले खेळाडू, निवडणुकीत पराभूत झालेला नेता, कमी मार्क घेऊन पास झालेला विद्यार्थी, कुठलेही उत्पन्न प्राप्त होत नसलेले वरिष्ठ, धंद्यात वारंवार अपयशी ठरलेला तरुण अशी अनेक उदाहरणे दीनवाण्या चेहऱ्यासंबंधी देता येतील. प्राप्त परिस्थिती समोर निमूटपणे शरण जाण्याशिवाय त्यांच्यासमोर पर्याय नसतो. सर्वांची सहानुभूती प्राप्त व्हावी असे त्यांना सदैव वाटत असते. गंभीर चेहऱ्याच्या व्यक्तींना साधं अभिवादन करणे म्हणजे पैसे खर्च करणे असे वाटते. ते सहसा आपणहून कुणाशीही बोलणे टाळतात. संवादात त्यांचे कुणाशी एकमत होत नाही. नाईलाज म्हणून ते आपली बाजू कशी बरोबर आहे ह्याचे समर्थन करत असतात. स्वभाव धर्मा नुसार संभाषण कौशल्याचा त्यांच्यात अभाव असतो. संभाषण खुंटवण्याकडे त्यांचा कल असतो. विषय उगाच खेचणारे, पाल्हाळ लावणारे, नीरस संवाद साधणारे, गरज नसतांना हसणारे, रटाळ आणि प्रसंगाला अनुरूप नसलेले विनोद

सांगणारे अनेक व्यक्ती आपल्याला भेटत असतात. खरंतर त्यांच्या जवळ सांगण्या सारखे कांहीच नसते पण आपल्या दुर्दैवाने त्यांच्याकडे भरपूर वेळ असतो. त्यांना हे नक्की कळत असतं की समोरच्याला आपल्या चर्चेत कुठलाही रस नाही पण तसले भाव ते चेहऱ्यावर आणत नसतात. असो, व्यक्ती तितक्या प्रकृती, त्यातून आपली सुटका नाही.

चेहरेपट्टी तपासून पाहणं, त्यानुसार त्यांच वर्गीकरण करणं आणि आपलं मते तपासून पाहणं हा एक उत्तम छंद आहे. असा छंद जर आपण जोपासू शकलो तर त्यात खूप वेगवेगळे अनुभव मिळू शकतात. त्यासाठी निरीक्षण, परीक्षण, विश्लेषणात्मक मनोवृत्तीची गरज भासते. स्वतः कमीत कमी व्यक्त होणे आणि समोरच्याला स्वैर वागणुकीची मुभा देणे या दोन गोष्टी पाळल्या तर ही कला आपल्याला अवगत होऊ शकते. पण "दिसत तसं नसतं" हेही तितकच सत्य.

मुखवटे हे चेहरे लपविण्यासाठी असतात. कथकली हा केरळ राज्यातील नृत्यप्रकार, त्यात चेहऱ्यावरील मुखवट्यांचा वापर केल्या जातो. एखादी कथा कथकली नृत्य प्रकाराद्वारे प्रेक्षकांपर्यंत पोहचवली जाते. कथावस्तू प्रमाणे पात्रांचे मुखवटे परिधान करून रंगमंचावर प्रभावी सादरीकरण केले जाते. वास्तविक जीवनांत सुद्धा असे वेगवेगळे मुखवटे परिधान केलेले व्यक्ती आपल्याला दिसून येतात. सवय, स्वभाव, गरज आणि परिस्थितीमुळे मनुष्याला मुखवट्यांची आवश्यकता भासत असावी. घरांत खेळकर, सौम्य स्वभावाचा व्यक्ती ऑफिसमधे कडक वागणुकीचा आणि शिस्तबद्ध असलेला दिसून येतो. नेहमी प्रेमळपणे वागणारी आई गरजेनुसार मुलांसमोर रागाचा मुखवटा घालून कांही काळ वावरतेच की. भरभरून आश्वासने देणाऱ्या नेत्याला पूर्णपणे

जाणीव असते की तो ती पूर्ण करू शकणार नाही. पण त्याचा आविर्भाव, देहबोली आणि चेहऱ्यावरील मुखवट्यामुळे श्रोत्यांना ते पटते सुद्धा. दुहेरी व्यक्तित्व, बहुव्यक्तित्व, खंडित व्यक्तित्व किंवा असंपृक्त व्यक्तित्व हे मनोविकार आहेत. अशा व्यक्तीचे वागणे आणि वावर त्यांच्या मनांच्या अवस्थेवर अवलंबून असतो आणि ती क्रिया त्याच्या अखत्यारीत नसते, त्यावर वैद्यकीय उपचार आवश्यक असतात. पण मुखवटे पांघरणारे व्यक्तीचे वागणे किंवा वावर जाणूनबुजून आणि हेतुपुरस्सर असतो. निर्मळ मनांने वागणारी माणसे जरी कमी असली तरी आजही दिसतात, म्हणूनच आभाळाला खांब नाहीत. दुट्टपी बुरखाधारी व्यक्तींचे बुरखे ओरबाडून काढण्यासाठी वेळच यावी लागते. मुखवटाधारी व्यक्तींना ओळखण्यासाठी त्यांचा सहवास घडणे, चांगले वाईट अनुभव येणे आवश्यक असते. म्हणतात ना, ठेच लागल्याशिवाय माणूस शहाणा होत नाही. स्वतःचा फायदा व्हावा म्हणून कुणी मुखवटा धारण करत असेल तर एक वेळा मान्य करता येईल पण दुसऱ्याचा तोटा, नुकसान करण्यासाठी जर असं कुणी करत असेल तर ते कुणीही मान्य करणार नाही हे निश्चित. कुणाचेही मनं वाचता आलं तर किती बरं होईल. त्यासाठी आधी आपल्या स्वतःच्या मनांला गवसणी घालता आली पाहिजे. मनं जुळली तर नाती फुलायला वेळ लागत नाही. शेवटी गीतकार इंदिवर यांनी लिहिलेल्या दोन ओळी ओठावर येतात...

दिलको देखो, चेहरा न देखो

चेहरेने लाखोंको लुटा

दिल सच्चा और चेहरा झूठा!

काळ, काम आणि वेग

आमच्या पिढीतल्या लोकांना विद्यार्थीदशेत काळ, काम आणि वेग या प्रकारानं खूपच पिडलेल होतं. अलीकडे शिक्षणपद्धती बरीच बदललेली आहे त्यामुळं या प्रकारावरील उदाहरणे कदाचित अभ्यासक्रमात नसतील ही. जुन्या काळी विद्यार्थ्यांनी पाण्यानं कितीतरी हौद भरले असतील आणि त्या हौदांचे नळ शिक्षकांच्या इच्छेनुसार उगांचच सोडले असतील आणि किती वेळांत ते रिकामे झाले ह्याची उत्तरं पण शोधली असतील. त्यात हजारो लिटर पाणी वाया पण गेलं असेल. दोन आगगाड्या एकमेकास किती वेळात क्रॉस करतात ही गणितं पण सुटता सुटत नव्हती. प्रवासाचा आनंद कसा मिळणार नाही ह्याची तजवीज अशी उदाहरणे नक्कीच करत होती. पण पुलांखालून कितीही पाणी वाहून गेलं असलं तरी काळ, काम आणि वेगाचं महत्त्व नक्कीच कमी झालेलं नाही.

काळ हा व्यापक शब्द. त्याचा उल्लेख शिक्षणाच्या अगदी सुरवातीलाच येतो. भूतकाळ, वर्तमानकाळ आणि भविष्यकाळ या तिन्ही काळांशी दोन हात करूनच शिक्षणाचा आरंभ होतो असं म्हटल्यास वावगं होणार नाही. 'मी शाळेत जातो (इच्छा नसून ही)' हे वाक्य भूतकाळ आणि

भविष्यकाळात लिहा, असे प्रश्न आपण परीक्षेत सोडविले असतीलच. पण केवळ व्याकरणात, गणितात शिकून काळांचा महिमा उमजतो कां? नक्कीच नाही, तर तो आपल्याला अनुभवातून शिकावा लागतो, ठेच लागली की माणूस शहाणा होतो तसा. अनेक उन्हाळे, पावसाळे पाहिल्यावर काळाची महती हळू हळू उलगडायला लागते. इतिहास आणि काळांचा जवळचा संबद्ध. त्यातले अनेक राजा महाराजांचे काळ लक्षांत ठेवणं म्हणजे जटिल समस्या. कालपरत्वे मनुष्यानं केलेली प्रगती, अनेक राजवटींचा काळाबरोबर झालेला उत्कर्ष किंवा ह्रास लक्षांत ठेवून ऐनवेळी ते परीक्षेच्या वेळी आठवणं हे ही एक दिव्यच. काळ वेळ पाहून वागावं? हे वाक्य आपल्या आई बाबांनी किती तरी वेळा उद्‌गारलं असेल. वेगवेगळ्या संदर्भात व परिस्थितीत असे अनेक परिणाम विरहित उपदेश आपले ज्येष्ठ करत असतात आणि करत राहतील.

वेळ मात्र कुणाची वाट पाहत नाही. एकदा वेळ हातातून निसटली की फिरून हातात येत नाही. वेळेचं महत्त्व वेळीच ओळखावयास हवं, अन्यथा पश्चातापाची वेळ येते. वेळेप्रमाणं आणि वेळीच निर्णय घ्यावे लागतात. गत काळांत घेतलेल्या चुक निर्णयाचे माणसाला विस्मरण होत नाही. त्यावेळी तो निर्णय घेतला नसता तर योग्य झालं असतं अशी कायमची रुखरुख मनांला लागून राहते. वर्तमानात घेतलेले निर्णय चूक की बरोबर हे भविष्यात कळतं. पण परिस्थितीनुसार निर्णय तर वेळेवर घ्यावेच लागतात, इच्छा असो वा नसो.

मग काळ आणि वेळ दोन्ही सारखेच की भिन्न. कालमापन ही एक निरंतर प्रक्रिया आणि त्यानं काळ सुद्धा मापल्या जातो आणि वेळ सुद्धा. काळ ह्या शब्दसंपदेत वेळ समाविष्ट होते पण वेळेत काळ समाविष्ट

होणे योग्य वाटत नाही. काळ ही व्यापक संकल्पना तर वेळ ही निश्चित, स्पष्ट आणि विशिष्ट ठरते. 'काळ आला होता पण वेळ आली नव्हती' ही उक्ती काळ आणि वेळ यातील भिन्नता स्पष्ट करते. (अर्थात यातील काळ ह्या शब्दाचा अर्थ मृत्यू असा अभिप्रेत आहे.) सत्यवानाचे प्राण त्याच्या जिवंत राहण्याच्या कालखंडाप्रमाण हरण करण्यासाठी जेंव्हा यमराज आले त्यावेळी सावित्री, सत्यवान आणि त्याच्या मृत्यूमधे उभी राहिली आणि तिच्या प्रेम आणि सतित्वामुळं वेळ टळून गेली. जुन्या राजवटीचा, कालखंडाचा, युगांचा विचार करतांना काळ हा शब्द स्वैरपणे वापरला जातो. 'सत्ययुगाच्या काळी पापाचं प्रतिशत शून्य होत', 'रामायण काळांत श्रीरामांनी रामराज्य आणलं', 'महाभारत काळी स्वार्थ, दुराचार, सत्ता लालसा, व्यभिचार बळावला होता', 'एके काळी भारतात खूपच संपन्नता होती' इत्यादि इत्यादि, असे उल्लेख आपण नेहमीच ऐकतो आणि करतो सुद्धा. थोडक्यांत काय, 'मी तुझ्या घरी सकाळी 8.30 वाजता येईन' हा संदर्भ निश्चित आहे आणि त्यात विशिष्ट वेळेचा उल्लेख केला आहे. 'तू सोमवारी येतो म्हणालास आणि आज गुरुवारी उगवतो आहेस', यात वेळ नाहीतर काळांचा उल्लेख म्हणता येईल. सोमवार ते गुरुवार यातील काल मापन चार दिवसांचे पण सोमवारी किती वाजता पासून ते गुरुवारी किती वाजेपर्यंत हे विशिष्ट उल्लेख त्यात नाहीत. पण गंमत अशी की दोन्हींच मोजमाप होतं. वेळेसाठी सेकंद, मिनिट, तास ह्या गोष्टींचा विचार केल्या जातो. काळांसाठी दिवस, आठवडा, महिना, वर्ष, तप अशा गोष्टींचा काल मापनासाठी आधार घेतला जातो.

'वेळ मारून नेणे' ही खुबी अनेक व्यक्तींमध्ये दिसून येते. आर्थिक कर्जबाजारी लोकांना तर याची नितांत गरज असते. मला एखाद्या कडून

माझेच 500 रुपये घ्यायचे असतील तर देणारा आई आजारी आहे, मुलाची फी या महिन्यात द्यायची आहे, पुढच्या महिन्यात नक्की देतो अशी कारणे सांगून वेळ मारून नेतात पण ते पुढे काळांच्या तडाख्यात नक्कीच सापडतात. कालांतरानं अशी उधारी त्याला द्यावीच लागेल. 'जो वेळेला कामी येतो तो खरा मित्र' ही उक्ती आपण ऐकतो, वाचतो. ही प्रक्रिया एकमेकां साठी नित्यनेमानं राबविली तरच तिथे मैत्री नांदणार. माझी आणि त्याची मैत्री पंचवीस वर्षापासून अतूट आहे तेंव्हा वेळ ही काळात रूपांतरित होते. इतकं स्पष्टीकरण दिल्यावर सुद्धा काळ आणि वेळ पूर्णपणे एकमेकांपासून वेगळे आहेत हे शत प्रति शत सिध्द होत नाही, तरीपण त्यात कांहीतरी साधर्म्य नक्कीच आहे.

याच संदर्भातील आणखी एक परिमाण म्हणजे वेग. आजचे युग गतिमान झाले आहे. वेग, गती ही काळांची गरज झालेली आहे. पूर्वी मामाच्या गावांला जायचं म्हणजे पाच सहा तास बसने प्रवास करावा लागायचा. ते ही, बस वेळेवर आली तर. आता प्रवास मात्र अत्यंत गतिमान झाला आहे. वाहनांच्या गतीमध्ये आमूलाग्र बदल घडून आलेला आहे. विमान प्रवासानं दुसऱ्या देशात देखील कांही तासात पोहचता येतं. वेग या संकल्पनेला इतकी गती प्राप्त झाली आहे की त्यामुळं ग्रह ताऱ्यांमधील अंतर कापणं सहज शक्य होतं आहे. याच वेगानं प्रगती होत राहिली तर दोन वस्तू मधील अंतर ही सुद्धा भ्रामक कल्पना राहील की काय? असं वाटू लागतं. या प्रगतीला फाटा देणारी गोष्ट म्हणजे मनामनातील अंतरे. ती कमी करण्याचं शास्त्र अद्याप विकसित झाल्याचं आढळतं नाही. शास्त्र जेंव्हा अतिप्रगत होतं तेंव्हा ते शस्त्राच काम करू शकतं. शस्त्राने शस्त्रक्रिया ही होऊ शकते आणि जीव पण

घेतल्या जाऊ शकतो. अण्वस्त्र युग त्याचे उत्तम उदाहरण ठरू शकतं. सृष्टीची निर्मिती होऊन ती आजच्या स्थितीत पोहचण्याकरिता लाखो वर्षे लागलीत पण ती नष्ट व्हायला कांही क्षण सुद्धा पुरेसे आहेत. प्रगतीच्या वेगानं ते सिध्द करून दाखविल आहे. असं म्हणतात की प्रकाशाचा वेग जगांत सगळ्यात वेगवान आहे आणि निर्वात प्रदेशात तो आणखीनच जास्त असतो. तरीही मनांच्या वेगांचा थाग अद्याप कोणालाच लागलेला नाही. त्याच्या वेगाचं मोजमाप अद्यापही कुणालाही करता येत नाही. भिरभिरणाऱ्या मनांला काबूत ठेवण्यासाठी आणि त्याला एकाग्र करण्या साठी नामस्मरणाच्या माध्यमातून परमेश्वर प्राप्ती, भक्ती मार्ग, योगाभ्यास, सेवा भाव इत्यादि संकल्पना उदयास आल्या. पौराणिक काळांत सगळं कांही निवांत होतं ,असं नाही. अणुपासून ब्रह्मांडा एव्हढा होत जाणारा, मनांला मागे टाकून ज्याच्या गतीला तुलना नाही असा पवनपुत्र हनुमान, मनोवेगांन त्रैलोक्यात क्षणांत भ्रमण करणारा नारद, किंकर्तव्यमूढ अर्जुनाला संपूर्ण विश्र्वरूप दाखविणारा श्रीकृष्ण, कमंडलूतील पाणी हातात घेऊन मंत्रोपचारान दुष्ट प्रवृत्तीला भस्म करणारे कोपिष्ट ऋषी मुनी स्थिती स्थापकता, वेग, काळ आणि भौतिक शास्त्रीय नियमांच्या पलीकडे होते. अलीकडे पुराणातल्या अनेक अचंभित करणाऱ्या गोष्टी सशास्त्र घडतांना दिसतात, त्यांची शास्त्रीय कारणे उद्घोशित करून. पुराणांत त्यांची कारणे कथन करण्याची किंवा जाणून घेण्याची तसदी घेतल्या जात नव्हती, योग, तपश्चर्या, आंतरिक शक्ती असे त्याचे नामकरण केले जायचे. परग्रहावर पोहचण्यासाठी मानवांला किती खटाटोप करावा लागतो, त्याचे पृथ्वीपासून अंतर, त्या ग्रहावरील गुरुत्वाकर्षण, तिथपर्यंत पोहचण्यासाठी लागणारा वेळ, गती अशा अनेक गोष्टींचा शास्त्रीय अभ्यास त्याला वर्षानुवर्षे निरंतर करावा लागतो. मानवी मनं मात्र क्षणांत

आसमंतात भरारी मारून येऊ शकतं, आणि कविमनांचा तर विचारच करावयास नको.

मिती किंवा Dimension यांच संपूर्ण ज्ञान ब्रह्मांडातील अनेक रहस्य उलगडू शकतात. अद्याप सर्वसामान्य व्यक्ती 'Three Dimension' पर्यंत विचार करू शकतो. तरी पुढील मिती शात्रज्ञ अभ्यासत आहेत. कदाचित त्यामुळे पंचमहाभूत, परमेश्वर, भूत वर्तमान भविष्यांत काय दडलेल आहे त्याची उकल होऊ शकेल. खरंतर काळ, वेळ, वेग ह्या किंवा तत्सम संकल्पनांचे पूर्णपणे आकलन होणं व त्यापासून यथोचित निष्कर्षाप्रत पोहचणं यासाठी बुद्धी, मनांची एकाग्रता, अथक परिश्रम, ध्यास यांची नितांत आवश्यकता असून त्यातूनच ज्ञान प्रकाशमय होतं. आज आपण ज्या स्थितीत पोहचलो आहोत तिथून पुढं लांबचा पल्ला गाठायचा आहे. अशा ध्येयपूर्तीसाठी आवश्यक असलेली विजिगिषु वृत्ती मानवांपाशी नक्कीच आहे. तिचा योग्य तो वापर केला, संशोधना साठी योग्य काळ दिला तर अनेक रहस्यं उलगडण्याची अपेक्षित वेळ येऊ शकेल, त्यासाठी प्रगतीचा वेग, दिशा किंवा गती सुनिश्चित करावी लागेल. पण काही रहस्यं गुलदस्त्यात राहिलेली बरी असं ही वाटून जातं. सद्य परिस्थितीत जन्म, मृत्यू आणि या ब्रह्मांडाला नियंत्रित करणारी शक्ती ह्या रहस्यांच्या आजूबाजूलाही मानव फिरकू शकलेला नाही. ती काळांच्या उदरात गडप आहेत, ती सर्व रहस्यं उलगडली तर मानवी जीवनातील अंतिम सत्य म्हणजे ईश्वरीय अस्तित्वापर्यंत मानव पोहचू शकेल काय? हा प्रश्न अनुत्तरितच राहतो. कदाचित अशी रहस्याची उकलं नवीन रहस्याला तर जन्म देणार नाही ना. उत्पत्ती आणि लय हेच तर अंतिम सत्य आहे. कृष्ण विवरात असंख्य ग्रह मालिका, आकाशगंगा इत्यादि गडप होतात आणि त्या पेटाऱ्यातून नवीन कांहीतरी बाहेर निघेल ही शक्यता नाकारता

येत नाही. कारण स्थित्यंतर, बदल, एकाची जागा दुसऱ्याने घेणे हे सृष्टीचे कायम स्वरुपी आणि अलिखित नियम आहेत, त्यात नियमबाह्य हस्तक्षेप योग्य की अयोग्य हे काळच ठरवेल. कांहीही होवो पण प्रगती आणि अधोगती ह्यांच्या तळाशी काळ, वेळ, वेग, गती, मिती ह्याच संकल्पनांचे अध्ययन रुजलेले आहे हे निश्चित. कालाय तस्मै नमः

मनाचिये गुंती

मनुष्याचा देह पंच महाभुतांनी त्याला दिलेली अफलातून देणगी. जन्मोजन्मी प्राप्त केलेली कर्मफळं आणि जमेस असलेल्या पाप पुण्यानुसार मनुष्यजन्म मिळतो, असं कर्माचा सिद्धांत सांगतो. वर्षानुवर्ष आपण हेच ऐकत आलेलो आहे आणि त्यावर आपला प्रगाढ विश्वास आहे. मनुष्याच्या शरीर रचनेचा जर काळजीपूर्वक अभ्यास केला तर त्याला जे अवयव प्राप्त होतात त्यांना एक विशेष कार्य सुपूर्द केलेले आहे. मनुष्याने शेवटचा श्वास घेईपर्यंत ते अविरत कार्यरत असतात. त्यात जर बिघाड झाला तर तो अवयव कांही काळ किंवा कायम स्वरूपी त्याला दिलेले कार्य करू शकत नाही. विभिन्न अवयवांना सूचना देण्याच कार्य मेंदूला दिल्या गेल आहे आणि त्याच्या सूचनेप्रमाण आपले अवयव कार्य करत राहतात. गंधाची जाणीव आपल्याला नासिकेनं होते, ऐकण्याची क्षमता आपल्याला कर्णेंद्रियांमुळ मिळते. ती जाणीव हात किंवा पायान होणं अपेक्षित नाही. थोडक्यांत काय, तर प्रत्येक अवयवाचे कार्य जरी निश्चित असलं तरी त्याला विशिष्ट मर्यादा असतात. मन आणि हृदय मात्र यांना अपवाद आहेत. हृदयाचं कार्य शरीरांत ऊर्जेचा स्रोत कायम

ठेवणं. शरीरातील रक्तप्रवाह नियंत्रित करणं, शुद्ध आणि अशुद्ध रक्ताची विभागणी करणं. मग हृदय पिळवटण, हृदयात प्रेमाचा अंकुर फुटण इत्यादि संवेदना हृदयाशी कशा काय निगडित केल्या गेल्या असतील. फुफ्फसातून प्राप्त झालेल्या प्राणवायुवर धडकत राहणं आणि देहाला सजीव ठेवणं एव्हढचं त्याचं कार्य असताना बाकी संवेदनांचा हृदयात अंतर्भाव कसा काय होत असेल? आणि या सर्व संवेदना मनांपर्यंत कशा काय पोहचत असतील? मनं... त्याचे कार्य, उपयुक्तता, व्याप्ती इत्यादि सर्व गोष्टींचा जर आपण उहापोह केला तर आपली मती गुंग होऊन जाईल. मनांला निश्चित आकार नाही आणि बाकी अवयवांसारखं दृष्टीस पडणार स्वतंत्र अस्तित्व नाही. तरी सुद्धा ते क्षणांत आपल्याला जगभर फिरवून आणू शकत, चांगल्या वाईटाचं विश्लेषण करू शकत, शंकाकुशंका, श्रद्धा अंधश्रद्धा, विश्वासअंधविश्वास, प्रेम, राग, लोभ, द्वेष, आदर, मद, मत्सर, अपमान, अहंकार इत्यादि भावनांची उत्पत्ती करू शकत, हे खरंच अनाकलनीय. संत महात्मे म्हणतात, मनांला काबूत ठेवा, मनांला जिंका. मनांची महती कवी अगदी मनांपासून गात असतात. संगीतातील विभिन्न सुरावटीतून, रागदारीचा मनांवर निश्चित परिणाम कसा काय होतो? भय वाटणं ही संवेदना आपल्याला मनांतूनच प्राप्त होते. रात्री वड किंवा पिंपळाच्या झाडाखालून जातांना एक अनामिक भीती वाटते पण दिवसा त्याच्या सावलीत पांथस्थ आराम करतात, मुलं खेळत असतात. तेंव्हा मनांच्या अवस्थेत कालपरत्वे असा आमूलाग्र बदल कसा काय होत असेल? परीक्षेचा निकाल लागण्या आधीची अस्वस्थता चांगला निकाल लागल्यावर क्षणार्धात आनंदात कशी रूपांतरित होते? आई वडिलांसाठी आदरभाव, शत्रुबद्दल तिरस्कार, लहान बालकांसाठी लोभ असे विभिन्न भावंच कां व कसे निर्माण होतात? परमेश्वरासमोर नतमस्तक होतांना

भक्तीची भावनांच कशी निर्माण होते? प्रश्न अनेक आहेत, त्यांची समर्पक उत्तरे शोधणं जरी क्लिष्ट जरी असले तरी रोमांचकारी आहे.

जीवनात सुखांचा, आनंदाचा काळ मर्यादित असतो. दुःख प्रत्येकाच्याच पाचवीला पुजलेल असतं. दोन भिन्न व्यक्ती जरी असल्या तरी दुसऱ्याच्या दुःखाची जाणीव पहिल्याला होणे हाही मनांचाच खेळ. एखाद्याला दुसऱ्याच्या दुःखाची जाणीव न होणं म्हणजे तो निष्ठर मनांचा स्वामी. पण अशी निष्ठर व्यक्ती एखाद्या दुसऱ्या व्यक्ती सोबत हळवी, कोमल राहू शकते. केव्हढा हा विरोधाभास. मनं एकच पण व्यक्तिपरत्वे भावना कशा बदलू शकत असतील. आपल्या आजूबाजूला घडत असलेल्या गोष्टी दृष्टीस पडणं आणि त्यांचे मनांवर होणारे चांगले वाईट परिणाम होणं ही सुद्धा चिंतन करण्या सारखीच बाब.

एखादा तरुण एखाद्या तरूणीचा प्रेमात पडतो आणि ती त्याला व तो तिला मनांपासून आवडू लागतो. कधी कधी एकमेकांना ते प्रथम दर्शनीच आवडू लागतात. खरंतर त्यांच्यात कुठला संवाद झालेला नसतो, वैचारिक देवाण घेवाण झालेली नसते, तरी ती किंवा तो एकमेकांना आवडू लागतात. एकमेकांना भेटल्याशिवाय त्यांना राहवत नाही आणि त्यांच्या मनांची चलबिचल होते. शेकडो तरुण तरुणीतून एखाद्याबद्दलच अशी परस्पर भावना मनांत कशी काय निर्माण होत असेल?, प्रेमाचे अंकुर कसे काय फुटत असतील?

एकाच वेळी अनेक विषय मनांत रुंजी घालू लागणं, मनाचं आणखी एक वैशिष्ट्य. त्यातूनच मनं भरकटत जाण ह्याचा उगम होतो. असा वैचारिक गदारोळ एकाच विचारातून असेल असं ही नाही. एकाच विचारांचे ते विभिन्न पैलू असतील असंही नाही. एकमेकांपासून भिन्न

असलेले विचार एकाच वेळी मनांत कसे काय फुगडी घालत असतील? ह्याचा जर सखोल विचार केला तर मनांची व्यापकता,आवाका, खोली आणि त्याचे कार्यबाहुल्य लक्षांत येऊ शकेल.

मन प्रसन्न होणं, कांवर बावर होणं, मोहरुन जाणं, अनामिक भीतीनं ग्रासणं अशा त्याच्या अनेक अवस्था आहेत. प्राप्त परिस्थितीनुसार अतिशय तरल आणि पिसासारखं हलकं असलेलं मन कधी कधी वज्रा प्रमाण कठोर आणि निश्चल होऊ शकतं ही पण कमालच. प्राप्त परिस्थितीला सामोरं जाण्यासाठी हा बदल होत असावा. एखाद्या व्याधीमुळं ग्रासल्या गेलेल्या शरीरातील मनं जेंव्हा खचून जातं, ते शरीर परत उभारी घेऊ शकत नाही, ही सुद्धा एक वास्तविकता. खंबीर आणि निरोगी मनं जरी जर्जर शरीरात ऊर्जा भरू शकत असेल तरी मनांलाच जर व्याधी झाली तर त्या शरीराचं आणि त्याच्या अवयवांच्या कार्यकुशलतेचं काय? व्याधीग्रस्त मनांमुळ शरीराच्या विभिन्न अवयवांवरील नियंत्रण सुटू लागतं. वेळीच नीट उपचार झाले नाहीत तर व्यक्तीला वेड सुद्धा लागू शकतं. बऱ्याचदा मानसिक आजार लपवून ठेवल्यानं परिस्थिती हाताबाहेर गेल्याचं आढळून येतं.

मनं हा असा अव्यक्त अवयव आहे की त्याला कुठलंही विशेषण लावलं की त्याची परिभाषा, अवस्था आणि त्यातून अभिप्रेत असलेला अर्थ बदलतो. मनांतील विचार, भावना अगदी तंतोतंत पोहचविण्यासाठी अशा विशेषणांचा समर्पक उपयोग होतो. अशा विशेषणांचा कवी, शायर आणि लेखक अगदी चपखल रीतीने करतात त्यामुळे त्यांचे काव्य किंवा लेखन अतिशय प्रभावी होत. असं म्हणतात की प्रकाशाचा वेग सगळ्यात गतिशील आहे पण मनांचा वेग मोजणं केवळ अशक्य. पुराणात नारदमुनी

मनो वेगान वेगवेगळ्या ठिकाणी सूक्ष्म रूपांत क्षणार्धात पोहचू शकत असत. दीर्घायुषी जांबुवंताला त्याचे आराध्य श्रीराम यांच दिव्यदर्शन श्रीकृष्णानं एका क्षणांत घडविल. श्रीकृष्ण द्वापारयुगातील अवतार आणि श्रीराम त्रेतायुगातला, असं स्थलांतर केवळ मनांच्या वेगामुळेच शक्य होत. मनांची थोरवी, व्यापकता, काल व्याप्ती ह्याचं मोजमाप करणं आणि निष्कर्षाप्रत पोहचणं केवळ अशक्य, शहाण्यांनी त्या वाटेला जाऊ पण नाही. इतकं मात्र नक्की, मन ही मनुष्य प्राण्याला मिळालेली अलौकिक ईश्वरी देणगी.

मग प्रश्न पडतो की मनं ह्या अव्यक्त अवयवाचे अस्तित्वच शरीरात नसतं तर काय झालं असतं, नुसता विचार केला तरी मनं शहारून जाईल. मानवी जीवन भावनाप्रधान, भावना शून्यच नाही तर भावना विहीन झालं असत. मानव, यंत्रमानव सुद्धा होऊ शकत नाही कारण यंत्र मानवाला निश्चित सूचना, आदेश लागतात कार्यरत राहण्यासाठी. जीवनातील नवरंग, नवरस उडून जातील. आदेशा शिवाय शरीराचे अवयव निष्क्रिय होतील. त्याच्या कुठल्याच दैनंदिन क्रियांवर नियंत्रण राहणार नाही. मनविहीन शरीरात श्रद्धा, भक्ती, समर्पण, आदर, प्रेम, आपुलकी किंवा तत्सम भाव निर्माणच होणे शक्य होणार नाही.

संत महात्म्यांनी मनांचा वेध घेण्याचा प्रयत्न केला, तर कवी, लेखक मनं सरितेत वाहत गेले. बहिणाबाईंनी "मन वढाय वढाय" या कवितेत असहाय मानवाची व्यथाच तर मांडली नाही ना? सुधीर मोघे "मन मनांस उमगत नाही" असं म्हणत आपल्या काव्यांत मनांच्या विभिन्न अवस्थांच वर्णन करून थांबले. रामदास स्वामी मनांवर दोनशेच्या वर मनांचे

श्लोक लिहिण्यास प्रेरित झाले. श्रेष्ठ गझलकार सुरेश भट संपूर्ण जीवन भरभरून जगून झाल्यावर लिहितात...

मनांप्रमाणे जगावयाचे किती किती छान बेत होते!

कुठेतरी मी उभाच होतो, कुठेतरी दैव नेत होते!!"

...आणि मौन होतात, पण दैव ह्या नितांत सुंदर, गहन आणि अकल्पनीय संवेदनेची आठवण करून देत. परत दैव, नशीब, प्रयत्नांवर अलोट विश्वास, यश अपयश, भौतिक सुखप्राप्तीसाठीची ससेहोलपट, सुखाची भ्रांत, दुःखाची झळ यातच आपण आपले मन गुंतवून टाकतो. मनांचा वेध घेत घेत परत फिरून आपण त्याच त्याच ठिकाणी येत राहतो. हा मनांचा गुंता आपल्यासारखे सामान्य जन कधी सोडवू शकतील काय?

बाबा: थांब ना रे तू

बाप हा प्रकारचं अथांग सागरा सारखा, ज्याची खोली, व्याप, गांभीर्य, त्यात उठणारी वादळ सगळच अमर्याद. यापैकी कुठल्याही गोष्टीच मोजमाप करणं अशक्य. पंढरपूर वारीमध्ये अनेक मैल पायी चालून थकलेल्या शरीराने, आतुर मनाने, साश्रू नयनांनी विठोबाचे घेतलेले दर्शन म्हणजे बाप. आईबद्दल खूप लिहिल्या गेलंय. अलीकडे बाबा बद्दल सुद्धा लिहिल्या जाते. बऱ्याच वेळी असाही संभ्रम निर्माण होतो की दोघांमध्ये श्रेष्ठ कोण? स्त्रीला निसर्गाने दिलेले श्रेष्ठ वरदान म्हणजे अपत्याला जन्म देण्याची क्षमता. नऊ महिने नवांकुर गर्भात वाढविल्याने तिचे अपत्याशी घट्ट नातं तयार होते व ते आजन्म टिकते. आणि इथेच आईला झुकते माप पडते. आई जवळ असते, बाबा आसपास असतो. आई संस्कार करते, बाप समाजात खंबीरपणे वावरायला शिकवतो. आई सदैव अपत्याच्या सुयशाची प्रार्थना करत असते, बाप अपयशाशी चार हात करण्याची ताकत देत असतो. आई मानाने जगायला शिकविते, बाप अपमानाशी सामना करायला शिकवतो. मुलांच्या आजारपणात आई हळवी होते, अश्रूंना वाट करून देते, बाप मात्र डोळे कोरडे ठेवतो. आई मुलाबाळांच्या

डोळ्यांतून त्यांच्या भविष्याची स्वप्ने पाहते, बाप वास्तविकतेत जगत असतो. बाप पत्नी, मुलगा, मुलगी यांना प्राप्त परिस्थितीत जास्ती जास्त कसे देता येईल याचा विचार करून स्वतःच्या बऱ्याच इच्छा आकांक्षांना तिलांजली देत असतो. सामाजिक ताणतणाव, वैयक्तिक मानापमान गिळंकृत करत आपल्या कुटुंबाच्या सुखसोयींचा सदैव विचार फक्त बापच करू शकतो. मुलांचे शिक्षण, मुलींचे लग्न, इतर कौटुंबिक जबाबदाऱ्या, बायकोच्या हौशीनिवशी या सर्व गोष्टी यशस्वीरित्या पार पाडण्याचा अंतिम आशावाद म्हणजे बाप. असं म्हणतात की बापाची चप्पल मुलाच्या पायात आली की त्याला समज आला असे समजावयास हरकत नाही. कधीकधी बापाचा अनुभव, त्याची मानसिकता, अगतिकता मुलाच्या पचनी पडायला जड जाते. अशा परिस्थितीत बापाला समजून घेणारी म्हणजे त्याची मुलगी. भविष्यात मुलाला बापचं व्हायचं असत आणि मुलीला आई. जीवनाचं रहाटगाडग अविरत असेच चालत असतं. बहुतेक विषयांवर मुलांची आईबरोबर एकवाक्यता होत असते, पण बापाशी होईलच असं नाही. कारण कुटुंबप्रमुख म्हणून घेतलेल्या निर्णयाच्या यशापयशाची संपूर्ण जबाबदारी त्याचीच असते. मुलांना आईच्या नकारापेक्षा बापाचा नकार जरा जिकीरीचा वा जाचक वाटतो. बऱ्याचवेळा बापाचा नकार आर्थिक विवंचनेमुळे असतो. म्हणून अशा नकारार्थी कौटुंबिक चर्चा "तुम्ही आईबाप व्हाल तेंव्हा आमचे म्हणणे कळेल" या संवादाने विराम पावतात.

बापाच्या जीवनात सुद्धा संकल्प पुरे न होण्याचे क्षण आलेले असतात, त्याला अपयश आलेले असते. आपल्या मुलांच्या मार्फत त्याला आपल्या आवडी, छंद, ध्येयपूर्ती इत्यादी गोष्टी पूर्ण व्हाव्या असे वाटत असते. मुले त्यांच्या जीवनात आपल्यापेक्षा खूप पुढे जावीत, यशस्वी व्हावीत असे

त्याला वाटत असते. मुलांच्या यशाने बाप सुखावत असतो, अभिमानाने फुलत असतो, लढाई आपणच जिंकली आहे असा भाव त्यांच्या अंतर्मनात दाटत असतो. पण नवीन व जुन्या पिढीतील अंतर आणि विचार कुठेतरी त्याचे मन दुखावून जातात.

आई कधीच निवृत्त होऊ शकत नाही, तिची कुटुंबातील गरजही कधीच संपत नाही. बापाचा वावर अर्थार्जनासाठी सदैव बाहेर असल्याने घरगुती समस्या, त्याचे निराकरण या बाबतीत तो अनभिज्ञ असतो. पत्नीच्या हस्तक्षेपामुळे बऱ्याच बाबी त्याच्याजवळ पोहचत नाही. मुलेसुद्धा आईशी जेवढे मोकळे संवाद साधू शकतात तेवढे बापाशी बोलू शकत नाही. बापापाशी गोष्टी निर्णयासाठी जातात. सकारात्मक निर्णय कुटुंबाला सुखावून जातात. वारंवार घेतलेले अप्रिय निर्णय जर वास्तविक नसतील तर मन दुरावतात. अशाप्रसंगी बापाच्या नियोजनाची खरी कसोटी लागते.

आई जरी निवृत्त होऊ शकत नसली तरी बाबा निवृत्त होतो. त्याच्यासाठी हा संक्रमणाचा काळच असतो. त्याचे छंद, आवडीनिवडी या सर्वस्वी त्याच्याच असतात. त्यात नवीन पिढीला फारसे स्वारस्य नसते. याचे मुख्य कारण म्हणजे त्यांना वेळ नसणे. बाप मनानी, शरीराने थकतो. वृध्द होत जातो. दुखणे खुपणे सुरू होतात. पैलतीर दिसू लागतं. आणि एकदिवस येतोच, ज्यादिवशी ही सगळी त्याचीच निर्मिती सोडून त्याला जावे लागते. मुलाला त्याच्या शरीराच्या ओझ्यापेक्षा जबाबदारीचे ओझे जास्त जाणवू लागतं, आणि त्याचवेळी आणखी एका बापाचा जन्म झालेला असतो. सदैव जवळ नसलेला पण आसपास असलेला बाप आता मुलांच्या मनात प्रवेश करतो. बापाची अगतिकता, वैफल्य,

कठोर वागणं, मानापमान, मिळविलेल्या प्रतिष्ठेकरिता घेतलेले अथक प्रयत्न याची जाणीव नविन पीढीला त्या क्षणी होते. पण ही झालेली जाणीव अनुभवायला तो बाप कुठे असतो. तो त्याच्या अंतिम प्रवासाला निघून जातो, कधीही परत न येण्यासाठी आणि सदैव आप्तांच्या आठवणीत राहण्यासाठी...

आवाज की दुनियांके दोस्तों

अमीन सायानी यांची "आवाज की दुनियाके दोस्तों" अशी साद रेडीओवर ऐकू आली की आता बिनाका गीतमाला सुरू होणार असं लक्षांत यायचं. केवळ आवाजांच्या जोरावर अमीन सायानी यांनी आपलं वर्चस्व श्रोत्यांच्या कर्णेंद्रियावर गाजवलं. खुसखुशीत विनोद, हिंदी चित्रपटातील लोकप्रिय गाणी आणि चित्रपट सृष्टीतल्या नामवंतांची रोचक माहिती यावर त्यांनी रेडीओवर अनेक दशकं गाजविली. त्यांचा आवाज देशाच्या घराघरांत पोहचला. आवाजाची निसर्गदत्त देणगी, उद् घोषण कौशल्य, हजर जबाबीपणा या गोष्टींवर त्यांनी एक मोठा काळ गाजविला.

संभाषण ही एक कला आहे. कांही लोक बोलतात, तेंव्हा त्यांना ऐकतचं रहावसं वाटतं. त्या साठी नाद मधुर आवाज, योग्य शब्दांची निवड, श्रोत्यापर्यंत भावनां पोहचण्यासाठी गरजेप्रमाणं शब्दावर जोर देणं, मुद्राभिनय, आवाजांचा पोत, शब्द फेकीची विशेष लकब खूपच आवश्यक. एक उत्तम वक्ता, गायक, शिक्षक, डॉक्टर, नेता इत्यादि होण्यासाठी या खुबी किती आवश्यक आहेत हे सामान्यांना सुद्धा सहज लक्षांत येतं. बऱ्याच गोष्टी आपल्याला जन्मजात मिळतात तर

कांही मात्र आपल्याला सरावानं अंगी बाणवून घ्याव्या लागतात. असं करण्यात श्रोत्यांना कृत्रिमता जाणवली तर प्रयोग अयशस्वी ठरू शकतो. डॉक्टरांच्या बाबतीत आजारी व्यक्ती व त्याचे नातेवाईक ह्यांच्याशी संभाषण साधणं फार मोठी कला. आजारी व्यक्ती डॉक्टरच्या मृदू पण आश्र्वस्त स्वरांनी अर्धा बरा होऊन जातो. ग्लास पाण्याने अर्धा भरला आहे म्हणजे तो अर्धा रिकामा आहे हे निश्चित. पण कसं सांगायचं हे जर जाणलं तर आजारी व्यक्तीला आजाराशी लढण्याचं बळ डॉक्टर देऊ शकतात. या उलट रोग्याला काय झालं आहे याची माहिती अतिशय कोरड्या आवाजात त्याला दिली तर तो रोगी अवसान गाळून बसेल.

नेते, अभिनेते, सुप्रसिद्ध व्यक्तींच्या आवाजाची हुबेहूब नक्कल करणारे मिमिक्री आर्टिस्ट्स आपण ऑर्केस्ट्रा, टीवी आणि सिनेमाच्या पडद्यावर पाहतो. निरनिराळे आवाज हुबेहूब सादर करण्याच्या कलेमुळं ते लोकप्रिय तर असतात आणि तेच त्यांच्या उदरनिर्वाहाच साधन असतं. स्वरयंत्रातून निघणाऱ्या स्वर लहरीवर योग्य नियंत्रण, जबड्याची विशिष्ट हालचाल आणि सातत्यानं सराव जर केला तरच या प्रयत्नांना यश प्राप्त होऊ शकतं आणि इच्छित परिणाम साधला जाऊ शकतो. आणि... जर हा प्रयत्न फसला तर हुर्यो झाल्याशिवाय राहत नाही. योग्य तो परिणाम साधल्यास प्रेक्षक कलाकाराला डोक्यावर घेतात. हास्य कलाकार मेहमूद, जॉनी लिव्हर, सुनील पाल या कलेत निष्णात होते आणि अनेक लोक ही कला जोपासताना दिसून येतात. चित्रपटात अशा मिमिक्री आर्टिस्ट्सला एखादा प्रसंग हास्य निर्मिती साठी मिळतो. बरेचदा तो प्रसंग स्वतःच लिहून सादर करावा लागतो. त्यामुळं आवाज बदला बरोबर त्यांच्यात विनोदी लेखन शैली जरूरी असते. या बाबतीत मराठीतील प्राध्यापक श्री दीपक देशपांडे यांचं सादरीकरण सर्वांगानं उच्च दर्जाचं असतं.

राजकीय व्यक्तींना भाषण देणं पाचवीलाच पुजलेलं. निवडणूक दौऱ्यात त्यांना दर दिवशी बरीच भाषणं द्यावी लागतात. समोर हजारो लोकांचा समुदाय आणि प्रत्येक जण नेता काय बोलतो यावर घारीची नजर ठेवून आणि कानांत प्राण एकवटून ऐकत असतो. त्यांची मते पटणं न पटणं सर्वस्वी ऐकण्याऱ्याच्या राजकीय बांधिलकीवर अवलंबून राहणार. राजकीय नेत्यांना थकून चालत नाही. भाषणात सुद्धा विरोधकांना बारीक चिमटे घेण्याची कला अवगत असेल तर भाषणं रटाळ होत नाही. राजकीय भाषणात शेरोशायरी, प्रसिद्ध कवितांच्या ओळी सुद्धा बरेच नेते पेरत असतात. भाषण शैली रटाळ व एकसुरी असेल तर जनसमुदाय कंटाळून जातो. नेत्याचा भाषणातला सुर आश्वासक असावयास हवा. ऐकणाऱ्यांचा त्याने विश्वास संपादन करावयास हवा. आदरणीय डॉ सर सर्वपल्ली राधाकृष्णन, इंदिरा गांधी, अटलबिहारी वाजपेयी, नरेंद्र मोदी सारखे अनेक नेते आपल्या वक्तृत्व कौशल्यानं ऐकणाऱ्याला मंत्रमुग्ध करून टाकतात. अलीकडल्या नेत्यांमध्ये श्री नितीनजी गडकरी यांची कोपरखळ्या मारत भाषण देण्याची शैली लोकप्रिय आहे. नेत्यांना सुद्धा Voice Modulation अतिशय आवश्यक असतं. भाषणांतील कुठला विषय दमदारपणे मांडायचा, कुठे कोमल सूर लावायचा याचे सर्वांगीण ज्ञान असणं आवश्यक असतं. नेत्याचा आवाज जर भारदस्त असेल तर त्याने अर्धी लढाई जिंकलेली असते. एकंदरीत काय तर नेते आपल्या मतदारांसमोर आपल्या कर्तुत्वानं व शब्दरुपानं व्यक्त होत असतात. त्यांनी घडवून आणलेली प्रगती व सुधारणा ही जर जन मानसा पर्यंत पोहाचली नाही तर काय उपयोग. या गोष्टींसाठी पूर्वी भाषणं व वर्तमानपत्र हीच साधने उपलब्ध होती. आता मात्र सोशल मीडिया मुळं जगांच्या कानां कोपऱ्यात घडलेल्या गोष्टी क्षणांत जगभर पसरतात. म्हणूनच की काय

भाषण माध्यम काहीसं मागं पडतं आहे असं वाटणं साहजिक आहे. तरी भाषणांना जमलेल्या श्रोत्यांची संख्या ही नेत्यांच्या लोकप्रियतेच द्योतक ठरते. संसद, राज्यसभा, विधान सभा इत्यादि ठिकाणी नेता जर उत्तम वक्ता असेल तर तो आपली मते सुस्पष्टपणं व प्रभावी पद्धतीनं मांडू शकतो. भारतरत्न अटलजी यांची पॉजेस् घेत भाषण देण्याची शैली खूप लोकप्रिय होती. मात्र या पॉजेस् मुळं त्यांच्या भाषणाची लय कधीच तुटत नसे. नर्म विनोद व विरोधकांची फिरकी त्यांना न दुखविता, वाईटपणा न येऊ देता घेणं ही त्यांच्या भाषणाची वैशिष्ट्ये. त्यांची भाषणं साहित्यिक, आध्यात्मिक असायची. कुठलाही विषय प्रभावीपणं हाताळण्याची त्यांची हातोटी होती. भारताचे पंतप्रधान श्री नरेंद्र मोदी यांच्या मुखांतून "भाईयों और बहनो" हे शब्द बाहेर पडताच श्रोते कानांत प्राण एकवटून व सावरून बसतात. विषयाचे संपूर्ण ज्ञान, अचाट स्मरणशक्ती व त्याचा मुद्देसूद उपयोग हे त्यांच्या भाषण कलेचं वैविध्य. या उलट एकसुरी व एकाच पद्धतीने बोलत राहणाऱ्या नेत्यांची भाषणे कंटाळवाणी होतात.

चित्रपट माध्यम एक व्यावसायिक क्षेत्रं. चित्रपटाचं यश जितकं पडद्यावरील कलाकारांवर अवलंबून असत तितकंच पडद्यामागील घडामोडींवर. पडद्यामागं हजारो हात चित्रपट निर्मितीसाठी अहर्निश प्रयत्न करतात. असं असलं तरी नायक, नायिका, खलनायक, चरित्र अभिनेतेच पडद्यावर दिसतात. संवाद आणि संवादफेक चित्रपटातील प्रसंग प्रेक्षकांच्या हृदयापर्यंत पोहचविण्याचं प्रभावी माध्यम. जुन्या काळांत सोहराब मोदी, दिलीप कुमार, पृथ्वीराज कपूर तर नवीन काल खंडात राजकुमार, प्राण, शत्रुघ्न सिन्हा, अमिताभ बच्चन सारखे कलाकार अभिनया सोबत आपल्या आवाज व संवाद फेकीच्या जोरावर प्रेक्षकांच्या टाळ्या व शिट्ट्या आजही मिळवतात. पृथ्वीराज कपूर यांनी संवाद

फेकीच्या जोरांवर अकबर पडद्यावर जिवंत केला. सोहराब मोदी आणि जयराज खरंतर स्टेज आर्टिस्ट्स पण आपल्या दमदार आवाजामुळं त्यांनी खूप ऐतिहासिक पात्र गाजविली. मीनाकुमारी, नूतन, मधुबाला, वहिदा रेहमान, शर्मिला टागोर आणि अलीकडच्या हेमा मालिनी, मुमताज, माधुरी दीक्षित, तब्बू, काजोल सारख्या अभिनेत्रींनी स्वतःच्या विशिष्ट आवाजाची शैली घडवली. जुन्या काळांत दुर्गा खोटे, वीणा, निरुपा रॉय, मधुबाला सारख्या अभिनेत्रींनी आपल्या राजसी सौंदर्यानं व विशिष्ट संवाद फेकीच्या बळावर बरीच ऐतिहासिक पात्र अजरामर केली. दुर्गा खोटे यांनी रंगवलेली जोधाबाई विसरणं शक्य आहे कां?.

Method Actor व Tragedi King दिलीप कुमार यांनी अभिनित केलेलं 'देवदास' हे पडद्यावरील पात्रं. त्याच्या संवाद कौशल्यानं सात दशकानंतर आजही ती भूमिका तितकीच लोकप्रिय आहे. बऱ्याच लोकप्रिय नटांनी देवदास सादर करण्याचा प्रयत्न केला तरी देवदास लक्षांत राहतो दिलीपकुमारच्या अभिनय आणि आवाजाच्या वैशिष्ट्यामुळे. “लोग अंधेरेमे पाप करते है, मै उजालेमे शराब पीता हूं” सारखे संवाद ऐकताना काळीज चिरून जातं. दिलीप कुमारची कुजबुजलेल्या आवाजात संवाद बोलायची शैली लोकप्रिय होती. घाईघाईने आणि एका विशिष्ट लयीनं संवाद बोलणारा देव आनंद आपल्या आकर्षक चेहऱ्यामुळं लोकप्रिय होता. अभिनय यथा तथा असून देखील विशिष्ट केशभूषा आणि वेशभूषेमुळ तो युवा वर्गाच्या गळ्यांतला ताईत होता. चांगले चित्रपट, उत्तम संगीत, नवकेतन बॅनर या गोष्टींमुळं देव आनंदचे खूप चाहते आहेत. राज कपूर अभिनेत्या पेक्षा संगीताची उत्तम जाण असणारा, उत्कृष्ट दिग्दर्शक, संकलक व आर के बॅनरचा मालक म्हणून जास्त चांगला भासतो. गोरापान आणि सुरवातीच्या काळांत सडपातळ

असलेला हा कलाकार अतिशय मेहनती असल्यानं सिनेसृष्टीत त्याने अनेक उत्कृष्ट कलाकृती देऊन आपलं नांव अजरामर केलं. त्याच्या चित्रपटातील संवाद नेहमीच खुसखुशीत तर कधी प्रसंगानुरूप हृदयस्पर्शी असायचे आणि प्रेक्षकांच्या टाळ्या घ्यायचे. राजकुमार केवळ आपल्या वैशिष्ट्यपूर्ण आवांजा मुळं चित्रपट सृष्टीत टिकून राहिला. वक्त चित्रपटातील राजकुमारच्या आवाजात "चुनाय सेठ, जिनके घर शीशेके हो, वो दुसरोके घर पत्थर फेका नही करते" हा संवाद ऐकण्यासाठी प्रेक्षक वारंवार चित्रपट बघायचे आणि पडद्यावर "शिक्कोकी बौछार" करीत असत. हिंदी चित्रपट सृष्टीत "द बेस्ट डायलॉग किंग" निवडायचा ठरला तर निश्चितच राजकुमारच निवडल्या जाईल. खरजातला आवाज व अफलातून संवादाची फेक असल्यानं तो वेगळा उठून दिसायचा. प्राण खरंतर खलनायक पण आपल्या पडद्यावरील अस्तित्वामुळं सह कलाकारांना खाऊन टाकत असे. प्रत्येक पात्रांसाठी वेगळी वेशभूषा आणि आवाजाची ठेवणं या गोष्टींमुळं प्राण अजरामर झाला. जिस देशमे... मधील शाका, जंजीर मधला पठाण या सारख्या शेकडो भूमिका त्यानं आपल्या करड्या आवाजानं पडद्यावर जिवंत केल्या. उपकार मधील लंगड्या व्यक्तीच्या भूमिकेपासून त्यानं आपली खलनायकी प्रतिमा बदलली. 'उपकार' मधील प्राण च्या तोंडी असलेल्या संवादांनी प्रसंग उंचीवर पोहचले.

राजकुमार नंतर आपल्या आवाज आणि संवाद फेकीच्या जोरावर लोकप्रिय झालेला नट म्हणजे शत्रुघ्न सिन्हा. खिलौना, मेरे अपने, कालीचरण, विश्वनाथ सारखे चित्रपट शत्रूनं केवळ आपल्या दमदार आवाजानं तारून नेले. छेनू जलीको आग कहते है सारखे संवाद त्याची कायमस्वरूपी ओळख ठरले. ओमप्रकाश, जॉनी वॉकर, जगदीप सारखे

अनेक विनोदी नट आपल्या विशिष्ट आवाजाच्या शैलीन प्रसिद्ध झाले. आवाज, अभिनय आणि चालण्या बोलण्यातील मर्दानगीच्या बळावर एका अभिनेत्यानं पडद्यावरील नायकाचे चित्र बदलून टाकलं. त्याचं नांव अमिताभ. त्याला नजरेतील अंगाराला साथ देणारी आवाजाची निसर्गदत्त देणगी आहे. साक्षात परमेश्वराला जाब विचारणारा,धीर गंभीर आणि आवाजाचे उतार चढाव प्रभावीपणं दर्शविणारा, परिस्थितीनं गांजलेला तरीही जगण्याची उमेद बाळगणारा नायक 'दीवार' चित्रपटात भाव खाऊन गेला. उंचपुरा, आकर्षक व्यक्तिमत्वाची देणं, भरदार आवाज आणि संयत अभिनयामुळं अमिताभ प्रेक्षकांच्या मनांवर अधिराज्य करू लागला. त्यामुळं राजेश खन्ना सारखे मधाळ व स्वप्नाळू आवाजाचे नायक काळाच्या पडद्याआड गेले. 'तुम्हारा नाम क्या है, बसंती', 'हम जहां खडे होते हैं, लाईन वहींसे शुरू होती है', 'तुम मुझे वहा ढुंढ रहे हो और मैं तुम्हारा यहा इंतजार कर रहा हुं' इत्यादि संवाद केवळ अमिताभच्या आवाजातच ऐकावेसे वाटतात आणि म्हणूनच आजही अमिताभचं स्थान अढळ आहे. अजित, के.एन.सिंग, सप्रू, मुराद, प्रेम चोप्रा सारखे असंख्य खलनायक आपल्या आवाज वैविध्यामुळे प्रेक्षकांच्या हृदयाचा ठोका चुकवून जायचे. नाना पाटेकर ह्या मराठमोळ्या कलाकारानं क्रांतिवीर, बुलंदी, परिंदा, प्रहार सारखे हिंदी चित्रपट आपल्या भरदार आवाजानं गाजविले. एकंदरीत चित्रपट सृष्टीत अभिनय, व्यक्तिमत्त्वा बरोबर कलाकाराला आवाजाचा पोत व त्याची लकब किती महत्त्वाची आहे हे लक्षांत येतं. मराठीत सुद्धा डॉ श्रीराम लागू, निळू फुले, मोहन जोशी, नाना पाटेकर, विक्रम गोखले सारख्या अनेक कलावंताच्या यशात त्यांना प्राप्त झालेल्या आवाजाच्या देणगीचं सुद्धा किती महत्वपूर्ण योगदान आहे हे नमूद करणं उल्लेखनीय. खरंतर चित्रपटसृष्टी व त्यातील कलाकारांचा

आवाका इतका मोठा आहे की प्रत्येकाची गुण वैशिष्ट्य नमूद करणे केवळ अशक्य आहे. कलाकारा जवळ स्वतंत्र शैली व वेगळेपण नसेल तर तो फार काळ चित्रपट सृष्टीत तग धरू शकत नाही, असं इतिहास सांगतो. नक्कल कायमस्वरूपी चालत नाही हेच खरं.

टीव्ही सेट्स येण्यापूर्वी रेडिओ आणि ट्रांजिस्टर्सची चलती होती. एवढंच काय, रेडिओ सुद्धा प्रत्येक घरांत नव्हता. ट्रांजिस्टर म्हणजे चालता बोलता रेडिओ. हॉटेल्स व पान शॉप्स् वर ट्रांजिस्टर वा रेडिओ असायचा. क्रिकेट, हॉकी, फुटबॉलच्या मॅचेस असल्या की अशा ठिकाणी खूप गर्दी जमायची. रेडिओवर खेळाचं धावतं समालोचन ऐकायची मजा कांही औरच. रेडिओ किंवा ट्रांजिस्टर समोर बसून त्या काळचे रेडिओ समालोचक बॉबी तल्यारखान, विजय मर्चंट, जसदेवसिंह, सुशील दोषी, डॉ नरोत्तम पुरी यांच्या आवाजात मॅचचा "आँखो देखा हाल" ऐकण्यांत आपण स्वतःच स्टेडियमवर बसून मॅच पाहत आहोत असं वाटायचं. रेडिओ आणि टीव्ही समालोचनांत कमालीचा फरक असतो. रेडिओवर समालोचन ऐकताना ऐकणारा केवळ ऐकतो आहे याचे भान समालोचकाला ठेवावं लागायचं. क्रिकेट सामन्यात क्षेत्ररक्षकांची नांवे, तो कुठल्या जागेवर उभा आहे, क्षेत्ररक्षणांत वारंवार होणारे बदल, गोलंदाजांची शैली व त्याच्या गोलंदाजीचा प्रकार, फलंदाजाने मारलेले फटके, स्टेडियमवर घडणाऱ्या घडामोडी इत्यादि बारीक सारीक गोष्टींचं इथ्थंभूत वर्णन समालोचकाला करावं लागत असे. धावफलक हलता असल्याने त्याचा निरंतर उल्लेख करावा लागत असे. धृतराष्ट्राला संजयने जसं महाभारताचे युद्ध वर्णन ऐकविलं त्याच प्रमाणे समालोचकाला संजयची भूमिका वठवावी लागायची. आकाशवाणी समालोचकाला क्षणांचीही उसंत मिळत नसे. टीव्हीवर सामना बघताना प्रेक्षकांना डोळ्यासमोर सर्व घटनाक्रम दिसत

असतो. म्हणूनच की काय या टीव्ही समालोचनात बऱ्याच अवांतर गोष्टींची चर्चा होतांना दिसते. खेळाडूंचे वैयक्तिक रेकॉर्डस् वगैरे बाबींची चर्चा विस्तृतपणे होतांना दिसते. Replay, 360 Degree Cameras अशा तांत्रिक बाबींची रेलचेल असल्याने प्रेक्षकांची ऐकण्यापेक्षा पाहण्याची उत्सुकता वाढीस लागते. समालोचनाला उत्साह वर्धक आवाजाची गरज असते. आवाजांत खेळांप्रमाणे कमी अधिक तीव्रता, मैदानावर घडणाऱ्या घटनांचे तंतोतंत वर्णन, खेळाचे सखोल ज्ञान असणं आवश्यक असतं. उद् घोषकाचा आवाज जर एक सुरी व कंटाळवाणा असेल तर श्रोत्यांना बराचं काळ ऐकण्यात रस राहील काय? जॉन अर्लोट, ट्रेवर बेली, बॉबी सिम्पसन, डेनिस कॉम्प्टन, बिल लॉरी, टोनी कोझियर, शौकत क्यूरेशी सारखे अनेक विदेशी समालोचक सुप्रसिद्ध होते. बरेच समालोचक त्यांचा देश सामना हरत असेल तर पडेल आवाजांत समालोचन करू लागायचे पण ते निरपेक्ष समालोचकांचे लक्षण नाही. पण कांहीही असो, आकाशवाणीवर समालोचन ऐकणं ही मंतरलेल्या दिवसांची साक्ष होती हे निश्चित.

टीव्ही सेट्स आले आणि रेडिओ वरील प्रायोजित कार्यक्रमाच्या लोकप्रियतेला ओहोटी लागणं सुरू झालं. रेडिओवर सुरू असणारे अनेक कार्यक्रम, कार्यक्रमांच्या सुरूवातीचे संगीत, प्रायोजित कार्यक्रम सादर करणारे रेडिओ उद् घोषक सर्व कांही ऐकणाऱ्यांना खूप जवळचे वाटत असतं. मराठी आपली आवड, हवा महल, एकही फिल्म से, बदलते हुए साथी, पुराने फिल्मों के गीत, गीतकार, आज के फनकार, एक रंग दो रूप दो गीत, आपकी पसंद सारखे रेडिओवरील अनेक कार्यक्रम सुप्रसिध्द होते. प्रत्येक कार्यक्रम सादर करणारे उद् घोषक जरी बदलत असतं तरी कार्यक्रमाची रूपरेषा मनांला भावत असे. रेडिओ उद् घोषक

त्यांच्या आवाजाच्या गुणवत्तेवर निवडले जायचे. चित्रपट गीतां बरोबर त्या संबधी इतर माहिती दिल्या जायची. रेडिओ उद् घोषकांच्या आवाजा सोबत श्रोत्यांचे एक अतूट बंधन होतं. त्या काळी मनोरंजनाची साधने म्हणजे नाटक, सिनेमा आणि रेडिओवरील कार्यक्रम. नाटक, सिनेमा बघण्यासाठी दामाजी खर्ची घालावे लागतं. रेडिओ वरील कार्यक्रम सकाळपासून रात्री अकरापर्यंत अविरत व निःशुल्क उपलब्ध असतं. रेडिओ उद् घोषक आपल्या प्रभावी आवाजामुळे प्रसंग डोळ्यासमोर उभा करण्याचं सामर्थ्य ठेवत असत. अनेक दशके रेडिओ व त्याच्या उद् घोषकांनी आपली लोकप्रियता टिकवून ठेवली. रेडिओवर नाटिका, मान्यवरांचे साक्षात्कार सादर होत असतं आणि त्यामुळे अनेक कलाकारांना त्यात भाग घेण्याची संधी मिळत असे. अभिवाचन हा त्या काळचा रेडिओवरील लोकप्रिय कार्यक्रम. ज्या विषयावर अभिवाचन असेल तो प्रसंग, तो काळ श्रोत्यांच्या डोळ्यासमोर हुबेहूब उभा करण्याला खूपच कौशल्य लागतं. सकाळी प्रसारित होणारा 'चिंतन', सिने संगीतावर आधारित जयमाला, आपली आवड, वेगवेगळ्या कला क्षेत्रातील, सामाजिक तसेच इतर क्षेत्रातील नामवंत व्यक्तींच्या मुलाखती आपण सर्वांनी ऐकल्याच असतील. त्यामध्ये अभिवाचक/उद् घोषकाचा निश्चित सिंहाचा वाटा असायचा, तो श्रोते आणि त्या व्यक्तीच्या मधील महत्त्वपूर्ण दुवा असायचा. त्याला विषयाचं ज्ञान आवश्यक असायचं. साक्षात्कारातली उत्कंठा टिकवून ठेवणं, श्रोत्यांच्या मनांतले अपेक्षित प्रश्न समाविष्ट करणं, अधे मधे विनोदाची पेरणी अशा गोष्टी आवांजा बरोबर आवश्यक असायच्या आणि हे सर्व श्रोते न पाहता, फक्त ऐकून अनुभवणार. एकंदरीत ऊद् घोषकांसाठी तारेवरची कसरतच. दृकश्राव्य

माध्यमांमुळे वेशभूषा, केशभूषा, स्टेज डेकोरेशन इत्यादि बाबींना जास्त महत्त्व प्राप्त झालं आहे.

विविध भारती, All India Radio, Radio Ceylon, प्रादेशिक रेडिओ केंद्र यांनी अनेक दशकं श्रोत्यांना अहर्निश श्रवणसुख दिलं. टीव्हीमुळे नुसता आवाजच नाही तर आकर्षक दिसणं ही सुद्धा एक गरज झाली. टीव्ही सीरिअल्स गाजू लागल्या. सुरवातीला टीव्ही वरील 'हम लोग' ही मालिका प्रचंड लोकप्रिय झाली. रामायण, महाभारत सीरिअल्स मुळे टीव्ही ची लोकप्रियता आसमानांवर पोहचली. कार्टून्स आणि त्यांचे कृत्रिम आवाज यांनी बाल मने काबीज केली. पण रेडिओच्या काळात चित्र न दिसल्यानं श्रोते आपल्या कल्पना शक्तीच्या विश्वांत रमायचे.. ते थांबलं. हा केवढा दैवदुर्विलास. सध्या रेडिओ जॉकीचा जमाना आहे. आपल्या लोकप्रिय शैलीनं असे जॉकी श्रोत्यांना आकर्षित करतात. बहुतेक कार्यक्रम नवीन पिढीला समोर ठेऊन लिहिले जातात. वारंवार ऐकण्यासारखी गाणी कमी तयार होतात. तरी पण अशा कार्यक्रमांचा एक विशेष श्रोता वर्ग आहे हे नाकारून चालणार नाही. असो, कालाय तस्मै नमः

टीव्ही सेट्स येण्यापूर्वी रेडिओ आणि ट्रांजिस्टर्सची चलती होती. एवढंच काय, रेडिओ सुद्धा प्रत्येक घरांत नव्हता. ट्रांजिस्टर म्हणजे चालता बोलता रेडिओ. हॉटेल्स व पान शॉप्स् वर ट्रांजिस्टर वा रेडिओ असायचा. क्रिकेट, हॉकी, फुटबॉलच्या मॅचेस असल्या की अशा ठिकाणी खूप गर्दी जमायची. रेडिओवर खेळाचं धावतं समालोचन ऐकायची मजा कांही औरच. रेडिओ किंवा ट्रांजिस्टर समोर बसून त्या काळचे रेडिओ समालोचक बॉबी तल्यारखान, विजय मर्चंट, जसदेवसिंह, सुशील दोषी,

डॉ नरोत्तम पुरी यांच्या आवाजात मॅचचा "आँखो देखा हाल" ऐकण्यांत आपण स्वतःच स्टेडियमवर बसून मॅच पाहत आहोत असं वाटायचं. रेडिओ आणि टीव्ही समालोचनांत कमालीचा फरक असतो. रेडिओवर समालोचन ऐकताना ऐकणारा केवळ ऐकतो आहे याचे भान समालोचकाला ठेवावं लागायचं. क्रिकेट सामन्यात क्षेत्ररक्षकांची नांवे, तो कुठल्या जागेवर उभा आहे, क्षेत्ररक्षणांत वारंवार होणारे बदल, गोलंदाजांची शैली व त्याच्या गोलंदाजीचा प्रकार, फलंदाजाने मारलेले फटके, स्टेडियमवर घडणाऱ्या घडामोडी इत्यादि बारीक सारीक गोष्टींचं इथ्थंभूत वर्णन समालोचकाला करावं लागत असे. धावफलक हलता असल्याने त्याचा निरंतर उल्लेख करावा लागत असे. धृतराष्ट्राला संजयने जसं महाभारताचे युद्ध वर्णन ऐकविलं त्याच प्रमाणे समालोचकाला संजयची भूमिका वठवावी लागायची. आकाशवाणी समालोचकाला क्षणांचीही उसंत मिळत नसे. टीव्हीवर सामना बघताना प्रेक्षकांना डोळ्यासमोर सर्व घटनाक्रम दिसत असतो. म्हणूनच की काय या टीव्ही समालोचनात बऱ्याच अवांतर गोष्टींची चर्चा होतांना दिसते. खेळाडूंचे वैयक्तिक रेकॉर्डस् वगैरे बाबींची चर्चा विस्तृतपणे होतांना दिसते. Replay, 360 Degree Cameras अशा तांत्रिक बाबींची रेलचेल असल्याने प्रेक्षकांची ऐकण्यापेक्षा पाहण्याची उत्सुकता वाढीस लागते. समालोचनाला उत्साह वर्धक आवाजाची गरज असते. आवाजांत खेळांप्रमाणे कमी अधिक तीव्रता, मैदानावर घडणाऱ्या घटनांचे तंतोतंत वर्णन, खेळाचे सखोल ज्ञान असणं आवश्यक असतं. उद् घोषकाचा आवाज जर एक सुरी व कंटाळवाणा असेल तर श्रोत्यांना बराचं काळ ऐकण्यात रस राहील काय? जॉन अर्लोट, ट्रेवर बेली, बॉबी सिम्पसन, डेनिस कॉम्प्टन, बिल लॉरी, टोनी कोझियर, शौकत क्यूरेशी सारखे अनेक

विदेशी समालोचक सुप्रसिद्ध होते. बरेच समालोचक त्यांचा देश सामना हरत असेल तर पडेल आवाजांत समालोचन करू लागायचे पण ते निरपेक्ष समालोचकांचे लक्षण नाही. पण कांहीही असो, आकाशवाणीवर समालोचन ऐकणं ही मंतरलेल्या दिवसांची साक्ष होती हे निश्चित.

टीव्ही सेट्स आले आणि रेडिओ वरील प्रायोजित कार्यक्रमाच्या लोकप्रियतेला ओहोटी लागणं सुरू झालं. रेडिओवर सुरू असणारे अनेक कार्यक्रम, कार्यक्रमांच्या सुरूवातीचे संगीत, प्रायोजित कार्यक्रम सादर करणारे रेडिओ उद् घोषक सर्व कांही ऐकणाऱ्यांना खूप जवळचे वाटत असतं. मराठी आपली आवड, हवा महल, एकही फिल्म से, बदलते हुए साथी, पुराने फिल्मों के गीत, गीतकार, आज के फनकार, एक रंग दो रूप दो गीत, आपकी पसंद सारखे रेडिओवरील अनेक कार्यक्रम सुप्रसिध्द होते. प्रत्येक कार्यक्रम सादर करणारे उद् घोषक जरी बदलत असतं तरी कार्यक्रमाची रूपरेषा मनांला भावत असे. रेडिओ उद् घोषक त्यांच्या आवाजाच्या गुणवत्तेवर निवडले जायचे. चित्रपट गीतां बरोबर त्या संबधी इतर माहिती दिल्या जायची. रेडिओ उद् घोषकांच्या आवाजा सोबत श्रोत्यांचे एक अतूट बंधन होतं. त्या काळी मनोरंजनाची साधने म्हणजे नाटक, सिनेमा आणि रेडिओवरील कार्यक्रम. नाटक, सिनेमा बघण्यासाठी दामाजी खर्ची घालावे लागतं. रेडिओ वरील कार्यक्रम सकाळपासून रात्री अकरापर्यंत अविरत व निःशुल्क उपलब्ध असतं. रेडिओ उद् घोषक आपल्या प्रभावी आवाजामुळे प्रसंग डोळ्यासमोर उभा करण्याचं सामर्थ्य ठेवत असत. अनेक दशके रेडिओ व त्याच्या उद् घोषकांनी आपली लोकप्रियता टिकवून ठेवली. रेडिओवर नाटिका, मान्यवरांचे साक्षात्कार सादर होत असतं आणि त्यामुळे अनेक कलाकारांना त्यात भाग घेण्याची संधी मिळत असे. अभिवाचन हा त्या

काळचा रेडिओवरील लोकप्रिय कार्यक्रम. ज्या विषयावर अभिवाचन असेल तो प्रसंग, तो काळ श्रोत्यांच्या डोळ्यासमोर हुबेहूब उभा करण्याला खूपच कौशल्य लागतं. सकाळी प्रसारित होणारा 'चिंतन', सिने संगीतावर आधारित जयमाला, आपली आवड, वेगवेगळ्या कला क्षेत्रातील, सामाजिक तसेच इतर क्षेत्रातील नामवंत व्यक्तींच्या मुलाखती आपण सर्वांनी ऐकल्याच असतील. त्यामध्ये अभिवाचक/उद् घोषकाचा निश्चित सिंहाचा वाटा असायचा, तो श्रोते आणि त्या व्यक्तीच्या मधील महत्त्वपूर्ण दुवा असायचा.   त्याला विषयाचं ज्ञान आवश्यक असायचं. साक्षात्कारातली उत्कंठा टिकवून ठेवणं, श्रोत्यांच्या मनांतले अपेक्षित प्रश्न समाविष्ट करणं, अधे मधे विनोदाची पेरणी अशा गोष्टी आवांजा बरोबर आवश्यक असायच्या आणि हे सर्व श्रोते न पाहता, फक्त ऐकून अनुभवणार. एकंदरीत ऊद् घोषकांसाठी तारेवरची कसरतच. दृकश्राव्य माध्यमांमुळे वेशभूषा, केशभूषा, स्टेज डेकोरेशन इत्यादि बाबींना जास्त महत्त्व प्राप्त झालं आहे.

विविध भारती, All India Radio, Radio Ceylon, प्रादेशिक रेडिओ केंद्र यांनी अनेक दशकं श्रोत्यांना अहर्निश श्रवणसुख दिलं. टीव्हीमुळे नुसता आवाजच नाही तर आकर्षक दिसणं ही सुद्धा एक गरज झाली. टीव्ही सीरिअल्स गाजू लागल्या. सुरवातीला टीव्ही वरील 'हम लोग' ही मालिका प्रचंड लोकप्रिय झाली. रामायण, महाभारत सीरिअल्स मुळे टीव्ही ची लोकप्रियता आसमानांवर पोहचली. कार्टून्स आणि त्यांचे कृत्रिम आवाज यांनी बाल मने काबीज केली. पण रेडिओच्या काळात चित्र न दिसल्यानं श्रोते आपल्या कल्पना शक्तीच्या विश्वांत रमायचे.. ते थांबलं. हा केवढा दैवदुर्विलास. सध्या रेडिओ जॉकीचा जमाना आहे. आपल्या लोकप्रिय शैलीनं असे जॉकी श्रोत्यांना आकर्षित करतात.

बहुतेक कार्यक्रम नवीन पिढीला समोर ठेऊन लिहिले जातात. वारंवार ऐकण्यासारखी गाणी कमी तयार होतात. तरी पण अशा कार्यक्रमांचा एक विशेष श्रोता वर्ग आहे हे नाकारून चालणार नाही. असो, कालाय तस्मै नमः

दारावर येणारे विक्रेते, फेरीवाले यांच्या आरोळ्या, लकेरी ध्वनी माध्यमाचं एक स्वतंत्र शास्त्र आहे. त्याला कुठलेही नियम, सुर, ताल, लय असे आकृतीबंध लागू होत नाही. पण नित्य नेमानं कानांवर पडणाऱ्या या आवाजांची सर्वांना इतकी सवय झालेली असते की दारावर, रस्त्यावर काय विकायला आलेलं आहे ह्याची नक्की कल्पना येते. असे विक्रेते फार पूर्वी डोक्यावर टोपली घेऊन, नंतरच्या काळात सायकलचा आणि अलीकडं तीन किंवा पाच चाकी वाहनाचा उपयोग करत असतात. त्यातील बऱ्याच आरोळ्या, ललकाऱ्या कान देऊन ऐकल्याशिवाय नीट कळत नाहीत. प्रत्येक विक्रेत्याचा एक ठराविक आवाज आणि आवाज द्यायची पद्धत असते. त्याला विशिष्ट लय आणि ताल असतो. सांगीतिक भाषेत त्याची परिभाषा करणं अशक्य, पण तो फेरीवाला त्याच्या वेगळ्याच सुरांना धरून असतो आणि त्यात कायमस्वरूपी बदल होत नसतो. दारावर येणारे भाजीवाले 'भाजी' या शब्दाचा वेगवेगळ्या पद्धतीनं उच्चार करतात. कुठल्या पठडीतला आवाज आला की कुठला भाजीवाला आला आहे याची जाणीव गृहिणींना लगेच होते. बहुतेक भाजीवाले कोणत्या भाज्या विकायला आणल्या आहेत याची ताला सुरात उजळणी करतात. आश्चर्य म्हणजे त्यांच्या उच्चारणाचा क्रम कधीच चुकत नाही. चिवड्याला 'मस्सालेदार चिडवा' म्हणणारा विक्रेता, चिवडा म्हणो की चिडवा, उदरांत इच्छित वस्तूच जाणार. इटली, ऐय खमन अशी आरोळी ऐकू आली की त्या चवी जिभेवर रेंगाळल्या शिवाय राहत नाही. मात्र

विक्रेत्यांचे बाह्यरूप, स्वच्छता इत्यादि गोष्टींकडे दुर्लक्ष करण्याची तुमची तयारी हवी. गावाकडचं लोणी, तूप विकायला येणारे शक्यतो कुठली विशिष्ट अशी साद घालत नाहीत. ते आपल्या ग्रामीण बोलीभाषेत संवाद साधतात. त्यांची जिद्द पराकोटीची असते आणि विकायला आणलेल्या वस्तू, पदार्थ कसे उत्तम आहेत याची ते खात्री पटवून देतात. वजन, माप याबद्दल न बोललेलं बरं. आपल्या आवाजातली आपुलकी आणि जवळीक मात्र ते कधीच ढळू देत नाही.

सुगंधी द्रव्य, अत्तर विक्रेते नीट वेशभूषा केलेले बहुदा परप्रांतीय असतात. ते सहजच आपल्या लाघवी बोलण्यानं अगदी दिवाणखान्यात, बैठकीत सहज प्रवेश मिळवतात. बोलण्या बोलण्यात ते आपल्या मनगटावर इतक्या प्रकारची अत्तरं लावतात की कुठलाच सुगंध नीट कळतं नाही. हे सगळं करतांना ते खूप बोलत असतात. भारदस्त व्यक्तिमत्व, कलेबद्दलच प्रेम अशा अनेक गोष्टी केवळ अत्तर लावल्यानं कशा खुलून येतील याचं महत्त्व ते विकत घेणाऱ्याला नीट पटवून देतात. अत्तराचा सुगंध आसमंतात पसरला असतो आणि विक्रेता आपल्या बोलण्याची भुरळ मनांवर पाडून जातो. दोघांनीही पटणाऱ्या भावांत अत्तराची खरेदी विक्री होते. आणि विक्रेता आपल्या बरोबर त्या अत्तराची किंमत व सुगंधही परत घेऊन जातो आणि उरतो फक्त कानांत मधाप्रमाणं घोळणारा विक्रेत्याचा आवाज.

पूर्वी दही हे फक्त दारावरच विकायला येत असे. पण प्लास्टिक क्रांती झाल्यावर सर्वच दुग्धजन्य पदार्थ आता मॉल किंवा सुपर मार्केटमधे मिळू लागले. जागोजागी दिसणाऱ्या दूध डेअऱ्या, गुरांचे गोठे आताशा कमी दिसतात. दूध उत्पादक संघ निर्माण झाल्यापासून दुधाची विक्री फुटकळ

पद्धतीनं फार कमी होते. हळूहळू रतीबवाले दुधवाले ही जमात नामशेष होत आहे एवढं नक्की. असे घरोघरी जाऊन दूध वाटणारे भांड्यात दूध टाकतांना घरातल्या आबालवृद्धांची चौकशी करायला विसरत नसायचे. परिसरातल्या बातम्या न चुकता सांगणारे दुधवाले म्हणजे चालते बोलते मुखपत्रच. कुठली बातमी देताना कोणता सुर लावायचा ह्याच व्याकरण म्हणजे हे दूधवाले.

सतरंज्या, ब्लँकेट, चादरी, साड्या, गालिचे, चटई विक्रेत्यांचा दर्जा जरा वरचा असतो, याच मुख्य कारण म्हणजे त्या वस्तूंची किंमत. असे विक्रेते देखील बहुतेक परप्रांतीय असतात. ते बहुतेक दुपारच्या वेळी नगराच्या वेगवेगळ्यां भागात फिरतात. ते मोठे विशिष्ट प्रकारचे चौकोनी गाठोडे घेऊन रीतसर परवानगी घेऊनच घरात येतात. बहुतेक ते दोघे असतात, जास्त माल वाहून नेण्यासाठी आणि ग्राहकांना विविधता मिळावी म्हणून. बाहेरच्या प्रांतातले असून देखील ते ग्राहकाच्या बोलीभाषेत बोलण्याचा मोडका तोडका प्रयत्न करत असतात. विकायला आणलेल्या वस्तूंबद्दल त्यांना सखोल ज्ञान असते... विविध राज्याची ओळख असलेल्या साड्या, त्यांची तयार करण्याची प्रक्रिया, व्यवहारात प्रचलित असलेला ग्राहकांचा कल आणि फॅशन इत्यादि. आणलेल्या वस्तू पैकी कांहीतरी नक्की विकल्या शिवाय उठायचं नाही असा त्यांचा दंडक, पदोपदी विकत घेणाऱ्याचं कौतुक करण्याची एकही संधी न सोडणं, भीड न बाळगता चहा पाण्याची मागणी अशी त्यांची वैशिष्ट्ये. बऱ्याचश्या चौकश्या, घासाघीस आणि क्रयशक्ती नुसार खरेदी होते. अगदी जाता जाता ते एक छोटं गाठोड सोडतात आणि "हा ही प्रकार एकदा पाहून घ्याच" अशी विनंती करतात. गृहिणींच्या चेहऱ्यावर खरेदी करतांना उगीच घाई केली असे

भाव तरळून जातात. बराच वेळ झाल्यावर ते एकदाचे जायला निघतात. अशा विक्रेत्यांचे संभाषण कौशल्य आणि लाघवी आवाज वादातीत.

बऱ्यांच काळांपासून पडलेला प्रघात, सवयी आताशा समाप्त होत असल्याचं दिसून येतं. खेडे विभागाचे द्रुतगतीने होणारे शहरीकरण सुद्धा याला कारणीभूत आहे. आता खेड्यांत सुद्धा पॅकेट मधील वस्तू, खाद्यपदार्थ सहज उपलब्ध होतात. बांगडीवाला, चना जोर गरम, दाण्याची चिक्की, अस्प्रोट विक्रेते, सायकल वरून रेडीमेड कपडे विकणारे, कुडमुडे ज्योतिषी पाहायचे म्हटले तरी दिसणार नाहीत. नवीन पिढीला यातली गंमत कळणार नाही. अशा विक्रेत्यांकडे आरोळ्या शिवाय विशिष्ट वाद्यांचे आवाज ऐकू यायचे. त्यात बासरी, डमरू, घंटी सारख्या वाद्यांचा उपयोग होत असे. आठवणी रम्य होत्या, पण आता त्या धूसर झाल्या आहेत असं नाईलाजानं आणि दुःखानं म्हणावं लागतं. गेले ते दिन गेले...

संगीताचं मानवी जीवनातलं स्थान अढळ आहे. संगीत न आवडणारा व्यक्ती शोधून सापडणार नाही. संगीताचा मानवी मनांवरच नाही तर प्राणिमात्रांवर सुद्धा परिणाम होतो. शास्त्रानं सुद्धा याची पुष्टी दिली आहे. संगीत म्हणजे सुरांची लय आणि तालबद्ध मांडणी. ते गळ्यांतून किंवा वाद्याद्वारे सादर केलं जात. भगवान शिव, नारद, तुंबर, रावण आणि अनेक देवाधिदेव संगीत क्षेत्रांत पारंगत असल्याचे पुराणांत उल्लेख आहेत. शास्त्रीय संगीत शिकण्यासाठी मुळांत अभ्यासकाला आवाजांची देणगी असणं आवश्यक. वर्षानुवर्ष रियाज केल्यावर शास्त्रीय संगीताची केवळ तोंड ओळख होऊ शकते असं जाणकार सांगतात. वाद्य शिकण्यासाठी, मग ते तंतू वाद्य असो की ताल वाद्य, मुळांत लय आणि ताल तुमच्या मनांत, शरीरात नैसर्गिक रीत्या भिनलेले असावयास हवे. संगीत ऐकणं

किंवा गाणं या दोन भिन्न प्रक्रिया. ऐकणारा उत्तम गाऊ शकेल असं मुळीच नाही. आवाजाची देणगी प्राप्त झालेला अभ्यास करून उत्तम गाऊ शकतो. अमुक व्यक्तीचा आवाज चांगला आहे असं आपण बरेच वेळां ऐकतो. प्रत्येकाच्या आवांजाचा पोत वेगळा असतो. अलीकडं उत्तम आवाज शोधण्यासाठी बऱ्याचं व्यावसायिक स्पर्धा आयोजित केल्या जातात. एखाद्या प्रथितयश गायक/गायिकेनं गायलेले गीत लहान मोठ्या जागा सहित, ताना आलापा सकट नेमकं सादर करणं हा स्पर्धक निवडण्याचा निकष असतो. अर्थात निवडणारे एकालाच निवडतात. त्यातले कांहीच पुढं टिकून राहतात. उत्तम गायक, वादक कलाकार होण्यासाठी महत्त्वाचा असतो तो रियाज. रोज तासनतास आणि वर्षानुवर्ष रियाज केल्यावरच यश प्राप्त होतं. बाकी सर्व कांही योग्य असून चांगली संधी प्राप्त होणं ह्याला नशीबाची साथ लागते. संगीत क्षेत्रातल्या सुप्रसिद्ध कलाकाराची नांव जर आपण अभ्यासली तर प्रकर्षाने एक गोष्ट जाणवते की स्वतःच कांहीतरी वैशिष्टय असल्याशिवाय स्पर्धेत टिकून लोकप्रियता मिळवणं किंवा टिकून राहणं खूपच कठीण असतं. तबला, सतार, बासरी, संतूर, सरोद सारख्या वादक कलाकारांमध्ये मोजकीच नावं डोळ्यांसमोर येतात. भारतीय संगीत क्षेत्राचा जगभर बोलबाला अशा अतुलनीय कला प्रदर्शना मुळं. संगीताचा वापर म्युजिक थेरपी म्हणूनही केला जातो. गायकांचा आवाज, संगीत वाद्यांचे कानांवर पडलेले सुर मनं प्रफुल्लित करून जातात. कानांवर पडणारे सुर आणि ऐकण्याऱ्याच्या मनांची अवस्था यात निश्चित एक सुरेल नातं निर्माण होतं. संगीतातल्या रागांच्या स्वर रचना दिवस रात्रीच्या निरनिराळ्या प्रहराप्रमाणे केल्या गेल्या आहेत. लयबद्ध संगीत मनांला खुलवून जातं, तालबद्ध असेल तर पाय थिरकायला भाग पाडत, सुरमयी संगीत आपल्या मनांला अलगद

वाहवत नेऊ शकत. व्हायोलिनचे आर्त सुर काळीज पिळवटून जातात, बासरीतून निघालेले सुर मनं मोहून जातात. संगीत मनांत आवेश भरू शकत, मनःशांती प्रदान करू शकत. संगीत आपल्या कर्णेद्रियातून प्रवेश करून मनांचा कसा व कधी ताबा घेत कळतं पण नाही. थोडक्यांत काय, गळ्यांतून निघणाऱ्या सुरेल ध्वनी लहरी आणि वाद्यांतून निघालेला नाद जर "या हृदयीचा त्या हृदयापर्यंत" पोहचला तर त्याचा इच्छित परिणाम होणार म्हणजे होणारच. संगीतातील रागदारीचा मनांच्या अवस्थांवर जसा परिणाम होतो तसाच ऐकण्याऱ्याच्या शारीरिक व्याधींवर सुद्धा होत असतो. दिवस रात्रीच्या वेगवेगळ्या प्रहराप्रमाणे भारतीय संगीत शास्त्रांमध्ये वेगवेगळ्या रागांची निर्मिती करण्यात आलेली आहे. सुर, ताल, लय, नाद हे मानवी मनांवर कसे आणि कधी गारूड करून स्थिर होतात कळत सुद्धा नाही. हीच तर अभिजात संगीताची जादू आहे, नाही कां?

आवाजाचं महत्त्व आणि त्याच विस्तृत विश्लेषण केल्यावर आपण निसर्गाकडं वळू या. निसर्ग म्हणजे सृष्टी. त्याच्या नामोल्लेखानं दऱ्या, डोंगर, नद्या, सागर, पर्जन्य, मेघांचा गडगडाट, विजांचा कडकडाटा सारख्या अनेक गोष्टी नजरे समोर तरळून जातात, कानांमध्ये कधी शांत, कधी भयंकर, कधी मनांत भावनांची खळबळ माजवणारे आवाज घुमू लागतात. पावसाची रिपरिप, वाहत्या नदीचा खळखळाट, पाऊस पडून गेल्यावर पाण्याच्या थेंबाचा टप टप असा आवाज, श्रावणातल्या पावसाची रिमझिम, मुसळधार पावसाचा हैदोस, गारांच्या पावसाचं तांडव... पाणी हा एकच घटक पण त्याच्या किती कर्ण संवेदना. सागरावर उठणाऱ्या लाटांचा गाज मनांतल्या भावनांच्या गदारोळाच्या किती जवळचा. सागर तटी कवींना किती कविता स्फुरल्या असतील, तरुण तरुणींनी

एकमेकाला साता जन्माची साथ देण्याची वचन दिली असतील त्याचं कारण म्हणजे सागराची बोलकी शांतता. निसर्गाचा खरां आवाज ऐकायचा असेल तर जंगलाच्या निरव शांततेत हरवून जावं. हजारो पक्ष्यांचे कुठेही ऐकू न येणारं गूज, लांबून ऐकू येणारी वाघाची भयावह डरकाळी, उंच उंच वृक्षांच्या पानांचे काळजाच्या थरकाप उडवणारे सळसळाट, जंगलातल्या वातावरणाला अधिकच गूढ करणारा टिटवीचा आवाज, बलवान प्राण्याची चाहूल लागल्यावर होणारी गरीब प्राण्यांची मदतीसाठी भेदरलेल्या अवस्थेतली घालमेल अशी किती उदाहरणं द्यायची. एकच ध्वनी सकाळी, संध्याकाळी, रात्री मनांवर वेगवेगळं गारुड करून जातो. पण असे सप्त सुर अनुभवण्यासाठी गरज असते ती संवेदनशील मनांची आणि खुल्या आणि विशाल हृदयाची.

आवाज मनांतली भावना, आनंद, राग, लोभ, मोह, प्रेम, द्वेष व्यक्त करण्याचं प्रभावी माध्यम म्हटल्यास अतिशयोक्ती होणार नाही. दुर्दैवाने ज्यांना ऐकण्याची शक्ती प्राप्त नसेल ते जगण्यातला केव्हढा मोठा आनंद प्राप्त करू शकत नसतील. तान्हे बालक ज्याला बोलता येत नाही तरी ते जेंव्हा रुदन करतं तेंव्हा त्याला भूक तरी लागली असते किंवा कांहीतरी त्रास तरी होत असतो. ते बालक आवाजांच्या माध्यमातून आपली मागणी माते पर्यंत पोहचवण्याचा प्रयत्न करत असते. पाळीव प्राणी उदाहरणार्थ गाय, म्हैस, कुत्रा, मांजर यांना बोलता येत नाही, पण आपले दुःख, वेदना, आनंद ते मालका पर्यंत यशस्वीरीत्या पोहचवतात, आपल्या ध्वनी संवेदनेतून, गरज असते ती त्या जाणून घ्यायची. अन्यायाविरुद्ध उठवायचा असतो तो आवाजचं. इतिहास त्याचा साक्षी आहे. आवाज आणि शब्दांची किमया इतकी मोठी आहे की ती तख्त पलटवू शकते

किंवा जर त्याची साथ मिळाली तर सत्तेचा शिरपेच सुद्धा सुशोभित करू शकते.

सृष्टीत, चराचरात, संवादात, बोलीभाषेत, पशू पक्षी, वृक्ष वल्ली अशा सर्व ठिकाणी स्वतःच्या वैशिष्ट्यपूर्ण आवाजाचं साम्राज्य आहे, अस्तित्व आहे... पण ऐकणारे कान हवेत, हेच खरं. चला, आवाज पुराणाची सांगता करू या.

जीवनातला आनंद हरवतो आहे कां?

नजीकच्या भूतकाळांत खळखळून, मनमोकळं हसल्यांच आपणास आठवतं कां? ही बाब इतकी दुर्मिळ झाली आहे की प्रयत्नपूर्वक आठवावी लागेल. संभाषणात विनोद अलीकडं जवळ जवळ नामशेष झाल्या सारखा दिसतो. आनंद आणि तोही निर्भेळ, अनुभवणं दुरापास्तच झालं आहे. जुनं साहित्य आजही वाचकांना निर्भेळ आनंद देतं. त्या काळी विनोदी साहित्यकारांच्या विनोदांत खोचं असायची, बोचं नसायची. विनोदांत उपहास असायचा पण तो अपमानजनक नसायचा. पु. ल. नेहमी म्हणायचे की "विसंगतीतून विनोद निर्माण होतो आणि मी बारकाईने आजूबाजूला विसंगती शोधत फिरतो आणि त्यातून निखळ विनोद आपसूकच निर्माण होतो". हुबेहूब व्यक्तीचित्रण, निरीक्षण कौशल्य, पात्रांच्या लकबी, समाज व्यवस्थेवर भाष्य इत्यादि गोष्टी मनोरंजन तर करायच्याच पण एक निश्चित संदेश पण द्यायच्या. संभाषण कौशल्यप्राप्त आणि त्यातही खुसखुशीत विनोद आणि शाब्दिक कोट्या करणाऱ्या व्यक्ती भेटल्या की त्यांच्याशी संवाद साधतांना वेळ कसा निघून जातो कळतही नाही. पण आजकाल परस्पर संवाद व्यावसायिक होत चाललेला दिसून येतो.

मनुष्य आत्म प्रौढीचा किंवा व्यावसायिकतेचा मुखवटा घालूनच फिरतो की काय असं वाटू लागतं. मनमोकळे संवाद हरवल्यासारखे वाटतात. दैनंदिन जीवनातील तणाव, जीवघेणे स्पर्धात्मक वातावरण, भविष्यात आपल्याच वक्तव्याची खिल्ली उडविली जाईल ही अनामिक भीती आणि वेळ आल्यावर सांगूच की? अशी बचावात्मक भूमिका या सर्व गोष्टींमुळं परस्पर संवादच मुळी त्रोटक झाल्याचे जाणवतं, मग त्यातून आनंद कसा काय जन्म घेईल? सकाळी उठल्यापासून ते झोपेपर्यंत प्रत्येक व्यक्ती घड्याळ्याच्या काट्यांसारखा व्यस्त असतो.

कांही काळ आनंदात जावा म्हणून आपण टीवी वरील कार्यक्रम बघावे आणि दिवस भराचा शीण घालवावा असं साहजिकच वाटतं. पण सुमार कथानक, वारंवार दिसणाऱ्या जाहिराती, अविश्वसनीय काल्पनिक विनोदी प्रसंग, परिस्थितीजन्य फुटकळ विनोद, शाब्दिक कोट्या, चित्रविचित्र व्यक्तिचित्रे, एकमेकांच्या शारीरिक व्यंगावरील विनोद... कांही काळ असले विनोद प्रेक्षक सहन करू शकतात. त्याचा अतिरेक आणि वारंवार प्रकटीकरण आनंद देत नाही. सोशल मीडियावर राजकारण, धार्मिक भावना, शोध बोध आणि विनोदाची रेलचेल असते. एकाच प्रकारच्या पोस्ट्स, एकांगी विचार आणि आपली मतं प्रेक्षकांवर थोपविण्याच्या अहमहिकेमुळे मनोरंजन, विरंगुळा ह्या गोष्टी मागं पडतात आणि त्याच त्या गोष्टीचा कंटाळा येऊन लागतो. मग या क्षेत्रांतून निखळ आनंद मिळण्याची अपेक्षा योग्य ठरत नाही. टीव्ही मालिका सुद्धा अति रंजित पद्धतीनं दाखविल्या जातात. शेकडो चॅनल्स प्रेक्षकांचं मनोरंजन करून त्यांना आनंद देण्याचा प्रयत्न करीत असतात पण TRP वर डोळा ठेऊनच. थोडक्यांत काय तर प्रसार माध्यमं आपणास दीर्घकाळ आनंद

देतीलच असं नाही. न्यूज चॅनल्स बद्दल न बोललेलचं बरं. दर्जेदार नाटके आणि सिनेमे प्रदर्शित होण्याची निरंतरता खूपच कमी झालेली आहे. मनोरंजनासाठी करावा लागणारा खर्च आणि त्यातून प्राप्त होणारा आनंद ह्याचं प्रमाण व्यस्त होऊ लागलं आहे.

कधी कधी असं वाटतं की आनंदाची परिभाषाच बदलली आहे कां? छोटया छोटया गोष्टीतून आनंद प्राप्त करण्याची सवय हळूहळू हातातून निसटतं चालली आहे काय? अलीकडं घरगुती आनंद हा व्यावसायिक वातावरणात शोधण्याचा प्रयत्न केल्या जातो, जागेचा अभाव, विभक्त कुटुंब, अती व्यस्ततेमुळे असेल कदाचित. पूर्वी पारंपारिक सण व इतर कार्यक्रमात कुटुंबातील सर्व घटकांचा सक्रिय सहभाग राहत असे. आताशा तसं होत नाही. जीव घेण्या स्पर्धेमुळे परीक्षेत पास होण्याचा आनंद की गुणानुक्रमे अव्वल न आल्याचे दुःख यात नेमकं काय मोठे हेच कळेनासं झालं आहे. थोडक्यांत अशा अनेक गोष्टींचा उहापोह करता येईल की जिथं आपण आनंद शोधण्याचा प्रयत्न करतो पण आपल्या पदरी निराशाच येते.

शेवटी प्रश्न उरतोच की आनंद म्हणजे नेमकं काय?, तो कसा मिळवायचा? एखादी व्यक्ती वारंवार भेटावीशी वाटणं, एखादी गोष्ट केल्याने वेगळीच अनुभूती प्राप्त होणं, कुणासाठी कांहीतरी चांगलं केल्यामुळं होणारी मनांची प्रसन्न अवस्था, सामाजिक क्षेत्रात जनमानसा साठी दिलेली निस्पृह सेवा, कुठलाही वैयक्तिक स्वार्थ न बाळगता केलेली कृती, परमेश्वराच्या चरणी भक्ती भावाने लीन होणं, आपणच ठरविलेल्या ध्येय प्राप्तीसाठी संपूर्ण समर्पण अशा अनेक गोष्टी पूर्णत्वास गेल्यावर मनांची जी तरल अवस्था होते त्याला आनंद म्हणता येईल कां? आनंद

किंवा त्याची व्याख्या,अर्थ परिभाषित करणं खूपच कठीण आहे कारण ती मानवी मनांची एक अवस्था आहे जिला शब्दरूप देणं अशक्यप्राय आहे. तो चेहऱ्यावर दिसतो, अश्रुंच्या रूपांत गालावर ओघळतो. आनंद ही अनुभूती आहे, तो स्वतःच अनुभवायचा असतो. खुल्या मनांनं त्याचं आदान प्रदान निश्चित करता येतं. कुठल्याही मूल्यमापन क्रियेचं आनंदावर आधिपत्य नसतं. एखादी कृती केल्यावर इतके ग्रॅम, इतके लिटर आनंद मिळतो असे त्याचं मूल्य मापन करता येणं शक्य नाही. आनंदी राहणं एक निरंतर प्रक्रिया आहे. व्यक्तीला आनंदी राहायचं असेल तर त्यासाठी सदैव प्रयत्नशील राहणे गरजेचं असतं. प्रत्येक व्यक्तीसाठी आनंदाच्या देवाण घेवाणीच्या प्रक्रिया भिन्न असतात. अर्थार्जन करण्यासाठी मनुष्य कांहीतरी नक्कीच करत असतो आणि त्यातून त्याला कर्तव्यपूर्तीचा आनंद मिळतो ही. पण आत्मिक आनंद प्राप्त करण्याची आस असेल तर त्याला कांहीतरी वेगळा मार्ग जोपासावा लागेल. जेंव्हा ध्येय, आवड आणि प्रामाणिक प्रयत्न यांची सांगड घातल्या जाते आणि संपूर्ण समर्पित झाल्यावर त्यातून यश, प्रसिद्धी आणि पैसा असे सर्व कांही प्राप्त होते तेंव्हाच लतादीदी, सचिन सारख्या व्यक्ती घडतात आणि जीवन सफल झालं असं वाटतं.

तुकोबा म्हणतात.. "आनंदाचे डोही आनंद तरंग". सर्वसामान्य व्यक्ती आनंदाचे तरंग उठण्याची वाट बघत बसतो. पण असे आनंदाचे तरंग उठण्यासाठी मूळ स्वरुपी तुमचे मन आणि पंचेंद्रिये "आनंदाचा डोह" व्हावयास हवेत. तेंव्हाच त्यावर आनंदाचे तरंग उठतील. आनंद ही त्या बक्षिसाची प्राप्ती आहे जी दुसऱ्याला स्वतः जवळचं कांहीतरी देऊनच प्राप्त होते. निसर्ग सौंदर्याचं अवलोकन करून जर मन आनंदित

होत असेल तर कुणीतरी तो निसर्ग टिकवून ठेवण्यासाठी केलेल्या प्रयत्नांमुळं. प्रवास पूर्ण करून गंतव्य स्थानावर मनुष्य पोहचतो आणि त्याला इच्छित हेतू साध्य झाल्याचा आनंद ही मिळतो. पण प्रवासामध्ये अनेक गोष्टी घडत असतात, अनेक लोक भेटत असतात, अनुभवसुद्धा गाठीशी बांधल्या जात असतो. जीवन तरी काय आहे, एक प्रवासच तर आहे. गंतव्यापर्यंत प्रत्येकालाच पोहचायचं आहे पण त्या आधीचा जो प्रदीर्घ प्रवास आहे, त्याचं काय? ते लाखो क्षण, तो प्रदीर्घ काळ किंवा तो प्रवास जर अपेक्षा विहीन राहिला तर जीवन प्रवास किती सुसह्य आणि सुखकर राहील. प्रवास करतांना बरोबरचे प्रवासी सामान जितके कमी तितका प्रवासात त्रास कमी. म्हणूनच संत महात्मे सांगतात की जीवन प्रवासात अहम्, लोभ, मोह, माया, मद, मत्सर, आपपरभाव, स्वार्थ, मनांची संकीर्णता या सारख्या वजनी वस्तू न बाळगल्यास प्रवास आनंददायी होईल. मला काय प्राप्त झालं यापेक्षा मी दुसऱ्याला काय देऊ शकेल ही भावना जोपासली तर जीवनातला खरा आनंद तुमच्या पासून कोणीही हिरावून घेऊ शकणार नाही. देता येणाऱ्या गोष्टींसाठी आर्थिक झळ पोहचते असे मुळीच नाही. निस्वार्थ प्रेम, आपुलकी, सेवा या सारख्या अनेक गोष्टी आपण निःशुल्क देऊ शकतो. भुकेलेल्या व्यक्तीला आपल्या घासातील एका घास देण्याची किमंत तुमच्यासाठी नगण्य असेल, तो घास त्याची भूक मिटवेल पण तुम्हाला लाखमोलाचा आनंद व समाधान देऊन जाईल. त्यागाची भावना मनुष्याला इतरांपेक्षा खूप उंचीवर नेऊन बसविते आणि स्वार्थ त्याग त्याला जगण्याचा परमोच्च आनंद देऊन जातो. बालकवी आपल्या कवितेच्या एका ओळीत आनंदी जीवनाचे रहस्य सांगून जातात... "आनंदी आनंद गडे, इकडे तिकडे चोहीकडे". आनंद आपल्या आजूबाजूला पसरलेला आहे आणि तोही

विपुल प्रमाणात, गरज आहे ती फक्त तो मिळवून लुटण्याची आणि इतरांवर उधळण्याची. आणि मग बघा आनंद लुटणारा आणि ज्यावर उधळल्या जाईल तो कसा परमानंदात न्हाऊन निघतो ते. थोडक्यांत काय तर "तुझे आहे तुजपाशी, परी तू जागा चुकलासी."

निर्जीव "वस्तु"तले सजीवपण

मनुष्य कितीही स्वतंत्र विचार सरणीचा, मनोवृत्तीचा असला तरी तो एकमेकांवर अवलंबून असतो. आपल्या भारतीय संस्कृतीमधे एकटेपणाच्या संभाव्य भावनेतून सुटका मिळण्यासाठी विवाह, कुटुंब व्यवस्था, समाज व्यवस्था आणि चिरकाल टिकणारी मैत्री असे संस्कार कालपरत्वे रुजत गेले व कायमस्वरूपी स्थिरावले. हळूहळू त्यांची इतकी सवय झाली आणि त्या गोष्टी इतक्या अंगवळणी पडत गेल्या की कालपरत्वे अनिवार्य झाल्या. एकांतवास हा फक्त ईश्वरप्राप्ती करिता आवश्यक असून स्वतःला मोहमाया आणि बंधनात गुरफटू न देता संन्यास घेणे ही धारणा कांही विशेष व्यक्तींच्या जीवनाचे अंतिम ध्येय होत गेले. पण सर्वसामान्य व्यक्ती असा खडतर प्रवास करू न शकल्यामुळे रूढी, परंपरा व नातीगोती यात गुंतत गेला. एकमेकांची गरज आणि एकमेकावर अवलंबून असणे हा त्याच्या जगण्याचा स्थायीभाव झाला. एकत्र कुटुंबपद्धतीमुळे कामाची विभागणी होत गेली आणि सर्वांनाच त्याचे फायदे मिळत गेले. पण एकत्र कुटुंब पद्धतीमुळे कुटुंब घटकांचे स्वातंत्र्य धोक्यात येऊ लागले. प्रत्येकाने आपल्या पद्धतीने जगावे ही

भावना मनांत घर करू लागली. विभक्त कुटुंब पद्धती डोके वर काढू लागली. उपजीविकेसाठी नवीन पिढीला मोठ्या शहरात जावे लागू लागले. “Nuclear Family” सारखे शब्दप्रयोग कानावर पडू लागले आणि ती काळाची गरज सुद्धा झाली. या प्रक्रियेने संबध विच्छेद जरी झाले नाहीत तरी स्वतंत्र राहणे ह्या विचाराला राजमान्यता मिळाली. परस्पर गरज ओळखून वागणे सुद्धा समजुतदारपणाचे लक्षण मानल्या जाऊ लागले.

माणसाला आवश्यक असणारी हाडामांसाची माणसे दुर्मिळ होऊ लागली. शेवटी फक्त नवरा आणि बायको ह्यांचे सोबत राहणे हेच अंतिम सत्य ठरू लागले. संत महात्म्यांनी प्रयत्नपूर्वक स्वीकारलेली एकांतवासाची परिकल्पना सर्व सामान्यांच्या जीवनात बळजोरीने थोपलेला एकांतवास ठरू लागली. जो पर्यंत हातापायात ताकत आहे तोपर्यंत अशाही जीवनात ज्येष्ठ व्यक्ती आनंद शोधू लागले. पण जसजसे वय वाढते तसतशी माणसांची गरज तीव्रतेने भासू लागते. अलीकडे बऱ्याच गोष्टीसाठी उपयुक्त अशी मनुष्य शक्ती सहज उपलब्ध असते. वेगवेगळ्या गरजांसाठी सेवा भावी संस्था निर्माण झाल्या. बऱ्याच सोयी आणि सुविधा पैशांनी विकत घेता येऊ लागल्या. आर्थिक बाजू बळकट नसलेल्या ज्येष्ठ जोडप्यांसाठी अशा सुविधा पैसा देऊन प्राप्त करणे दुर्लभ होते. वृध्दाश्रम किंवा तत्सम संस्था अशा व्यक्तींची गरज होऊ लागली, वृद्धाश्रमांची संख्या वाढू लागली. अलीकडे अशा संस्थांमधील सुविधा, आरोग्याची काळजी घेणे, करमणुकीची साधने इत्यादि सुधारू लागल्या. हळूहळू अशा संकल्पना पण स्थिरावू लागलेल्या दिसतात. प्रत्येक ज्येष्ठांच्या नशिबी अशी परिस्थिती येतेच असे नाही. पण ज्यांच्या नशिबी अशी परिस्थिती येते त्यांच्या जीवनात कांही गोष्टी अत्यंत महत्त्वाच्या

होऊन बसतात. अशा एकटेपणात त्या गोष्टींचे महत्त्व किती मौल्यवान ठरू शकते याचेच विवेचन सादर करण्याचे हे प्रयोजन.

सर्वप्रथम ज्येष्ठांच्या जीवनात अत्यंत उपयोगी असणारी शक्ती म्हणजे दृष्टी. वयोपरत्वे क्षीण होत जाणारी दृष्टी बऱ्याच अंशी दुरुस्त होण्यासाठी आवश्यक असतो तो चष्मा. अलीकडे मोतीबिंदू लवकर येतो आणि चष्म्याची गरज सुद्धा सक्रिय काळांत म्हणजे तरुणपणात भासू लागते. चष्मा लावून दृष्टी सुधारते, दृष्टिकोन नाही हे ही तितकेच खरे. दृष्टी सुधारल्याने आत्मविश्वास वाढतो. चष्मा कायम हाताशी ठेवल्या जातो. अंथरुणातून निवृत्त होतांना, स्नान करून आल्यावर, कुठे बाहेर जातांना चष्मा हातात लागावा म्हणून ज्येष्ठांना करावी लागणारी धडपड, ते थरथरणारे हात दृष्टीस पडले की चष्म्याची किंमत कळते. वयोमानानुसार स्मृती पण दगा देत असते. नक्की चष्मा कुठे ठेवला होता ते आठवत नाही. मनाची स्थिती डोलायमान झाली की समोरची वस्तू पण दिसत नाही. एकदा कां चष्मा डोळ्यावर लावला की सुधारित दृष्टीमुळे बऱ्याच गोष्टी सुस्पष्ट दिसू लागतात. तोपर्यंत सहचारिणी त्याच्या धडपडीला 'वेंधळेपणा' असे नामानिधान करून मोकळी झालेली असते. थोडक्यांत काय, चष्मा आणि त्याची उत्तर आयुष्यातली गरज मात्र सरत नाही. जरी चष्म्याला जीव नसला तरी तो ज्येष्ठ मंडळींसाठी एक सजीव आधारच आहे. एकदा तो डोळ्यावर स्थिरावला की त्याचा उपयोग सुरू होतो. चष्मा जर हाताशी नसला तर जीवन अंधारुन जाते. चष्मा कांही कारणाने हाताशी लागला नाही तर तो मिळविण्यासाठी करावी लागणारी धडपड मात्र अतिशय केविलवाणी असते. कर्णयंत्र देखील याच पठडीतले. नीट किंवा कमी ऐकू येणाऱ्या ज्येष्ठ मंडळी बरोबर साधलेल्या संवादातून खूप

विनोद निर्माण होतात. या दोन्ही गोष्टींच्या वापराने ज्येष्ठांचा आत्मविश्वास नक्कीच वाढतो.

"बुडत्याला काडीचा आधार" अशी म्हण आहे पण ज्येष्ठांच्या जीवनात तिला थोडीफार बदलावी लागेल, 'पडत्याला काठीचा आधार'. वृद्धापकाळी पडणे हा सर्वसामान्य प्रकार. स्नानगृह किंवा रस्त्यावर पडणे हे प्रसंगी जीवघेणे ठरू शकते. पडण्यामुळे डोक्याला दुखापत, अस्थिभंग, पाठीच्या कण्याला गंभीर दुखापत होऊ शकते. त्यामुळे वृद्ध व्यक्ती अंथरुणावर खिळून राहतात आणि त्यांचे दैनंदिन जीवन कष्टप्रद होऊन जाते. अशा दुर्घटनांपासून दूरच राहिलेले बरे आणि त्यासाठी खूप काळजी घेणे जरुरीचे होते. अशा परिस्थितीत वृद्धांच्या जीवनात काठी ही वस्तू अत्यंत आवश्यक. 'पाय मोकळे करून येणे' या प्रक्रियेसाठी काठी फारच जरुरी असते. जोपर्यंत ज्येष्ठ काठीच्या आधाराशिवाय चालू शकतात तोपर्यंत काठी बाळगणे लज्जास्पद वाटत असते. पण एका कालमर्यादेनंतर काठी ही वृद्धाची गरज होऊन जाते. घराजवळील बगीच्यात बाकावर हनुवटी काठीच्या शिरावर टेकवून आपल्या मित्रांची वाट पाहणारे वृद्ध दिसून येतात. एकदा मित्रांचा तो ठराविक जमगठ जमला की काठी हातापासून कांही काळ बाजूला होते. त्यात एखादा मित्र दिसला नाही तर "आहे की खपला" असे वृद्धांचे जीवघेणे विनोद सुद्धा होत राहतात. त्यावर तोंडाचे बोळके दाखवत (बोळके कसले हवा महालच तो) गडगडाटी हास्य पण ऐकू येते. अंधार होण्याआधी घरी जातांना मात्र "काठी"रुपी सखीची फिरून आठवण होते. ओळखीच्या रस्त्याने आणि काठीच्या आधाराने ते मित्र आपापल्या घरी पोहचत असतात. पूर्वी धनाढ्य व्यक्तींसाठी काठी एक 'Status Symbol' असायचा. काष्ठावर उत्तम कारागिरी केलेल्या, शिरावर वन्य प्राण्यांची

मुखे कोरलेल्या काठ्या ह्या खूप किमती असायच्या. गरजेप्रमाणे त्यांची किंमत कमी झाली पण उपयुक्तता आणि उद्देश मात्र आधार देणे हाच राहिला. रस्त्यांनी जातांना पाळीव प्राणी (अर्थात कुत्रे, गायी, म्हशी व बकऱ्या) हाकण्यासाठी किंवा त्यांच्यापासून बचाव होण्यासाठी सुद्धा काठीचा वापर केला जातो. सजीव व्यक्ती सोबत देण्यासाठी एकवेळ व्यस्ततेमुळे नाही म्हणणे सहज शक्य होऊ शकते पण निर्जीव काठी मात्र कधीच तुम्हाला नकार देत नाही. एकवेळ ती मोडेल पण शेवटपर्यंत साथ सोडणार नाही. दिवसभर कोपऱ्यात राहणारी पण गरजेला सदैव उपलब्ध असणारी निर्जीव काठी हा वृद्धांचा भक्कम आधारच नाही काय?

अलीकडच्या काळात भ्रमणध्वनी किंवा मोबाईल ही प्राणप्रिय वस्तू झालेली आहे. मोबाईलची गरज लहान थोरांसाठी किती मोठी आहे हे समजदार व्यक्तीस सांगणे न लगे. तळहातावर मोबाईल स्थिरावला की सर्व जग व जगांतील घडामोडी तुमच्या मुठीत कैद होतात. ज्येष्ठांना मोबाईलची गरज मात्र मर्यादित असते. बाहेर गावांतून किंवा विदेशातून येणारे फोन त्यांना आनंद देत असतात, आश्वस्त करत असतात. मुलाबाळांची, आप्तांची, स्नेही जनांची ख्याली खुशाली कळल्यावर त्यांच्या चेहऱ्यावरील आनंद व समाधान अवर्णनीय असते. अपेक्षित व ज्याची ते आतुरतेने वाट पाहत असलेले फोन आल्यावर त्यांचा दिवस समाधानात जातो. तो व ती फोन करणाऱ्याच्या आठवणीत तासनतास रमून जातात. जीव नसलेला मोबाईल त्यांचे जीवन उजळून जातो, त्यांना एक वेगळीच ऊर्जा देऊन जातो, त्यांच्या विचारांना गती आणि हालचालींना वेग देऊन जातो. निर्जीव मोबाईल त्यांच्या जीवाचा सखाच नाहीतर काय?

ज्येष्ठ मंडळींना फिरून आल्यावर किंवा अधिक हालचाली केल्यावर थकवा येणे साहजिकच. आता थकलो रे! असे शब्द प्रयोग दैनंदिन जीवनात वारंवार येऊ लागले म्हणजे आरामखुर्चीची आवश्यकता भासणारच. थकलेल्या शरीराला व मनांला आरामखुर्चीचा आधार खूप मोठा असतो. आरामखुर्चीवर आराम करतांना मनांत अनेक जुन्या पुराण्या गोष्टी रेंगाळू लागतात. जीवनात घडून गेलेल्या चांगल्या वाईट घटनांचा रवंथ करण्या साठी आरामखुर्चीसारखी कुठलीही जागा नाही. बऱ्याचदा विचारांचे काहूर मनांत गर्दी करतांना ज्येष्ठांचा तिथेच डोळा लागतो. रात्री बऱ्याच विवंचना डोक्यात असल्याने ज्यांना झोप लागत नाही ते या आरामखुर्ची वर काही काळ चिंतामुक्त होऊन निद्राधीन होऊ शकतात. आरामखुर्ची वर कांही काळ झालेला आराम निश्चितच गमावलेली ऊर्जा परत मिळवून देऊ शकतो. सक्रिय काळात 'आराम हराम है' ही उक्ती आपले स्वरूप बदलवत 'आराम जरुरी है' याकडे परिस्थितीनुसार झुकत असते. जीव नसलेली आरामखुर्ची वृद्धांना कसा जीव लाऊन जाते कळत सुद्धा नाही आणि ती त्यांच्या जीवनाचे अविभाज्य अंग होऊन राहते.

जीवनाच्या संध्याकाळी डोक्यावर स्वतःच्या मालकीचे छप्पर असावे ही प्रत्येकाने उरांत जपलेली भावना. स्वतःचे घर असणे ही गोष्ट उत्तर आयुष्यात खूप मोठा आधार देऊन जाते. खरंतर कुठलीही वास्तू रहिवासाठी माणसे मागत असते. राहते घर जर पूर्वापार चालत आलेले असेल तर त्यात पूर्वजांच्या आठवणी वास करत असतात. स्वकष्टार्जित वास्तू असेल तरी त्यात अनेक दशके आपलेच कुटुंबीय राहतात. अलीकडच्या काळात परिस्थितीनुसार त्या जवळच्या व्यक्तींचा रहिवास रोडावत जात असल्याचे दिसून येते. अर्थात त्याची कारणे भिन्न भिन्न असू

शकतात आणि प्रत्येक वेळी ती दुःखदायकच असतीलच असे नाही. ध्येयपूर्ततेसाठी, प्रगतीसाठी, आर्थिक स्थैर्य मिळवून देण्यासाठी कांही निर्णय घ्यावे लागतात, घेतले जातात. बऱ्याच वेळेस इच्छा असूनही एकत्र राहणे अशक्यप्राय होते आणि वयाने व अनुभवाने प्रगल्भता प्राप्त केलेल्या ज्येष्ठांना अशा फारशा प्रिय नसलेल्या एकांतवासाला सामोरे जावे लागते. तरीसुद्धा अशा आयुष्याला समाधानाची किनार मात्र नक्की असते. कितीही झाले तरी, मोठे घर, बंगला बांधावा म्हणून पूर्वायुष्यात केलेली धडपड, सोसलेली आर्थिक झळ आणि उत्तर आयुष्यात गरजेपेक्षा अतिशय मोठे वाटणारे घर हे सर्व मनांतल्या मनांतच घर करून राहते. मनांच्या भिंतीवर कोरलेल्या आठवणी आता आनंद देत नाहीत, उलटपक्षी कधीकधी त्या येऊच नये अशा भावना मनांत घर करू लागतात. याच वास्तूत जेंव्हा मुलं, मुली, आप्तेष्ट कुठल्यातरी कार्यक्रमाला जमतात तेंव्हा मात्र ज्येष्ठांचा आनंद गगनात मावत नाही. चार दिवस दिवाळी साजरी केल्या जाते. सर्व खोल्या धुवून पुसून स्वच्छ केल्या जातात, सगळ्या खोलीतले दिवे, पंखे सुरू होतात. पूर्ण वास्तू आनंदित होऊन जाते, पण कांही दिवसांसाठी. वास्तुपुरुष देखील त्या काळात आनंदाने 'तथास्तु' म्हणत असतो. आनंदाचे उधाण येते, पण परत पाहुण्यांची पाठ फिरताच जुनाच कित्ता गिरवला जातो. लहानग्यांचा किलबिलाट व आरड्याओरड्यामुळे जिवंत झालेली वास्तू त्यांच्या जाण्याने परत गंभीर होते. संवाद खुंटायला लागतो, हरवायला लागतो. संपर्काची साधने वाढली आहेत तरी संपर्कास मर्यादा आल्या आहेत. घडाघडा बोलायची इच्छा असून देखील संवादाला शब्द व ज्याच्याशी संवाद करायचा आहे त्याच व्यक्ती न मिळाल्याने वास्तू आताशा मुक्या होत आहेत. पण वास्तूची गरज आणि मोह सुटत नाही. भूक आणि गरजेपोटी मनुष्य हवालदिल

होतो हेच खरं. एक मात्र खरं की वास्तुशी असलेले ऋणानुबंध, त्यात अनुभवलेले अविस्मरणीय क्षण सारखे मनांच्या हिंदोळ्याला झुलवित राहतात. अंधार सावल्या पडल्यावर घरात वाट पाहणारी बायको आणि घराची ओढ मात्र मनांची आतुरता वाढवीत राहतात. सूर्याच्या साक्षीने व्यतीत केलेला दिवस पूर्ण होतो. दोन घास पोटात कसेबसे ढकलून उद्याच्या वेड्या आशेवर झोप यावी म्हणून पलंगावर वारंवार कड बदलताना प्रेमळ वास्तू त्यांना केंव्हा कुशीत घेऊन निद्रादेवीच्या आधीन करते हे त्यांनासुद्धा कळत नाही. निर्जीव वास्तूचे सजीवपण अनुभवतांना डोळ्यांच्या कडा हळूच ओलाऊन जातात.

आरसा हे वास्तवाचे दर्शन घडवून आणणारे साधन. सौंदर्य प्रसाधन नीट झाले वा नाही हे आरशांत स्पष्ट दिसून येते. स्त्री व पुरुष दोघांनाही समान उपयोगाचा असलेला आरसा ज्येष्ठांना सुद्धा तितकाच आवश्यक. पण ज्येष्ठांसाठी याची उपयुक्तता जरा वेगळी असते. आरसा सत्य सांगतो आणि माणसाचा चेहरा स्वतःलाच त्याही पलीकडचे सत्य सांगून जातो. वैद्यकीय शास्त्रानुसार शरीरात कुठेही दुःख असेल तर ते चेहऱ्यावर दिसतेच. मनांतील वेदना चेहऱ्यावर उमटतातच. तरुणपणी आरशाची गरज वारंवार भासत असते. ज्येष्ठांना त्याची गरज तितक्या तीव्रतेने भासत नाही. आरसा वय लपवत नाही. ज्येष्ठांच्या संदर्भात ते किती जगले आहेत हे तर तो त्यांच्या स्वतःच्या प्रतिमेत स्पष्ट दाखवीत असतो. बऱ्याच वेळा आरसा पाहणाऱ्याच्या गत आयुष्याचा वृत्तान्त एखाद्या चित्र फिती सारखा दाखवत असतो. जीवनातील स्थित्यंतरे जर सुखद असतील तर वारंवार आरशा समोर जायला भय वाटत नाही. जीवनाचं गणित जर चुकले असेल तर मात्र आरशातल्या स्वतःच्याच प्रतिमेला सामोरे जायची सुद्धा भीती वाटू लागते. आरशातील प्रतिमा स्वतःचीच आहे किंवा नाही

असा संभ्रम जेंव्हा पडतो तेंव्हा कांहीतरी खूपच बिनसले आहे याचा साक्षात्कार होतो. आरशाचा जिवंतपणा हाच की तो त्यात डोकावून पाहणाऱ्या व्यक्तीला इच्छा असो व नसो सत्याला सामोरे जाण्याची प्रेरणा देत असतो. आरसा कधी हवा हवासा वाटतो तर कधी नकोसा वाटत असतो पण त्याच्यातील जिवंतपणा हा सर्वस्वी पाहणाऱ्याच्या मनांच्या निरामयतेवर अवलंबून असतो. आरशाची कांच पुसण्याआधी आपल्या मनांची कांच स्वच्छ पुसून त्याला सामोरे जाणे आवश्यक नाही कां?

ज्येष्ठ मंडळींच्या सहवासात असणाऱ्या कित्येक निर्जीव गोष्टींचा उल्लेख/उहापोह लेखाच्या विस्तारभयास्तव करता आलेला नाही आणि तो वाचकाच्या कल्पना शक्तीला चालना देण्यासाठी/वाव देण्यासाठी सोडलेला आहे. कालपरत्वे बाद झालेला पत्राचार, अंगणात धूळ खातं पडलेले द्विचक्र वाहन, स्वतः लावलेली पण आता दुर्लक्षित असलेली फुलबाग, खुशालीच्या बातमीची आतुरतेने वाट पाहणारी पत्रपेटी, त्याच्या शेजारीच असणारी स्वतःच्या नावाची हौसेने रंगविलेली पण आता रंग उडालेली पाटी, कपाटामध्ये ठेवलेले फोटो अल्बम, स्वतःच्या तब्येती सारखीच कुरकुर करणारा सीलिंग फॅन, आता माझ्या बदलण्याची वेळ आली आहे असे ओरडुन ओरडुन सांगणारा टीव्ही सेट, घरातले फर्निचर अशी कित्येक उदाहरणे आहेत की त्यांना जीव नसतांना ज्येष्ठांना ते सक्रिय आणि जिवंतपणे सहकार्य करीत असतात. त्यांचे महत्त्व आणि उपयुक्तता नाकारता येत नाही.

ज्येष्ठ, वृद्ध यांच्या जीवनात घराच्या चार भिंतीत असणाऱ्या अनेक वस्तू जरी निर्जीव असल्या तरी त्यांचा जिवंतपणा प्रत्येक जण अनुभवत असतो. अनेक वस्तू त्यांना आधार देत आपली उपयुक्तता

निश्चित सिध्द करीत असतात. त्या वस्तू त्याच्याशी मुक संवाद साधत असतात. अशा वस्तूत राग, लोभ, मद, मत्सर, स्वार्थ इत्यादि गोष्टींचा ठाव ठिकाणा नसल्याने व त्यांची नितांत गरज भासत असल्याने त्या गोष्टी त्यांच्या जीवनाचे अविभाज्य अंग होऊन जातात. जीर्ण होत चाललेली आपुलकी, आटत चाललेले प्रेम, अपेक्षा असूनही प्राप्त न होणारा सहवास, कांहीतरी हातातून हळूहळू पण निश्चितपणे निसटत जाते आहे ही पराजयाची भावना, आता आपल्याला अशाच परिस्थितीत जगावे लागेल हा न्यूनगंड असे संमिश्र भाव घेऊन जगणारे अनेक ज्येष्ठ दिसून येतात. आपल्या जवळ जे आहे त्यात आनंद मिळविण्याची केविलवाणी धडपड करीत असतात आणि त्यातच सामावतो तो निर्जीव 'वस्तू'तले सजीवपण शोधण्याचा दुबळा प्रयत्न किंवा मानलेला आनंद. शेवटी सुख हे मानण्यावरच असते हे त्रिकालाबाधित सत्य.

गेले ते दिन गेले

अलिकडच्या काळांत मनुष्य अगदी यंत्रवत वागत असतो, यांत्रिक युगांत प्रवेश झाला म्हणून असेल कदाचित. बरीच कामे आपली बोटे की-बोर्डवर फिरवायची देर की कांही सेकंदात होतात. पैसे काढणे, दुसऱ्याला पैसे पाठविणे, रेल्वे, विमान इत्यादि आरक्षणे, वीज पाण्याची बिले भरणे, एव्हढेच काय तर इन्कम टॅक्स रिटर्न, प्रॉपर्टी टॅक्स सारखी कामे संगणकाद्वारे चुटकी सरशी होतात. गरज असते ती केवळ तंत्रज्ञान माहिती असण्याची. कुठेही मानवी हस्तक्षेप नाही. संगणकाला योग्य त्या आज्ञा दिल्या की आपले काम होणार म्हणजे होणार. अर्थात मूळ माहिती चुकीची भरली की त्या चुकांची फळे पण स्वतःलाच भोगावी लागणार. थोडक्यांत काय तर मानवी व्यवहार आता दैंनंदिन जीवनात हळू हळू लोप पावत आहेत. लोकांच्या भेटी गाठी सुद्धा कमी होत आहेत. बऱ्यांच गोष्टी करताना आपणास घराच्या बाहेर पाय सुद्धा टाकावा लागत नाही आणि घरात सुद्धा वावरणारे दोघेच, नवरा आणि बायको. नातेवाईकांची भेट सुद्धा केवळ कार्य प्रसंगीच होणार. एकमेकांकडे येणे जाणे देखील कमी झाले आहे. पण या सर्व प्रकाराने कांही गोष्टींचा उगम झाला आहे

त्या म्हणजे स्नेहमिलन कार्यक्रम, अनेक प्रकारची मंडळे, मासिक सभा, वाढदिवस (वैयक्तिक व लग्नाचे), लग्न, मौंजी सारखे कार्यक्रम व हाताशी पैसा खेळता असल्याने सहली, फॉरेन टूर्स तसेच वर दर्शविलेल्या कार्यक्रमांवर बराच खर्च होत असल्याचे आढळून येते. यावरून प्रकर्षाने जाणवते की एका बाजूला यांत्रिक गोष्टींनी मानवी हस्तक्षेप कमी झाला असला तरी माणसाची परस्पर भेटीची, संबंधाची गरज मात्र कायम आहे. तो या न त्या कारणाने एकमेकास भेटायची कारणे शोधत असतो. जुन्या काळी फुगेवाल्याकडे काकडी नावाचा प्रकार विकत मिळत असे. त्याला वर एक मोठा फुगा लावलेला असायचा. लहान मुलं त्याच्या सोबत थोडा वेळ खेळायची. कांही वेळाने त्यातली हवा कमी झाली की तो फुगा कुठेतरी कोपऱ्यात लोळत पडायचा. त्या लोळत पडलेल्या काकडीत अधेमधे हवा असायची. तिचा एका टोकावरील फुगीर भाग दाबून धरला की ती काकडी दुसरीकडे फुगायची. माणसाचे तसेच झाले आहे त्याच्या इच्छा, आकांक्षा, आवडी एकीकडे पुऱ्या होत नसतील तर तो ती भूक भागवण्यासाठी दुसरीकडे कारणे शोधत जातो. म्हणूनच लग्न, मौंज, वाढदिवस, मंडळ, सामाजिक कार्यातील रुची या वाढीस लागलेल्या दिसतात. याचे मूळ कारण म्हणजे माणूस हा समाजात वावरणारा प्राणी आहे. त्याची गरज आहे तो परस्पर भेटीची, एकमेकाशी गप्पा मारण्याची, परस्पर संबद्ध जोडायची आणि टिकवायची आणि असे करण्याच्या नादांत त्यासाठी लागणारी किंमत दुय्यम ठरते. कोरोना संसर्गामुळे माणसाच्या परस्पर संबध ठेवण्यावर बंधने नक्कीच होती. माणसाच्या सामाजिक जीवनातील जवळपास तीन वर्षे वाया गेली. या काळांत मनुष्यहानी, आर्थिक हानी तर झालीच पण सर्वात महत्त्वाचे म्हणजे माणसाचा माणसाशी संपर्क तुटला. कोरोना गेल्यावर सुद्धा त्याचे

दूरोगामी परिणाम मानवी जीवनावर दिसून येत आहेत. हळू हळू माणूस त्या भयाच्या सावटातून बाहेर पडतो आहे.

नातेवाईक, शेजारी पाजारी, नगरातील माणसे, दैनंदिन व्यवहारात भेटणारी माणसे, टीव्ही, चित्रपट, रंगमंच इत्यादि अनेक माध्यमातून माणसाला माणसाचा दर्शनलाभ होत असतो. कांही माणसे आपल्याला प्रथम भेटीतच आवडतात किंवा आवडत नाहीत. कांही लोकांना परत भेटावे असे वाटते अगदी पुरेसा संपर्क झालेला नसतांना देखील. आपल्यावर त्यांची वागण्या बोलण्याची पद्धत, व्यक्तिमत्त्व, संवादकौशल्य अशा बऱ्याच गोष्टी उगाचच छाप पाडून जातात. भविष्यात मात्र चांगल्या वाईट अनुभवावर असे संबध टिकून राहू शकतात.

पण... हा पण जीवघेणा. अलीकडे काम असेल तरच भेटीगाठी घेण्याची प्रवृत्ती वाढत आहे. हेतू पुरस्सर भेटणे हा मानवी स्वभावाचा स्थायीभाव झालेला आहे. ह्याचे मुख्य कारण म्हणजे एकमेकांवर अवलंबून राहण्याची आता गरज राहिलेली नाही. पूर्वी आप्तेष्ट आणि ओळखीची कुटुंबे हे सर्व मिळून लग्नकार्य जणू कांही आपल्याच घरचे कार्य आहे असे समजून पार पाडायचे. आता मात्र तसे नाही. सर्व गोष्टींसाठी निरनिराळे मार्ग उपलब्ध आहेत. गरज आहे ती पैसे देऊन त्या गोष्टी विकत घेण्याची. लग्नातील रुखवत हा प्रकार वधू आणि तिचे जवळचे लोक स्वतःचे कलागुण सर्वांसमोर सादर करता यावेत म्हणून महिनो न् महिने आधी केल्या जात होता. आता रुखवता सारख्या गोष्टी दुकानात विकत मिळतात. पुरणपोळी सारखे घरगुती खाद्यपदार्थ तयार करण्यासाठी कौशल्य लागायचे. अलीकडे पुरणपोळीच काय तर चटण्या, लोणची, पापड, कुरडया, सांडगे, भरलेल्या मिरच्या इत्यादि खाद्यपदार्थ

आकर्षक पॅकिंगमधे शेल्फवर खुणावत असतात. तूर्तास वेळ नाही ही संज्ञा फार प्रचलित झाली आहे आणि इच्छा झाली की दुकानात जाऊन हवा तो पदार्थ मिळण्याची सोय झाली आहे. या गोष्टींचा फार दूरवरचा परिणाम म्हणजे पारंपरिक पदार्थांचे पाककौशल्य हळू हळू नामशेष होईल की काय? अशी भीती वाटू लागली आहे.

जुन्या काळी म्हणजे सुमारे वीस पंचवीस वर्षांपूर्वी वर्षाचे धान्य, लोणची, पापड वगैरे करून ठेवायची पद्धत होती. ते वर्षभर टिकावे म्हणूनसुद्धा विशिष्ठ प्रक्रियेचा अवलंब करावा लागत असे. अशा गोष्टी जपून ठेवण्यासाठी जागाही खूप मोठी लागत असे. अलीकडे वेळ नाही, जागा नाही अशा सबबींमुळे वर्षभराची साठवण करणे हा प्रकार जवळ जवळ नामशेष झाला आहे. थोडक्यांत काय जे घरी व्हायचे, चार पैसे वाचायचे ते बंद झाले. आपल्यावतीने ते काम कोणी तरी दुसरेच करतात व त्यावर नफा कमावतात. धान्य निवडून पाखडून दळून आणणे हे सुद्धा फारच कमी झाले. त्याऐवजी रेडीमेड कणीक, डाळींची पिठे, मेतकूट, भाजण्या अशा अनेक गोष्टी मॉलच्या शेल्फवर दिसतात. घरी कांही करण्याची गरज नाही. असे खाद्यपदार्थ टिकून रहावे यासाठी preservatives चा वापर सुद्धा वाढला आहे. त्याचे शरीरावर होणारे दुष्परिणाम नाकारता येत नाहीत. आणखी एक मोठा बदल म्हणजे "घरपोच सेवा". कांहीही फोनवर ऑर्डर करा आणि ते आपल्याला ताबडतोब उपलब्ध होते. खाण्याचे पदार्थ, किराणा, औषधे आणि काही विशिष्ठ शहरात मद्य देखील घरपोच मिळते. माफक सेवा शुल्क, एक फोन कॉल आणि वस्तू घरी. बाहेर जाण्याची गरज नाही, घरी कष्ट करायची आवश्यकता नाही. त्यात वस्तू बदलून घेण्याची सोय पण उपलब्ध. पूर्वी दारावर वस्तू, पदार्थ विकणारे यायचे.. दही,

दूध, भाज्या, फळे, तूप इत्यादि गोष्टी दारावर विकल्या जायच्या. त्याच्या विशिष्ट प्रकारच्या आरोळ्या असायच्या. त्या आता लुप्त झाल्या आहेत. सतरंज्या, चादरी, साड्या अगदी carpets सुद्धा दारावर विकायला यायचे. अशा फेरीवाल्या विक्रेत्यांसोबत भाव करण्यात एक वेगळेच कौशल्य आणि समाधान लाभत असे. प्रत्येक विक्रेत्याची एक ठराविक वेशभूषा, बोलण्याची एक विशेष लकब असायची. Carpets, साड्या, चादरी यांचे विक्रेते तर वेगवेगळ्या राज्यातून सुद्धा यायचे. खाण्याच्या पदार्थांच्या चवीला स्वच्छतेपेक्षा निश्चित जास्त गुण दिल्या जायचे. वस्तू विकणाऱ्याच्या चेहऱ्यावर स्वस्तांत वस्तू विकाव्या लागणारे नैराश्य आणि खरीददाराच्या चेहऱ्यावर स्वस्तात वस्तू मिळाली हा आनंद दिसू येत असे. अर्थात दोघेही आपापल्या परीने संयत अभिनय करत असायचे. आता गणवेशातील तरुण दरवाज्यावर येतो, मोडके तोडके इंग्रजी बोलतो, वस्तू देतो आणि निमूटपणे निघून जातो. अतिशय कमी संभाषण जणूकांही संभाषणाचे वेगळे पैसे द्यावे लागतील की काय हे भय. जुन्या काळांत भाव करतांना आवश्यक होती ती पराकोटीची हुज्जत. अगदी हमरीतुमरी वर गोष्टी जाणे सहज शक्य असायचे. अलीकडच्या status ला ते शोभून दिसणार नाही.

पूर्वी हॉटेल संस्कृती ही महानगरापर्यंत मर्यादित होती. आता ती सर्वदूर दिसून येते. हॉटेलमध्ये कांही खाणे फक्त प्रवासात असे पावेतो मर्यादित होते. आता ती काळाची गरज झाली आहे. पूर्वी हॉटेल मधे कोणी कोणाला कांही खाताना पहिले की याला घरी खायला मिळत नाही काय? असे प्रश्नार्थक भाव चेहऱ्यावर दिसायचे. आता हॉटेलमध्ये भेटल्यास टेबल जोडून सर्वच आनंदात खायला बसतात. शनिवार, रविवार बाहेर खाण्याचे वार झालेले आहेत, बाकी दिवशी हा प्रकार ऐच्छिक. हॉटेल

मध्ये टिप देणे अत्यावश्यक. दिलेल्या टिपमधे एखादा व्यक्ती पोटभर जेवू शकेल इतकी मोठी टिप. एका हॉटेलिंग मधे एका कुटुंबाचा महिन्याचा किराणा खर्च निघू शकेल इतका आर्थिक व्यय होतो. पण घेणारा त्यातून सुद्धा आनंद विकत घेतो, हेच खरे. लग्न कार्यातील प्रीती भोज किंवा रिसेप्शन हा प्रकार म्हणजे आर्थिक उधळपट्टीचा कळस. दरडोई एक मोठी रक्कम देणे आणि त्याचा मोबदला म्हणून निरनिराळ्या स्टॉल्स वर भिन्न भिन्न पदार्थ अद्यावत सजावटीसह खाण्यास उपलब्ध करून देणे. इथे सुद्धा चवीपेक्षा इतर झगमगाटाला जास्त महत्त्व. हा एक इच्छा भोजाचा अद्यावत प्रकार. उपलब्ध स्टॉल्स्, खाद्यपदार्थ आणि भूक यांचे प्रमाण नेहमीच व्यस्त. एकावेळी एक व्यक्ती इतके पदार्थ पोटात रिचवू शकत नाही ही वास्तविकता. खाल्ल्यासारखे करणे आणि चेहऱ्यावर सातत्याने व्यावसायिक आनंद बाळगणे ही तारांबळ बघतांना वेगळीच गंमत येते. अशा कार्यात न परवडणाऱ्या भेटवस्तू देणे आणि त्याच तत्परतेने रिटर्न गिफ्टस् घेणे हा प्रकारसुद्धा चांगलाच रुळला आहे. पूर्ण कार्यक्रम हा करारावर दिला असल्याने कोणाचीच परीट घडी मोडत नाही. पण आयोजकांची आर्थिक घडी मात्र विस्कटून जाते हे निश्चित. अलीकडे असे कार्यक्रम मोठ्या मनांची साक्ष देत equal sharing basis वर घडून येतात असे विश्वसनीय वृत्तावरून कळते. म्हणजे दोन्हीही पक्ष उधळमारी करायला मोकळे. असो कालाय तस्मै नमः पूर्वी लग्न कार्यात गांव जेवण घडत असे. चुलीला आमंत्रण हा प्रकार रूढ होता. गावांतील स्त्रिया पोळपाट लाटणे घेऊन कार्यक्रमात हजर असायच्या. गावकऱ्यांचा या न त्या कारणाने कार्यक्रमात सहभाग असायचा. बोलावणे करण्यात भेदभाव नसायचा. आता गावांतील प्रतिष्ठित पण ओळखीच्या लोकांनाच आमंत्रण असते. पूर्वी सामूहिक सहभाग असलेले वैयक्तिक कार्य

असायचे आता तो एक वैयक्तिक प्रतिष्ठेचा भाग झाला आहे. सामाजिक बांधिलकी जपण्यासाठी जरी असे करणे आवश्यक असेल तरी त्यावर अनावश्यक खर्च होतो आहे हे निश्चित.

समाज व्यवस्थेचा घटक म्हणून टिकून राहणे, एकमेकांची गरज असणे, एकमेकाशी संबंध टिकवून ठेवणे हा माणसाचा स्थायीभाव आहे. काळ बदलेल, रीती भाति बदलतील, आवडी निवडी बदलतील, पद्धती बदलतील, आनंद देण्याच्या व मिळविण्याच्या व्याख्या बदलतील पण माणूस आणि माणसांची गरज अबाधित राहील. यश, श्रीमंती, प्रावीण्य आणि स्वतःचे वेगळेपण ह्याचे वर्णन दुसऱ्याकडून ऐकण्यातच जोपर्यंत अविस्मरणीय आनंद मिळत राहील तोपर्यंत यात बदल होणे अशक्य आहे. यात लहान थोर हा भेदभाव नसणार.

निर्णय (क्षमता)

गुंता सोडविण्यासाठी माणसाला पराकोटीचा संयम लागतो. कधी कधी असं वाटत की आता गुंता सुटला, मात्र धागे दोरे अधिकच गुंतत जातात. तरी पण जेंव्हा व्यक्ती विचारांच्या गुंत्यात गुंतत जातो तेंव्हा मात्र त्याची स्थिती वेड्यांसारखी होत जाते. जेंव्हा मनांत आलेल्या विचारांचा थेट परिणाम स्वतःच्या भावनिक, व्यावहारिक, आत्मिक जीवनावर होत असेल तोपर्यंत ठीक आहे. पण असा विचारांचा गुंता सोडविण्यात दुसऱ्याचे हित किंवा अहित लपलेले असेल तेंव्हा मात्र असला त्रासदायक व संयमाची परीक्षा पाहणारा गुंता सोडविणे फारच कष्टप्रद होत जाते. ज्या क्षणी असा विचारांचा गुंता सुटतो त्यानंतर मात्र आणखी एका मोठ्या आव्हानाला तोंड द्यायचे असते. गुंतागुंतीची परिस्थिती सोडविल्या नंतर त्याला घ्यावा लागतो तो निर्णय आणि निर्णय घेणे हे गुंता सोडविण्यापेक्षाही क्लिष्ट. योग्य निर्णय व्यक्तीला यशाकडे घेऊन जातो किंवा प्रत्येक निर्णय घेतल्याने यश मिळेलच असेही नाही. यश नेहमीच व्यक्तीला खुणावत असते तर अपयश वेडावत असते. यश-अपयश, लाभ-हानि या नाण्यांच्या दोन बाजू. एकदा नाणे वर उडविले की ते कोणत्या बाजूला पडेल सांगता

येत नाही. नाणे उडविणे म्हणजे प्रयत्न करणे पण त्याचा कौल आपल्या बाजूने लागेलच असे आवश्यक नाही. म्हणून नाणेफेक करूच नाही काय? क्रिकेट खेळांमधे नाणेफेकीचा कौल किती महत्त्वाचा ठरू शकतो हे वेगळे सांगायला नको. नाणेफेक जिंकली की बरेच सामने जिंकले जातात. अर्थात खेळल्या जाणाऱ्या खेळांत उत्तम खेळल्यास ते शक्य होते. जीवनाचा खेळ सुद्धा तसाच आहे. महत्त्वाच्या प्रसंगी किंवा परिस्थितीत तुम्ही घेतलेले निर्णयच तुम्हाला यशो शिखराकडे नेण्यास कारणीभूत ठरू शकतात. निर्णय घेतांना पराकोटीचे आकलन, निरीक्षण, बुद्धीकौशल्य, भूतकाळांचा आढावा या सारख्या अनेक बाबी लक्षांत घेणे जरुरीचे तर असतेच पण प्रसंगी जिकिरीचे पण ठरू शकते. कांही निर्णय चुकून चालत नाहीत. गंमत बघा, वर्तमान काळात घेतलेल्या निर्णयाचे यशापयश व्यक्तीला लगेच दृष्टी क्षेपात येत नाही. बऱ्याच वेळी जीवनाला जुगार म्हटल्या जाते. जुगारात डाव जिंकणे ह्याला निश्चित कालमर्यादा असते. पण वास्तविक जीवनात तसे होत नाही. इथेही डाव मांडला जातो पण तो चूक की बरोबर हे समजण्यासाठी काळ जाऊ द्यावा लागतो. मुलामुलींचे शिक्षणक्षेत्र निवडतांना, मुलीसाठी स्थळ शोधतांना, कुटुंबातील सदस्यांच्या आजारपणात केलेली हॉस्पिटलची निवड अशा अनेक गोष्टींच्या बाबतीत घेतलेले निर्णय चुकले तर कायमस्वरूपी खंत लागून राहू शकते. अशी खंत अपयशापेक्षाही मोठी ठरू शकते. पण निर्णय चुकतील या भयाने निर्णय न घेणे हे तर जास्त घातक. समुद्रात शिडा शिवाय जशी नाव भटकू शकते तसेच निर्णय न घेण्याचे दुष्परिणाम होऊ शकतात. याच बाबतीत आणखी एक गोष्ट लक्षणीय आहे ती म्हणजे स्वतः निर्णय न घेणे व दुसऱ्यास सुद्धा निर्णय घेऊ न देणे. याचे दुष्परिणाम तर महाभयंकर. एखादी व्यक्ती एखादी गोष्ट योग्यरीत्या

करूच शकणार नाही अशा विश्वासाने निर्णय घेणे सुद्धा चूकच. स्वतः संधीची वाट पाहणारे जेंव्हा दुसऱ्यास संधी देत नाहीत हे सुद्धा एक अजब कोडे. याउलट दुसऱ्याच्या निर्णयक्षमतेवर स्वार होऊन त्याची निर्णयक्षमता क्षीण करणे यासारखे मोठे पाप नाही. बऱ्याच व्यक्तींमधे हा दोष दिसून येतो. "तू तुझा निर्णय घे बाबा" असं म्हणून नामानिराळे होणारे व्यक्ती स्वतःच्या जीवनात खूप कांही मिळवू शकतात असे दिसून येत नाही. अती प्रेमापोटी मुलांना पाठीशी घालणारे पालक त्यांना अकार्यक्षम बनवितात. सर्व परिस्थितीत जागरूक राहणारा, आनंदाने जगणारा तसेच पूर्वग्रह दूषित मनोवृत्ती नसलेला आणि दुसऱ्याचे नेहमीच भले चिंतणारा व्यक्तीचं योग्यतेकडे जाणारे निर्णय घेऊ शकतो. एकदा घेतलेला निर्णय चुकीचा ठरला तर तो दुरुस्त करण्याची संधी मिळू शकते. पण निर्णय चुकेल या भीतीने निर्णय न घेणे यासारखी मोठी चूक नाही. वरील चर्वी चरणाला किती महत्त्व द्यायचे हा निर्णय सर्वस्वी तुमचा.

सगुण निर्गुण दोन्ही विलक्षण

तो देवघरातील विठू माऊलीच्या तसबिरीकडे एकटक बघत होता. निरीक्षण करता करता किती वेळ निघून गेला असेल हे त्याचे त्यालाच माहीत. एका छोटेखानी मूर्तीच्या दर्शनाने भाविकांना विठ्ठलाचे वेड कां बरे लागत असेल?.. प्रश्न म्हणावा तर अगदी सोपा, नाहीतर अनाकलनीय. संत महात्म्यांनी विठू माऊलीचे कितीतरी प्रकारे वर्णन केले आहे. जनाबाईने त्याला लेकुरवाळा म्हटले तर "विठ्या विठ्या मूळ मायेच्या कारट्या" म्हणावयास देखील कमी केले नाही. लहानग्या नाम्याने तर त्याने प्रसाद भक्षण करावा म्हणून लाडिक हट्ट धरला, एकनाथाकडे त्याने पाण्याच्या कावडी वाहिल्या. ज्ञानेश्वर, तुकाराम आणि वेगवेगळ्या जाती धर्मातील महापुरुषांनी तर आपल्या अभंगवाणीने जनमानसाच्या दृष्टीत त्याला वेगळ्याच उंचीवर नेऊन बसविले. त्यांची वाणी विठाईचे कौतुक करायला कधीच थकली नाही. विठूमाउली संत महात्म्यांना इतकी जवळची वाटते की त्याला एकेरी संबोधताना सुद्धा त्यांची जीभ कधी अडखळली नाही. त्याच्याशी आपुलकी आणि अधिकाराने आणाभाका आणि साकडे घालायला तो भक्त मंडळीला आपलाच वाटतो. कोणी

परमेश्वराच्या इतका जवळ कसा काय जाऊ शकतो? खरंच परमेश्वराची लीला अगाध आहे. त्याचे गुण वर्णन करण्यासाठी शब्दसंपदा अपुरी पडते. मग एकाएकी जाणीव होते की परमेश्वराचे खरे रूप नक्की कसे असेल. त्याला आपण अनेक रूपांत बघत असतो. हिरण्यकशपुचा कर्दनकाळ म्हणून भयावह नरसिंह, याचकाच्या रूपात तो वामन, पित्याची आज्ञा शिरसावंद्य मानणारा परशुराम, सावत्र आईच्या इच्छेनुसार चौदा वर्षे वनवास भोगणारा श्रीराम, युद्धक्षेत्री किंकर्तव्यमुढ अर्जुनाला गीतोपदेश करणारा श्रीकृष्ण.. एक ना अनेक, वेगवेगळ्या रूपांत त्याने भक्तांच्या मनांत आपले रूप कायमस्वरूपी कोरुन ठेवले आहे, कधी कर्तव्य कठोर तर कधी जीवाची घालमेल शमविणारे, कधी रौद्र तर कधी प्रेमळ. तरी प्रश्न अनुत्तरितच राहतो की तो खरोखरी कसा असेल. प्रत्येकजण जशी कल्पना करतो तसा तो दिसतो. आपल्या कल्पनाविलासात जर तो इतका मनमोहक असेल तर खरोखरी तो कसा असेल? आणि तो नुसता कल्पनाविलासच असेल तर? मनांत आलेल्या नुसत्या आगंतुक विचारानेच त्याचे सर्वांग थरारून उठले. ईश्वराचे अस्तित्वच अमान्य करणारा तो क्षण अनुभवून त्याच्या मनांत अपराधी भावना निर्माण झाली. त्याने विठू माऊलीची मनोमन क्षमा मागितली.

ईश्वर खरोखरी कसा असेल? या एका प्रश्नाने त्याच्या मनांत विचारांचे काहूर उठले होते. त्याने परत विठाईच्या छायाचित्राकडे नजर खिळवली. कांही क्षणांतच त्याच्या जीवाची घालमेल काहीशी कमी झाली. कुठून तरी दुरून त्याच्या कानात संत ज्ञानेश्वराचा अभंग घुमू लागला.. "सगुण निर्गुण दोन्ही विलक्षण". तो नाद, आवाज, स्वर त्याच्या पंचेंद्रियाचा ताबा घेत आहे, ह्याची त्याला जाणीव झाली. त्याचे देहभान हळू हळू हरपू लागले. ज्ञानियाने शेकडो वर्षापूवी जे लिहून ठेवले, त्याचा अर्थ त्याला

अनाहूतपणे कळू लागला. संत ज्ञानेश्वरांनी इतक्या कमी शब्दांत ईश्वराच्या अस्तित्वाची व त्याच्या स्वरूपाची मीमांसा केली आहे की ऐकणाऱ्याच्या किंवा वाचणाऱ्याच्या मन:पटलावरील अज्ञानाचा अंधकार दूर होऊ लागतो. अभंगातील प्रत्येक शब्दावर जरी विवेचन किंवा विश्लेषण करायचे म्हटले तरी ग्रंथ तयार होईल. पंचप्राण ओतून ज्ञानोबाने हा अभंग लिहिला आहे. अभंगातील शब्दांच्या गाभाऱ्यात साक्षात सरस्वती देवी विराजमान आहे. सामान्य व्यवहारात अभंगातील शब्द प्रत्येकजण सहज वापरत असतो. पण ज्ञानेश्वरांनी त्याच शब्दसुमनांची गुंफण इतकी सहज सुंदर केलेली आहे की प्रत्येक शब्दसुमन सुईच्या स्पर्शा विरहित राहिले आहे. त्या शब्दसुमनांचे सौंदर्य, सुगंध व लवचिकता अबाधित ठेवत निर्मळ जलस्त्रोत जसा अवखळपणे प्रवाहित होतो तसाच अभंग मनांला अलगद दूरवर वाहवत नेतो.

सामान्य माणूस सुद्धा परमेश्वराचा उल्लेख सगुण साकार, निर्गुण निराकार असा करतो. पण सगुण आणि निर्गुण म्हणजे नक्की काय? बरेच वेळा दाखले देताना व्यक्ती शब्दार्थाच्या खोल डोहांत शिरत नाही. पण ज्ञानदेव जेंव्हा परमेश्वराचा उल्लेख सगुण असा करतात तेंव्हा त्यांना ईश्वर पंचेंद्रियासवे मन धारण करणारा दिसत असतो. ईश्वर त्यांच्या समोर साक्षात साकार रूपात उभा ठाकलेला असतो. ईश्वराचे अस्तित्व त्याच्या समोर प्रकट झालेले असते. भक्तात पात्रता असेल तर तो त्याचे चरण स्पर्श करू शकेल. त्याचा वरद हस्त शीरावर अनुभवू शकेल. मग तुम्ही त्याला स्वतःच्या मनांवर अधिराज्य करणाऱ्या स्वरूपात पाहू शकाल. कधी तो तुम्हाला श्री विष्णू तर कधी भस्म विलेपित शिव सांब भासेल, कधी श्रीराम तर कधी श्रीकृष्ण जाणवेल. परमेश्वरावर तुमची श्रद्धा ज्या रूपांत मनी भावलेली असेल तेच रूप तो तुमच्यासाठी प्रकट

करेल. याउलट निर्गुण म्हणजे आकारहीन, तेजस्वी रूप. तुमचे अंतर्मन प्रकाशून टाकणारा विराट, भव्य, आसमंत उजळून टाकणारा असे दिव्य स्वरूप. तुमचे ज्ञानचक्षु जर क्षमतेचे नसतील तर असहनीय असे तेजोमय स्वरूप. या दोन्ही पैकी कुठल्याही रूपात त्याचे विलोभनीय दर्शन होण्यास तुमची आध्यात्मिक, यौगिक उन्नती तयारीची असेल तरच त्याची दर्शनाभिलाषा मनांत ठेवणे योग्य. ब्रम्ह म्हणजे आद्य, सर्वप्रथम, कुठल्याही मर्यादेत बंदिस्त न होणारे स्वरूप. सजीव आणि निर्जीव सृष्टीचा निर्माता, कुठलीही आर्युमर्यादा नसणारा. अगणित ऋषी आणि मुनींचे पालकत्व धारण करणारा, अनंत ब्रम्हांडाचा स्वामी. ब्रम्ह म्हणजे कठोर तप करून प्राप्त होणारे सनातन दैवत. पूर्वापार चालत आलेले अगम्य स्वरूप, ज्याचा उगम शोधणे केवळ अशक्य. अभंगाच्या प्रस्तावनेत वापरलेले कर्ता, कर्म आणि क्रियापदा शिवाय केवळ शब्द आणि शब्दांच्या गूढार्थामुळे ज्ञानोबा राया भक्तांची मती गुंग करून टाकतात आणि आत्मचिंतनास प्रवृत्त करतात.

पुढे ज्ञानदेव म्हणतात "पतित पावन, मानस मोहन..." पतित शब्दाचा अर्थ... पापी, वाईट प्रवृत्तीचा, सत्याची कांस न धरणारा, ईश्वरीय शक्तीवर विश्वास न ठेवणारा. अशा दुष्ट प्रवृत्तीला पावन करणारा तो ईश्वर. पौराणिक दाखले या उक्तीचे समर्थन करतात. केवळ नामस्मरणाने आणि तेही प्रारंभी चुकीच्या उच्चाराने सुद्धा वाल्ह्याचा वाल्मिकी होतो आणि पुढे रामायणाची रचना करू शकतो. अनेक व्यक्तींनी आपल्या आयुष्यातील प्रारंभीची चूक वागणूक सुधारून पश्चाताप केला आणि ते भक्तिमार्ग अवलंबत हा भवसागर तरुन गेले. दया आणि क्षमा तर ईश्वराचा स्थायीभाव. भक्तांच्या चुका पदरांत घेऊन त्याला सन्मार्गावर चालण्याची संधी देणारा हा परमेश्वराशिवाय दुसरा कोणी असूच शकत

नाही. म्हणूनच ज्ञानेश्वरांनी त्याला पतित पावन अशी संज्ञा दिली आहे. ईश्वरीय कल्पनाच मुळी आनंददायी आणि त्याच्या विलोभनीय दर्शनाने तो भक्तांचे मन मोहून घेतो म्हणून त्याला मानस मोहन असे ज्ञानोबा रायाने उल्लेखिले आहे. याचा दाखला आपल्याला कृष्ण लीलांमध्ये दिसून येतो. श्री कृष्णाच्या बालसुलभ लीला सर्वांचेच मन मोहून घेतात. पतिताला पवित्र करण्याची आणि आपल्या अलौकिक चमत्कृतींनी मन मोहून टाकण्याचे वैशिष्ठ्य अंगी बाळगणारा ईश्वराशिवाय दुसरा कोण असणार.

अभंगाच्या तिसऱ्या चरणात ज्ञानदेव लिहितात की...

"ध्येय ध्यास ध्यान चित्त निरंजन"

दत्त संप्रदायात व नाथ परंपरेत अलख निरंजन हा जयघोष प्रचलित आहे. दोन्ही शब्द मिळून ईश्वराच्या अस्तित्वाची जाणीव करून दिल्या जाते. अलख म्हणजे जो दृष्टीस पडण्यास अशक्य पण आपल्या आजूबाजूला त्याचे अस्तित्व सदैव उपस्थित राहते असा जो तो. निरंजन म्हणजे दोषरहित व मोह मायेचा अंश नसलेला. भोळ्या, दयाळु शंकराला सुद्धा निरंजन असे संबोधले जाते. थोडक्यात निरपेक्ष, निर्दोष, निर्लेप, निस्पृह असे रूप म्हणजे परमात्मा. अशा स्थितीत ईश्र्वराप्रत पोहचण्याचे ध्येय बाळगणाऱ्या व्यक्तीला त्याचा ध्यास लागणे अती महत्त्वाचे. अशी अंतिम फलश्रुती होण्यासाठी ध्यानधारणा सुद्धा किती आवश्यक, हे सांगावयास नको. मन, चित्त आणि अंतःकरण या तिन्ही गोष्टी वरकरणी जरी सारख्या वाटत असल्या तरी त्या एकमेकाहून भिन्न आहेत. तिन्ही गोष्टींना एकमेकापासून भिन्न करणारी एक अस्पष्ट रेषा आहे. निरीक्षण, वर्गीकरण आणि अंतिम निष्कर्ष अशा भिन्न प्रक्रिया एकाचवेळी आपल्या

मनांत होत असतात. त्यालाच आकलन होणे ही संज्ञा योग्य होईल. परमेश्वरप्राप्ती हे जर ध्येय म्हणून सुनिश्चित केले असेल तर त्याचा ध्यास लागणे गरजेचे आहे. नुसताच ध्यास लागून उपयोग नाही तर ध्येयाप्रती ध्यान केंद्रित करणे खूप महत्त्वाचे आहे. अशा संपूर्ण प्रक्रियेचे आकलन झाले तरच ध्येयप्राप्तीचा मार्ग सुकर होईल. अभंगातील शब्दांचा अर्थ शोधणे ही फारशी कठीण बाब नाही. पण शब्दार्थ शोधून, संपूर्ण प्रक्रिया क्रियान्वित करून अंतिम ध्येयाप्रत पोहचणे सोपे नाही. अथक व नियंत्रित प्रयत्नांती संत महंतांना ते शक्य झाले आहे. ज्ञानोबारायाने शेवटी या शब्द संचयाला 'आनंदाचे गान' म्हणून संबोधित केले आहे. परमात्म्याचे चिंतन, मनन, स्मरण हे सदैव आनंददायी असते हेच ज्ञानियाला सुचवायचे आहे. इतके सगळे विश्लेषण केल्यावर ज्ञानदेवाला प्रश्न पडतोच की.. "तुज सगुण म्हणू की निर्गुण रे". ईश्वर सूक्ष्म की स्थूळ, दृश्य की अदृश्य ही संदिग्धता मनांच्या कोपऱ्यात शिल्लक राहतेच. अर्थात हा वेगळा अभंग आहे पण विषय एकच आहे. ज्ञानदेव स्वतःच अजाण भावनेने साक्षांत विठुरायालाच विचारतात की तुला मी काय म्हणू?, काय समजू?, तुझ्या बाबतीत काय ग्राह्य धरू? अभंगाच्या शेवटच्या चरणात ज्ञानदेव लिहितात की मी जे बोलतो ते गुरू श्री निवृत्तीनाथांच्या कृपाप्रसादाने, प्रेरणेने पण मनांत समजून उमजून उमटलेले भाव हे त्यांचे स्वतःचेच. याच अभंगात ते म्हणतात...

"अनुमाने ना श्रुती नेति नेति म्हणती गोविंद रे!!

तुज सगुण म्हणू की निर्गुण रे!!"

अभंगाच्या या चरणाचा भावार्थ अतिशय गहन आहे. अनुमान म्हणजे निष्कर्षाप्रत पोहचणे. इतके इतके सूक्ष्म पण व्यापक विवेचन केल्यावर

सुद्धा ईश्वर काय आहे?, त्याचे दृष्यरुप काय? हा प्रश्न नीटसा सुटत नाही आणि आपल्यासारख्या सामान्यांना कुठलाही निष्कर्ष काढणे तर फारच कठीण. गणितीय भाषेत उत्तराला 'क्ष' कल्पून आपण निष्कर्षाप्रत पोहचू शकतो. पण ईश्वर कल्पनातीत आहे. तिथे संदेह, संदिग्धता, कल्पनेला थारा नाही. गणितीय भाषासुद्धा इथे अपुरी पडते. बीजारोपण केले की त्यातून एकदम वृक्ष बाहेर पडत नाही. सुरवातीला बीजातून नाजूकसे रोप बाहेर पडते. त्या रोपाची नीट मशागत करावी लागते. त्याला योग्य ते खतपाणी करावे लागते. तेंव्हाच बीजापासून वृक्ष तयार होऊ शकतो. पण बीजाला मात्र आपले अस्तित्व धरणीमातेत लुप्त करावे लागते. परमेश्वरप्राप्ती सुद्धा अशीच प्रक्रिया आहे. भक्तीचे बीज, श्रद्धापूर्वक संगोपन, प्रयत्नाचे खतपाणी आणि फलप्राप्ती साठी लागणारा पराकोटीचा संयम बाळगला तरच परमेश्वरप्राप्तीची फळे चाखता येणार. या बाबतीत कुठलेही अनुमान गृहीत धरता येणार नाही.

पुढे ज्ञानदेव म्हणतात की "श्रुति नेति नेति म्हणती गोविंदु रे". पौराणिक ग्रंथ संपदा.. वेद, उपनिषद इत्यादि साहित्य ऋषी मुनींनी कथन केलेले आहे आणि ते इतके शास्वत आहे की युगानुयुगे त्यांची सत्यता ही अबाधित आहे आणि युगानुयुगे अबाधित राहील. कुठल्याही फलप्राप्तीसाठी श्रुती आणि स्मृतीतून प्राप्त झालेले ज्ञान हा निश्चित मापदंड आहे. त्यात सुद्धा ईश्वर 'नेति नेति' म्हणजे तो "असाही नाही व तसाही नाही" अशी मान्यता आहे. थोडक्यात काय तर ईश्वराच्या अस्तित्वाचा शोध ही एक निरंतर प्रक्रिया असून तो कसा असेल या निष्कर्षाप्रत पोहचणे हे वाटते तितके सोपे नाही.

हळूहळू तो संभ्रमावस्थेतून बाहेर येत असतानाच त्याच्या कानावर एक धीरगंभीर पण प्रेमळ स्वर कानी पडला...

मला शोधतोय. तुझी भावना उच्चकोटीची आणि स्तुत्य आहे. मी आदि आहे, अनंत आहे. मी चराचरात आहे, सर्वव्यापी आहे. मी तुमच्या कल्पनाविलासात जरी वसतो तरी त्याहीपेक्षा भिन्न आहे. तुला जर माझे साक्षात दर्शन घेण्याची प्रबळ इच्छा असेल तर तुला तुझे पंचेंद्रिये सामर्थ्यवान करावी लागतील आणि मन स्थिर करावे लागेल. माझे अस्तित्व तुझ्यात अंश रूपाने तर आहेच, तसेच ते तुझ्या आसपास वावरत असते. ते दृष्टीस पडण्यासाठी तुला तुझे ज्ञानचक्षु विकसित करावे लागतील. माझी दर्शनाभिलाषा बाळगणाऱ्या व्यक्तीला कुठेही दूर जाण्याची आवश्यकता नाही, आजूबाजूला तू डोळे उघडून बघ, माझे दर्शन तुला सहज शक्य होईल...

नऊ महिने उदरांत धारण करून, स्वतःचा जीव धोक्यात घालून, कुठलीही अपेक्षा न बाळगता संगोपन करणाऱ्या मातेत माझी छबि तू पाहू शकतो.

स्वतःच्या इच्छा आकांक्षांना तिलांजली देत तुझे भविष्य घडविणाऱ्या पित्यात तू मला शोधू शकतो.

तुला वेळोवेळी मदत करणाऱ्या आणि तुझे मनोमन भले चिंतणाऱ्या तुझ्या सख्यात तुला मी निश्चित दिसेन.

जन्मभर कुठलाही विचार न करता तुला साथ देणाऱ्या जीवनसाथीत तुला मीच दिसेन.

रस्त्याच्या कडेला धुळीने माखलेल्या रडणाऱ्या लहान बाळाला कडेवर उचलून घे, त्याला हसवता कर. त्या निरागस आणि निर्व्याज हास्यात तुला माझे दर्शन होईल.

समाजातील दुःखी कष्टी जनांना मदत कर, त्यांचे दुःख निवारण कर. त्यांनी दिलेल्या आशीर्वादात मी तुला नक्की दिसेन.

देशाच्या संरक्षणार्थ प्राणपणाने लढणाऱ्या शूर सैनिकात मी नक्कीच आहे. युद्धभूमीवर देह टाकणाऱ्या जवानांच्या रक्ताच्या थेंबात तुला माझे अस्तित्व जाणवेल.

तुला विद्यादान करणाऱ्या गुरुजनात, समाजाला योग्य दिशेने घेऊन जाणाऱ्या नेतृत्वात, मी सुखी आहे तसेच इतरही जन सुखी व्हावे या भावनेत, शारीरिक पीडा हरण करणाऱ्या वैद्यकीय चिकित्सकात, दुर्बलाला मानसिक, शारीरिक व आर्थिक आधार देणाऱ्या सहृदय व्यक्तीत आणि अशा अनेक ठिकाणी माझे अस्तित्व निश्चित असते. फक्त गरज असते ती डोळे उघडून काळजीपूर्वक बघण्याची. कुठलाही शोध घेणे उत्तमच पण प्राप्त परिस्थिती आणि काळानुसार त्यासाठी योग्य दिशा ठरविणे सुद्धा अती महत्त्वाचे. तुझे प्रामाणिक प्रयत्न तुला नक्कीच यश प्रदान करतील."

ध्वनी थांबता झाला आणि तो भानावर आला. त्याच्या मनांवरील मणामणाचे ओझे हलके झाल्याची त्याला जाणीव झाली. त्याच्या डोळ्यांतून अश्रुंच्या धारा वाहू लागल्या. त्याला त्याचे अंतर्मन शांत व स्थिर झाल्याचे त्याला भासू लागले. त्याला पडलेल्या कोड्याचे उत्तर अचानक सापडले होते. अस्वस्थता संपली होती. भरलेल्या डोळ्याने तसबिरीतला विठुराया त्याला नीटसा दिसत नव्हता. पण तो अर्तंचक्षूंनी त्याला स्पष्ट बघू शकत होता. त्याच्या अर्तंमनांतील ईश्वरी अंश पूर्णपणे प्रकाशित झाला होता. त्याच्या ईश्वरी शोधाला विराम मिळाला होता.

अर्थशून्य भासे मज हा कलह जीवनाचा

संध्याकाळी कुठेतरी शांत बसावं. आपल्याच व्यतित केलेल्या जीवनावर स्वतःच्याच मनांशी बोलावं. मिळविलेल्या यशापयशाचा उहापोह करावा. अशावेळी कुणाचीही सोबत नकोशी वाटते. कुणी कांही विचारू नये आणि आपण कांही सांगू नये अशी व्यक्तीची मानसिकता असते. आजूबाजूची निरव शांतता आपल्याशीच दिलखुलास गप्पा मारू लागते. जीवनाचे अधात्म्य अलगद उलगडू लागते. तिथे मी'च माझ्या गतकर्माचा साक्षीदार असतो. त्या क्षणी असत्याला थारा नसतो. गुन्हेगार, न्यायाधीश, फिर्यादीचा वकील, सरकारी वकील सर्व काही मी'च असतो. एव्हढेच काय तरी निकालाची आतुरतेने वाट पाहणाऱ्या व्यक्तींमध्ये सुद्धा मी'च मला दिसत असतो. काय कमाल आहे बघा, एकामागे एक आपल्याच जीवनातील प्रसंग एक वेगळा दृष्टिकोन ठेवून बघतांना आणि डोळ्यासमोरून सरकतांना खूपच वेगळेपण जाणवत. प्रत्येक वेळी घेतलेले निर्णय चूक की बरोबर ह्याचा निर्णय होत असताना पाहतांना माझे मलाच जाणवते की मी जर थोडा वेगळा वागलो असतो तर परिस्थिती आजच्यापेक्षा वेगळी राहिली असती. पण प्रत्येक क्षण

112

तुम्हाला निर्णय घेण्याची स्वायक्तता देत असतो. काळ कधीच आपला वेग बदलत नसतो, तो त्याच्या गतीने पुढे सरकत असतो. बदलत जाणाऱ्या गोष्टी म्हणजे आपली प्रगल्भता, आलेले अनुभव आणि त्यातून समृद्ध होत जाणारी आपलीच निर्णय क्षमता. घडून गेलेल्या गोष्टी चूक की बरोबर हे भविष्यातच ठरत असते. मुठीतून सरकून गेलेली वाळू केवळ कालमापनाच्या उपयोगाची. निसटलेला काळ आणि वेळ परत येत नाही हेच खरं. हे सर्व जरी खरं असलं तरी मनुष्य भूतकाळात डोकावणे सोडतो कां?, नक्कीच नाही. तो तर त्याला जडलेला छंदच. त्याला भूतकाळात मिळालेल्या यशाची लखलखणारी किनार खुणावत असते. कुणालातरी समोर बसवून आपली यशोगाथा सविस्तर ऐकवावी असे त्याला सारखे वाटत असते. पण त्याला समोर कुणीही श्रोते दिसत नाहीत. कांही क्षण तो व्यथित होतो पण लगेच त्याला एक गडगडाटी ठहाका मारावा असे वाटू लागते पण तोंड नुसते आ वासते, स्वरयंत्र मनमोकळा नकार देते. लावलेला जीव आणि त्याची परतफेड यात त्याची त्यालाच तफावत जाणवू लागते. खरं म्हणजे, कुणीही कुणासाठी अपेक्षेने कांही जर करत असेल तर ते सपशेल चूकच. पण त्याची समोरच्याला जाणीव न होणे किंवा तसे जाणवणे, हा त्याला आपलाच पराभव झाला आहे असे वाटू लागतं. मग सगळंच त्याला अर्थशून्य भासू लागतं. जगणं आणि जिवंत राहणे यातला भेद त्याला हळूहळू कळू लागतो. जीवनाचा कलह, उलथापालथीचा थाग लागणे कठीणच. नंतर उरतो तो जीवनाचा अर्थ शोधण्याचा एक निष्फळ प्रयत्न. तो शोध तर त्याही पेक्षा महा कठीण. बहुतेक संत महात्म्यांनी हा गूढ अर्थ शोधतांना संसारपाश दूर ठेवला. काहींनी तर संसारात राहून सुद्धा जीवनाचा अर्थ शोधला. दोघांनीही आपल्या ध्येय प्राप्तीसाठी प्रामाणिक आणि कसोशीचे प्रयत्न केले आणि ते त्यांच्या ध्येयाप्रत

पोहचले. त्याला प्रश्न पडतो की जीवनाचा अर्थ शोधण्याचा प्रयत्न त्याच्या कडून खरंच केला गेला कां?, ह्या प्रश्नाचे उत्तर त्याला निश्चित माहीत असले तरी नुसत्या प्रश्नाच्या उद्भवण्याने तो आमूलाग्र शहारून जातो. जीवनाचा गूढार्थ न शोधण्याची पळवाट म्हणजे दैव, नशीब, प्राक्तन. मग त्याला जीवनातील अडचणीच्या प्रसंगात दैवावर सोडलेला हवाला आठवू लागतो. स्वतःच्या यशापयशांची कारणे शोधण्याचे धैर्य एकवटण्यापेक्षा दुसऱ्यांना मिळालेल्या नशीबाच्या साथीचा हेवा करणे त्याला सोयीचे वाटू लागते. दुसऱ्यावर दोषारोपण करणे हा मनुष्य स्वभावाचा स्थायीभाव. तो त्यालाही चुकत नाही. विचाराअंती त्याच्याच भूतकाळातील गफलती त्याला आठवू लागतात. आठवणी कधीही एकट्याने येत नाही. त्या आपल्या सोबत दुःख, वेदना, वैफल्य, निराशा असे अनेक भाव घेऊन येत असतात. सुखद आठवणी मोजक्याच. सगळ्यात मोठी गफलत म्हणजे कर्तव्य आणि प्रेम यांची सरमिसळ. दोन शरीरे आणि त्यांची मने जेंव्हा एकरुप होतात तेंव्हाच खऱ्या प्रेमाची उत्पत्ती होणे शक्य आहे. दुसऱ्याच्या पायात गेलेल्या काट्यामुळे त्याला होत असलेल्या वेदनांचा साक्षात अनुभव घेणे म्हणजे प्रेम. आपल्या जवळच्यांसाठी केलेल्या आवश्यक गोष्टी मनुष्य कर्तव्याला जागून करतो आणि त्यालाच तो प्रेम समजून बसतो. जेंव्हा कृती आपुलकी पोटी करण्याऐवजी जबाबदारी म्हणून पार पाडली जाते तेंव्हा त्यात प्रेमाचा निश्चित अभाव राहणार. वर्तमान जीवनात लाभणारी नातीगोती, सगेसोयरे हे सगळे पूर्वापार चालत येतात कां?, याचे निश्चित उत्तर शोधणे कठीण आहे. मागील जन्मातील उणेदूणे फेडण्यासाठी पुढील जन्म मिळतो कां?, असे अनेक प्रश्न त्याच्या भोवती घिरट्या घालतात. अशा सर्व गोष्टींचे स्मरण राहून राहून आयुष्याच्या संध्याकाळीच कां व्हावे?. 'उपरती' म्हणतात ती हीच

कां?. कांही शब्दांचे अर्थबोध होण्यासाठी मन आणि शरीर थकेस्तोपर्यंत कां वाट पहावी लागते?, प्रश्नांचे काहूर जीवघेणे ठरते. त्याचाच अहं कुठेतरी खोलवर दुखावलेला असतो व त्याच्याच अंतर्मनातुन त्याला वेडावत असतो. तो हात लांब करून बाजूला ठेवलेली काठी असहायतेने शोधू लागतो. थकलेल्या शरीराला त्या काठीचा आधार खूप महत्त्वाचा वाटतो. सूर्य अस्ताला गेलेला असतो, अंधारसावल्या गडद होतात. घराकडे जाणारी वाट पायाखालचीच असते. प्रवास रोजचाच असल्याने घरी सुखरूप पोहचू अशी मनांला भ्रामक उभारी देत तो जड पावलांनी घराच्या दिशेने परत फिरतो, घराची ऊब, सुरक्षितता आणि जीवनाचा कलह निरंतर अनुभवण्यासाठी.

संधीकाली या अशा

नामांकित गृहनिर्माण कंपनीने वसवलेली अत्याधुनिक वसाहत. जणू कांही सुपीक जमिनीत उगवलेल्या सदनिकांचे भरपूर आणि डौलदार पीक, सर्व सुखसोयींनी समृद्ध. भरपूर पैसा ओतून विकत घेतलेल्या सुखसोयींतून आनंद व समाधान शोधत असलेली तरुण पिढी. बहुतेक सदनिकेत वार्ध्यकाकडे झुकलेले पण ते मान्य न करणारे एक जोडपे. पूर्ण टाउनशिपमध्ये अशा ज्येष्ठांचा मुक्त संचार. वेगवेगळ्या प्रांतातील, जातिधर्माचे समवयस्क आणि त्यांचा संध्याकाळचा कट्टा. विविध विषयांवर होणारी चर्चा पण त्यात एक विषय मात्र कायम चर्चिला जाणारा आणि तो म्हणजे तब्येतीचे गाऱ्हाणे. कुणाचे गुडघे बदललेले, कुणाचे बायपास झालेले तर कुणीतरी योग्य किडनी मिळण्याच्या प्रतीक्षेत. आणखी एक प्रकर्षाने उल्लेखल्या जाणारी खंत म्हणजे प्राप्त परिस्थितीनुसार जपू न शकलेल्या आवडी आणि अति व्यस्ततेमुळे न जोपासता आलेले छंद. थोडक्यांत आता मिळालेल्या वेळात चांगले वाईट विषय रवंथ करीत बसण्याचा प्रयत्न आणि अशा चर्चेची चहाच्या पेल्यात उसळणारी मूक वादळे एकाच गोष्टीने शांत होतात ती म्हणजे नवीन पिढीला ही सर्व

सुखे मिळण्यासाठी करावे लागणारे अथक प्रयत्न आणि त्यांना समाधानी, शांत असे आयुष्य जगण्यासाठी न मिळणारा वेळ. सर्व ज्येष्ठांचे तिथेच कांहीसे एकमत होते. चर्चेत जे कांही जीवनात मिळाले आहे त्यापेक्षा जे मिळाले नाही याचीच खंत जास्त. असे अनुभव सांगताना त्यांचा अनाहूतपणे कांपरा झालेला आवाज आणि डोळ्यांच्या कडेला तरळलेले पाणी सर्व कहाणी सांगून जाते. तरुण पिढीला व्यस्ततेमुळे व्यक्त व्हायला वेळ नाही आणि आधीच्या पिढीला व्यक्त झाल्यामुळे कदाचित भोगाव्या लागणाऱ्या दुष्परिणामांची आणि उरी पोटी बाळगलेल्या तमांची जाणीव व्यक्त होऊ देत नसावी. बघितलं तर सुख मुळांतच एक भ्रामक कल्पना, कधीच हाती न लागणारे मृगजळ आणि सुख मानण्यावर असतं ही पूर्वापार चालत आलेली उक्ती मनांवर कोरलेली असून देखील सुखाच्या प्राप्तीचा कुठलाही प्रयत्न मनुष्य प्राणी कधीच सोडत नाही. समाजात दोन प्रकारचे ज्येष्ठ वावरतांना दिसतात. एकतर जे जवळ आहे ते इतरांपेक्षा कसे उत्तम आहे हे ठासून सांगणारे आणि दुसरे ज्येष्ठ म्हणजे "तुमचं काय बुवा, सर्वच कसं बढिया" या निराशेपोटी जे उपलब्ध आहे त्या सुखाचा उपभोग सुद्धा न घेऊ शकणारे. "जगी सर्व सुखी असा कोण आहे" शेवटी हेच खरे. कधीही दुसऱ्याच्या ताटांकडे पाहून जेवू नये म्हणतात ते उगाच नाही. अशाने भूक ही शमत नाही आणि खाल्लेले अंगीही लागतं नाही. दिवसेंदिवस ज्येष्ठांची भाऊगर्दी वाढती राहणार. नवीन पिढी "हम दो हमारा एक" हा राग आलापणारी तर तत्पर आरोग्य सेवा, समाधानकारक सांपत्तिक स्थिती आणि शरीर स्वास्थ्य राखण्याकडे असणारा कल जोपासणारी जुनी पिढी. परिणाम असा की जेष्ठांची संख्या वाढत जाणार. समाज ज्ञान व अनुभवाने समृद्ध होत जाणार आणि अशा ज्येष्ठांना निर्णय घेण्याचे अधिकार प्राप्त झाले आणि संधी उपलब्ध झाल्या

तर सामाजिक उन्नती आणि प्रगती निश्चितच अजून चांगली होईल असा आशावाद. अर्थात त्यासाठी ज्येष्ठांकडे “Lost Force” म्हणून बघण्याचा दृष्टिकोन बदलावा लागेल. बँकिंग उद्योग आणि इतर ठिकाणी सेवानिवृत्त झालेल्या व्यक्तींचा अनुभव एका विशिष्ठ वयोमर्यादिपर्यंत वापरण्याची योजना कार्यरत करण्यात आलेली आहे. जीवनाचा उत्तरार्ध जर तुमचे आर्थिक नियोजन उत्तम असेल तर समाधानकारक रित्या जाऊ शकतो. जर तुम्ही सर्वस्वी कुणावर अवलंबून असाल तर वृद्धापकाळ निराशाजनक होऊ शकतो आणि अबोल राहू शकतो. म्हणूनच की काय संध्याकाळच्या वेळी बरेच ज्येष्ठ वेगवेगळ्या ठिकाणी आपली सुखदुःखे समवयस्क मंडळी बरोबर वाटताना दिसतात.

अशाच एका कट्ट्यावरील टोळक्यात त्याची वर्णी लागली. अलीकडे ज्येष्ठांचे बिऱ्हाड त्यांच्या इच्छेविरुद्ध हलत असते. नवीन पिढी पॅकेजच्या मागे आणि त्यानुसार नाईलाजाने स्थलांतर करणारे ज्येष्ठ आजूबाजूला प्रकर्षाने दिसतात. सर्वांची जरी नसली तरी बहुतांश ज्येष्ठांची हीच कथा आहे. तो सुद्धा गाठीशी भरपूर अनुभव आणि यशाची बऱ्यापैकी जमा पुंजी साठविलेला ज्येष्ठ. एका उत्तुंग इमारतीच्या उंचीवरील सदनिकेत राहणारा. गॅलरीत बसून खाली दिसणाऱ्या छोट्याश्या जगाकडे बघण्याचा जणू कांही त्याला छंदच जडला होता. वरून खाली बघतांना जे कांही दिसते ते छोट्या आकारात दिसते. पण जगाचा एक व्यापक आणि मोठा भाग तुमच्या नजरेच्या टप्प्यात येतो. त्यातले अधिक उणे स्पष्टपणे दिसू लागते अर्थात तुमचा दृष्टिकोन कसा आहे यावर सगळं काही अवलंबून असते. भावनाप्रधान व्यक्तीला दुःख दिसतील तर जीवनाला फारसे गांभीर्याने न घेणारी व्यक्ती त्यात आनंद शोधण्याचा प्रयत्न करेल. या अवस्थेपर्यंत पोहचेपर्यंत प्रत्येकाने कोणती जीवन शैली अवलंबिली आहे

त्यावर ते अवलंबून असणार. मोठमोठ्या साहित्यिकांना सुद्धा जीवन जगण्यातली विसंगती कांहीतरी भव्य दिव्य लिहिण्याची प्रेरणा देऊन गेली आहे ह्याची प्रांजळ कबुली त्यांनीच दिलेली आहे. आजूबाजूला नजर गेली तर यशस्वी व्यक्तींपेक्षा यशाने हुलकावणी दिलेलेच जास्त दिसतील. शिक्षण, प्रयत्न आणि ध्यास यांचा समन्वय नीट साधला की निश्चित यश मिळेल असे सगळेच सांगतात. पण वेळीच योग्य मार्गदर्शन करणारा भेटणे सुद्धा गरजेचे असते. जेंव्हा पोटाची खळगी भरण्यासाठी आटोकाट प्रयत्न करावे लागतात तेंव्हा इतर आवश्यक गोष्टी दुय्यम होत जातात. परिस्थितीच्या आवर्तात गटांगळ्या खात तळाशी जाणारे त्याने खूप पाहिले होते. जीवन जगतांना येणारी प्रत्येक अडचण व त्याचे समाधान हे वयोपरत्वे बदलत जाते. दुसऱ्याचे सुख जेंव्हा सुखाची फुटपट्टी म्हणून वापरल्या जाते तेंव्हा वापरणाऱ्याला त्याचे सुख लहानसे वाटू लागते. याउलट जगातील दुःखाचे अवलोकन केल्यास स्वतःचे दुःख किती छोटेसे आहे असे मानणारे जगांत खरंच सुखी असतात.

उंचावरून बघतांना जीवन जगण्यातल्या विसंगती स्पष्ट दिसू लागतात. अशा विसंगती काळजीपूर्वक निरक्षण करीत बसण्याचा जणू त्याला छंदच लागला होता. सकाळी स्वतःचे बालपण करपवत कुण्यातरी श्रीमंताच्या लहानग्याला बाबागाडीत फिरवणारी 12/13 वर्षांची मुलगी बघून तो व्यथित होतो. आई इतरत्र घरकाम करते, बाप कामावर जातो. मुलीला कुठे ठेवावे म्हणून तिला कामाला लावल्या जाते. कुटुंबाला हातभार लागावा म्हणून कुणी 13/14 वर्षाचा मुलगा तुमच्याकडे दूध किंवा पेपर टाकायला येतो, तो त्याच्या अभ्यासाचा वेळ खर्ची घालतच येणार. भाजी, गृहोपयोगी वस्तूंनी काठोकाठ भरलेली पिशवी घेऊन मालकिणीच्या मागे चालणारी अशिक्षित महिला, समोर

बांधल्या जाणाऱ्या उत्तुंग इमारतीवर जीव धोक्यात घालून काम करणारा मजूर. नशिबाच्या सारीपाटावर सर्वांनाच चांगले दान कसे पडेल?मग अशांचे नशीब त्यांच्या भाळी कोण लिहिते.. त्यांच्या गरजा की तुमच्या गरजा. कर्माच्या सिद्धांता प्रमाणे मनुष्य पूर्वसुकृत आणि संचिताप्रमाणे सुख किंवा दुःख भोगतो अशी मान्यता आहे. एखाद्या सुख भोगणाऱ्या व्यक्तीने या जन्मांत उत्तम कार्य न केल्यास त्याचा पुढील जन्म खडतरच जाईल, हे निश्चित. त्यामुळे सुखासीन, समाधानी आयुष्य घालविणाऱ्या व्यक्तीला याच जन्मांत अधिकाधिक पुण्य संचय करणे जरुरी असते. विषय एकदा कर्म, पापपुण्य किंवा नशिबाकडे गेला की त्याला निश्चितच फाटे फुटतात. अपेक्षित यश न मिळाल्यास दोष नशिबाला दिल्या जातो. कारणे देण्याची सवय मनुष्याला असतेच. स्वतःचे दोष झाकून नेण्यासाठी प्रत्येकाजवळ बेमालूम असे कारण संग्रही असतेच. कर्मकांडाचे गोडवे गाणारे सुद्धा नशीब ह्या संज्ञेचे एका काळानंतर पुरस्कर्ते होतातच असे पाहण्यात आले आहे. ज्येष्ठ ह्या विचार सरणीला अपवाद कसे ठरणार. 'आमच्या वेळेचा काळ कसा वेगळा होता ', 'आर्थिक परिस्थिती कशी आडवी येते', 'कौटुंबिक जबाबदाऱ्यांसमोर कसे नमते घ्यावे लागते ' अशा अनेक कहाण्या आपल्याला नेहमीच विरोध न करता ऐकायची सवय झाली आहे. अपयशाचे खापर कुठेतरी फोडणे जरुरी असते. जीवनाचा भेदाभेद आयुष्याच्या उदासवाण्या संध्याकाळी उलगडून काय उपयोग? परिस्थिती बदलण्याची भाषा या वयांत जीभेवर शोभत नाही आणि गात्रांत ताकतीचा अभाव. मनांची खंबीरता जीर्ण झालेली. दुपारी पूर्ण जोमाने तळपणारा सूर्य देखील तांबूस झाल्याचे लक्षांत आल्यावर तो काठी घेऊन मित्रांशी कट्ट्यावर गप्पा मारायला निघू लागतो. फिरून आकलनासाठी लागणारी ऊर्जा साठवण्यासाठी

गुरुपौर्णिमा

आषाढी पौर्णिमेला गुरूचे पूजन केले जाते. यालाच व्यास पौर्णिमा म्हणून संबोधिले जाते. महर्षी व्यासांनी केलेल्या अदभुत लेखनकार्य आणि साहित्य निर्मितीमुळे त्यांना आद्यगुरू ही उपाधी दिल्या गेली आहे. वेदांचे चार भागांत वर्गीकरण करून जनसामान्यांपर्यंत पोहचवण्याचे अलौकिक कार्य त्यांच्या हातूनच घडले. महाभारत महाकाव्याची रचना त्यांनीच केली. अठरा पुराणे सुद्धा त्यांनीच रचिली. महाभारत युद्धानंतर त्यांना एक प्रकारचे नैराश्य आले होते, त्यांची मनःशांती ढळली होती. महर्षी व्यास महाभारत युद्धांत झालेली मनुष्यहानी, वित्तहानी, आप्तेष्टांमधील टोकाचे वैमनस्य बघून खूप दुःखी झाले होते. त्यावेळी त्यांना भेटण्यास देवर्षी नारद आले. महर्षी व्यासांची मनस्थिती नारदांनी ओळखली. देवर्षींनी त्यांना योगेश्वर कृष्णाची महती विदित करणाऱ्या श्री मद् भागवत ग्रंथाची रचना करावयास सांगितली, ज्या योगे त्यांना मनःशांती लाभेल. ह्या सत्कार्यामुळे त्यांना अभूतपूर्व शांती लाभली. आजही मनःशांती साठी भागवताचे वाचन केले जाते. ज्येष्ठ, श्रेष्ठ व्यासांना जगतगुरु सुद्धा म्हटले जाते.

मनुष्य जीवनात आईला प्रथम गुरू मानले आहे. आईच्या महतीची तुलना कशाच बरोबर होऊ शकत नाही. जीवनांत माता पिता यांचे स्थान अत्युच्च आहेच. अपत्यावर सर्वप्रथम संस्कार माता पिताच करतात. त्यामुळेच ते सर्वप्रथम वंदनीय आहेत.

श्री दत्तात्रेयांनी चोवीस गुरू केले होते. यावरून हेच सिद्ध होते की मनुष्यच काय तर प्राण्यांपासून सुद्धा खूप काही शिकण्यासारखे आहे. हिंदू संस्कृतीमध्ये नमस्कार करणे म्हणजे आदरभाव व्यक्त करणे. ज्येष्ठ आणि श्रेष्ठ व्यक्तींना नमस्कार न चुकता करावा हेच संस्कार बाल मनांवर केल्या जातात. त्यायोगे आपल्याला आशीर्वाद मिळतात. नमस्कार प्रक्रियेमुळे मनुष्याला नम्रता प्राप्त होते. गुरुचरणी मानवी मनांतील अहंकार आणि वाईट विचार अर्पण केल्याने शरीर आणि मन दोन्हीही हलके होतात. गुरू असे वाईट विचार स्वीकारून त्यांचा नाश करतो.

शिक्षक विद्यार्थ्याला विविध विषयावर शिक्षण देतात, मार्गदर्शन करतात. विद्यादान करणे हे शिक्षकाचे मूलभूत कर्तव्य. त्यांनी जे कांही शिकविले त्याचे मनन करून परीक्षेत यश मिळविणे हे विद्यार्थ्याचे कर्तव्य. आपल्या संस्कृतीत शिक्षकवृंदांना गुरुतुल्यच मानले जाते. आपल्या संस्कृतीत गुरू शिष्य परंपरा फार जुन्या काळांपासून चालत आलेली आहे. वशिष्ठ श्रीराम, सांदिपनी श्रीकृष्ण, चाणक्य चंद्रगुप्त, रामकृष्ण परमहंस विवेकानंद ते अगदी रमाकांत आचरेकर तेंडुलकरापर्यंत ही परंपरा निरंतर सुरू आहे व राहील. प्रत्येक यशस्वी शिष्याच्या शीरावर गुरूचा प्रेमळ हात व आशीर्वाद असल्यानेच त्याला पूर्णत्व प्राप्त झाल्याचे आढळून येते. अज्ञानरुपी अंधकार दूर करून

ज्ञानरुपी प्रकाशाकडे घेऊन जाणारा तो गुरू. गुरू प्राप्तीनंतर मनुष्य जन्माची प्रमुख फलनिष्पत्ती म्हणजे जातकाची आध्यात्मिक उन्नती आणि त्यातून मोक्षप्राप्ती. सर्वशक्तिमान परमेश्वराशी सान्निध्य करून देणारा महत्त्वाचा दुवा म्हणजे गुरू. शिष्यातील क्षमता ओळखून त्याला ध्येयाप्रत पोहचवितो तो गुरू.

व्यावहारिक जीवनात प्रत्येक व्यक्ती त्याच्या दैनंदिन अडचणीचे निवारण करण्यासाठी ज्ञानी माणसाकडे जात असतो. प्रत्येक व्यक्तीला सर्वच क्षेत्राचे ज्ञान नसते. तब्येत बरी नसेल तर तो डॉक्टरकडे जाणार, घर बांधायचे असेल तर तो आर्किटेक्टकडे जाईल, न्यायिक बाबींसाठी तो वकीलाकडे जाईल. ही व्यावसायिक मंडळी त्याच्या अडचणींचे निवारण पण करतात. त्यासाठी कांहीतरी शुल्क द्यावे लागते. गुरू मात्र शिष्याच्या आवश्यकतेनुसार त्याला मार्गदर्शन करत असतो आणि तेही निःशुल्क. शिष्याची सर्वांगीण उन्नती हेच गुरूचे कायमस्वरूपी शुल्क. गुरू कुठल्याही अपेक्षेशिवाय शिष्याची मदत करत असतो.

मला गुरू करायचा आहे अशी इच्छा बाळगून गुरूची प्राप्ती होत नाही. शिष्याची गरज ओळखून त्याला गुरू प्राप्ती होत असते. अलीकडे ठायी ठायी अनेक बाबा मंडळी दिसून येतात. बहुतेक बाबांनी शिष्यांचे मार्गदर्शन, उपदेश आणि ज्ञान वाटप यांचा व्यवसाय केलेला दिसतो. लाखो भक्त मंडळी त्यांच्या आहारी जातात, दीक्षा घेतात, मंत्र पण घेतात. पण अशामुळे गुरुप्राप्ती झाली असे म्हणता येईल काय?. जिथे अर्थार्जन ही भावना ठेऊन ज्ञानदान केल्या जाते तिथे खऱ्या गुरूचा वास राहत नाही. गुरू शिष्याला पावसांपासून वाचविणारी छत्री होय. शिष्याच्या जीवनात येणाऱ्या संकटापासून त्याची सुटका करविणे हे गुरूचे परम

कर्तव्य आणि तेही कुठलीही अपेक्षा न ठेवता. गुरुप्राप्ती झाल्यावर शिष्याची कांही कर्तव्ये असतात. त्यातील मुख्य गोष्टी म्हणजे समर्पण, निष्ठा, विश्वास, आदरभाव इत्यादि. हे भाव जर शिष्याने अंगीकारले नाही तर त्याला अपेक्षित फल निष्पत्ती होणे कठीणच. गुरूच्या मुखांतून गुरुमंत्राची प्राप्ती होणे यासारखी आनंद देणारी आणि समाधानाची दुसरी गोष्ट नाही. गुरुमंत्र म्हणजे गुरूचा आशीर्वाद आणि तो निरंतर नामस्मरणा पासून वेगळा नाही. गुरुमंत्र ही अत्यंत वैयक्तिक बाब आहे. गुरुमंत्र म्हणजे गुरूचे शिष्यासोबत सदैव वास्तव्य. गुरुमंत्र म्हणजे जीवनातील अडीअडचणी, आपत्ती पासून सदैव रक्षण करणारे अभेद्य कवच. गुरूने एकदा शिष्याला पंखाखाली घेतले की तिथे गुरुतत्वाचा कायमस्वरूपी वास निश्चित. गुरू प्राप्ती शिष्याला अतुलनीय आत्मविश्वास देऊन जाते. त्याचे प्रश्न आपोआप सुटायला लागतात. गुरुकृपेने सत्व, रज आणि तम यापैकी सत्वगुणात वृद्धी होते तर रज आणि तम गुणांवर विजय प्राप्त होतो. गुरूप्राप्ती ही मनुष्य जन्मातील महत्वपूर्ण उपलब्धि. गुरुमहिमा थोर, अलौकिक आणि अवर्णनीय. खरंतर गुरूचे पूजनासाठी कुठलाही दिवस योग्यच तरी सुद्धा गुरू पौर्णिमा हा दिवस का निर्धारित केला असावा?. याचे प्रमुख कारण म्हणजे या दिवशी आसमंतात/वातावरणात गुरुतत्व हे रोजच्या पेक्षा कैक पटीने जास्त असते.

गुरूची महती इतकी मोठी आहे की ती थोडक्या शब्दांत व्यक्त करणे अशक्य आहे. गुरू मार्ग नक्कीच दाखवतात. पण त्यावर चालायचे आपल्यालाच आहे. गुरुकृपेने सर्वांचे जीवन सुख, शांती, समाधान आणि निरामय जाओ हीच सदिच्छा.

नित्यनेमासाठी गुरुस्तवन

"गुरूर्ब्रम्हा गुरूर्विष्णु गुरुर्देवो महेश्वरः
गुरुसाक्षात परब्रम्ह तस्मै श्री गुरुवे नमः"

ज्या ज्या ठिकाणी मन जय माझे
त्या त्या ठिकाणी निजरुप तुझे!*
मी ठेवितो मस्तक ज्या ठिकाणी
तेथे तुझे सद्गुरू पाय दोन्ही!

(संकलित)

प्रवास, अंतरे आणि बरंच कांही

आज बऱ्यांच दिवसानंतर मी प्रवासाला निघालो होतो. अगदी स्पष्ट सांगायचं तर मला ट्रेनचा प्रवास खूप आवडतो. बसमधे कमी जागेमुळे अवघडल्यासारखे होते, विमानाने जायचे म्हणजे कांही काळ कां होईना जमिनीशी संपर्क तुटतो आणि उर्वरित सारे बस सारखेच. बसमध्ये शारीरिकरीत्या प्रवासी अवघडतो तर विमानात मानसिकरीत्या, परीट घडीच्या वातावरणामुळे. बसमध्ये जागे अभावी जवळच्या प्रवासी सामानाचे वजन कमी ठेवावे लागते. विमानात संस्कार आणि संस्कृतीचे वजन अंगी बाळगल्यामुळे नाईलाजाने ते बरोबर न्यावे लागते अन्यथा तिथे फाजिल वजनी वस्तूंना थारा नसतो. ट्रेनचा प्रवास अगदी लेकुरवाळा. कितीही वजन बरोबर न्या, एकदा गाडीच्या डब्यांत सामान चढविले की खूप लांबचा प्रवास असला तरी अगदी निवांत राहता येते. प्रवासाचे अनेक उद्देश असतात. नातलगांच्या भेटीसाठी, प्रेक्षणीय स्थळे बघण्यासाठी, शिक्षण स्थळी जाण्यासाठी, लग्नकार्यात हजेरी लावण्यासाठी, नोकरीच्या ठिकाणी रोज जा ये करण्यासाठी अशा एक ना अनेक गोष्टींसाठी प्रवास आवश्यक असतो. थोडक्यांत काय तर उद्दिष्ट्य, लक्ष कांहीही

असो प्रवास हा इच्छित स्थळे गाठण्यासाठी म्हणजे एक विशिष्ट अंतर कापण्यासाठी करावा लागतो. ट्रेनने प्रवास करणे मला आणखी एका कारणासाठी आवडते ते म्हणजे या प्रवासांत एक लय असते, एक ताल असतो आणि त्यामुळेच की काय मेंदूत उठलेला विचारांचा गदारोळ याच लय, ताल आणि गतीत हळूहळू विलीन होत जातो. कदाचित सहप्रवासी व इतर आवाजांचे भान सुटत जाते आणि मनांत एखादे कथानक घोळू लागते, कुठल्या तरी जुन्या जखमेवरील खपली निघते, ट्रेनच्या खिडकीतून दिसणारा आणि विरुद्ध दिशेने पळणारा निसर्गाचा अनमोल ठेवा बघतांना मन हरखून जाते. लहानपणच्या सुखद आठवणींनी मन प्रफुल्लित होते तर कुणाच्या वियोगामुळे झालेले दुःख आठवून मन विषण्ण होते. प्रवासांत चेहरे काळजीपूर्वक न्याहाळण्याची सवय ज्यांना असते त्यांना सह प्रवाश्यांच्या चेहऱ्यावर अनेक कहाण्या विदित होत असतात. कांहीही असो ट्रेन मधील कोलाहलात सुद्धा अंतर्मनात एक विचारांचा सुर निश्चितच लागतो आणि या मंतरलेल्या अवस्थेत कापावे लागणारे अंतर उगाचच कमी झाल्याचा भास होतो आणि प्रवास सुखकर होतो.

जन्म आणि मृत्यूतील अंतर म्हणजे जीवन आणि हा सुद्धा एक प्रवासच. एक अनिवार्य कालखंड प्रत्येकाच्या नशिबी लिहिलेला. प्रत्येक टप्प्यावर निसर्गतः आईबापाचे प्रेम व मार्गदर्शन तुमच्या झोळीत पडलेलं असतच. घराबाहेर पावलं पडली की मित्र मिळतात त्यांच्या सहकार्याची लज्जत चाखत प्रवास सुरू होतो. जन्माच्या आधारे अनेक नाती मिळतात तर कांही आपण स्वतःहून जोडत जातो. कांही ठिकाणी मन जुळतात तर काही ठिकाणी जुळवून घ्यावं लागतं. वेगवेगळ्या नात्यांतील अंतरे प्रयत्नपूर्वक कमी होतीलच असं नाही, त्याकरिता अंतरातली नाती फुलावी

लागतात. व्यक्तिव्यक्तिंमध्ये मतभिन्नता असणे स्वाभाविक पण तरीही त्यामुळे नात्यांत अंतर येऊ नये म्हणून नाती जपावी लागतात, त्यांना फुलायला अवधी द्यावा लागतो. समाजात आणि वैयक्तिक जीवनांत आपल्या आजूबाजूला असणारे आपलेच आप्त आणि स्नेही आपल्या किती जवळ आहेत किंवा नाहीत हा सुद्धा एक संशोधनाचा विषय. स्त्री व पुरुष विवाह प्रथेमुळे एकत्र येतात. दोन भिन्न विचारसरणीच्या आणि आवडीनिवडी जोपासणाऱ्या व्यक्तींमध्ये एकमेकाला समजून घेण्याची क्षमता नसेल तर वारंवार खटके उडणार आणि वैवाहिक आयुष्य खडतर होत जाणार, सहजीवन, वैवाहिक आयुष्य आणि तद्वतत् उर्वरित जीवन प्रवास रटाळ आणि रेंगाळणाऱा होणार हे निश्चित. खरंतर प्रवासाचे साधन, प्रवासांत लागणारी स्थळे, गंतव्य स्थान वा ध्येया इतकेच सह प्रवासी सुद्धा महत्वाचे. सामाजिक जीवनात मिळणारे सहप्रवासी तुमच्या आवडीचे असतीलच असे नाही. नाती जोडण्यापेक्षा जोडलेली नाती जपणे हे खूप महत्त्वाचे. सहवासाने प्रेम वृद्धिंगत होते असे म्हणतात पण नक्की होईलच असे नाही. सहवासाने व्यक्तितील गुणदोष प्रकर्षाने जाणवतात. दोषांकडे दुर्लक्ष केल्यास नाती टिकण्यास मदत होते. म्हणायला सोपं आहे पण वागणं नक्कीच कठीण आहे. पती पत्नीचे नाते, चालतांना दोन पायांच्या स्थितीप्रमाणे असते. एक पाय पुढे जातो तेंव्हा दुसऱ्याला मागे रहावे लागते. दोन्हीही एकाच वेळी पुढे जाऊ शकत नाही किंवा मागे राहू शकत नाही. इथे अहंकार आणि अपमानाला जागा नाही, तसे केल्यास सहज सुलभ प्रवास घडू शकणार नाही.

ईश्वरप्राप्तीसाठी करावी लागणारी साधना हा सुद्धा एक प्रवासच आहे. गंमत अशी आहे की स्वतःमधील ईश्वरी अंश आपण जगभर शोधत फिरतो. जेंव्हा याची जाणीव होते तोवर आपण बराच काळ उगाच वाया

घातल्याचे जाणवते. परमेश्वर प्राप्तीसाठी प्रत्येक व्यक्ती कांही न कांही नक्कीच करत असतो. पूजाअर्चा, जपतप, निरनिराळ्या ठिकाणी आणि दुर्गम स्थानी जाऊन देवदर्शन, व्रत उपवास, होम हवन एवढेच काय तर पितरांना मुक्ती मिळावी म्हणून क्रियाकर्म, पिंडदान अशा अनेक गोष्टी तो करत असतो. संतांनी भक्तिमार्ग सांगितला, साधूंनी योगमार्ग सांगितला, दुःखी कष्टी जनांची सेवा, समाज सेवा याही गोष्टी परमेश्वरापर्यंतचे अंतर कमी करण्यास उपयुक्त ठरते हे जाणकारांनी सांगितलेले आहे. जुन्या काळी परमेश्वराला प्रसन्न करून घेण्यास अनेकांनी कठोर तपश्चर्या केल्यात. संत कबीर यावर म्हणतात "मोको कहाँ ढुंढे रे बंदे मै तो तेरे पास रे". कबीराच्या मुखातून साक्षांत परमेश्वरच बोलू लागतो की "हे भक्ता, तू तुझे अंतरंग शुद्ध कर, मी तुझ्यातच कुठेतरी दडलो आहे, मला बाहेर शोधण्याची खरंच गरज नाही. मी चराचरांत तर आहेच पण दयावान हृदयात, क्षमाशील आचरणात, संयम पाळणाऱ्या मनांत आणि दुसऱ्याला सदैव मदत करणाऱ्या हातात, दुसऱ्याच्या दुःखाने व्यथित होणाऱ्या काळजात मी निश्चितच आहे". वरील कृतींमुळे ईश्वरप्राप्ती म्हणजेच मोक्षप्राप्तीचा प्रवास सहजसुलभ होईल.

पंढरपूरची वारी कलियुगातील सर्वोत्तम प्रवास ठरावा. वारी हा विठू माऊलीच्या दर्शनासाठी केलेला पायी प्रवास. लाखो वारकरी एकाच ध्येयाने, एकाच दिशेने विठ्ठलाला डोळ्यांत साठवून घेण्यासाठी शेकडो मैलाची पायपीट दरवर्षी करत असतात. विठाईच्या दर्शनाने वारकऱ्यांच्या चेहऱ्यावरील आनंदाला पारावर रहात नाही मात्र त्यांच्या डोळ्यातील अश्रुसुद्धा वाट शोधत आपसूक गालांवर ओघळतात. असे दृश्य पाहून साक्षात विठूमाउली सुद्धा गलबलून जात असेल. वारकरी घराचा उंबरा ओलांडतो तो या एका क्षणांसाठी. महाराष्ट्राच्या दैवताचा भक्तावरील

लोभ, माया, प्रेम, आपुलकी सर्व कांही अद्‌त आणि अतुलनीय. त्याच्या दर्शनाने मिळणारा आनंद आणि समाधान अवर्णनीय. तितकाच आनंददायी अनुभव मिळतो तो घराचा उंबरा ते विठ्ठलाचे चरणकमल या दोन बिंदुतील प्रवास. हाच कलियुगातील सर्वोत्तम प्रवास ठरावा. प्रवासातील शीण जातो तो वारीतील सहप्रवासी वारकऱ्यांमुळे. सर्वच हरिभजनात तल्लीन, अगदी भान हरपलेले. पायी प्रवासाचा प्रत्येक क्षण एक सुखद आणि न विसरला जाणारा अनुभव देऊन जातो. कर कटावर ठेवलेल्या सावळ्याला दरवर्षी भेटण्याची ऊर्जा वारकऱ्याला केवळ एका क्षणांच्या दृष्टभेटीत मिळते. याच भेटीचा स्क्रीनशॉट भक्त वर्षभर उरात बाळगतो. वारीतील गमती जमती, आनंदमयी वातावरण, सहयोग आणि सहकार्याची भावना प्रवासात अजिबात शीण येऊ देत नाही. "राम कृष्ण हरी" चा गजर क्षणोक्षणी उत्साह व हुरूप वाढवित असतो. आपल्या जीवन प्रवासात देखील असा अभूतपूर्व आनंद मिळवता आला तर किती बरे होईल. त्यासाठी मनुष्याने अहं विसरून जीवन प्रवासातील प्रत्येक क्षणाचा देहभान विसरून भरपूर आनंद घ्यायला हवा.

साधारणपणे प्रवासाला जातांना आपण तयारी करत असतो आणि बरोबरचे सामान कमीत कमी ठेवण्याचा प्रयत्न करतो तसेच परतीच्या प्रवासात सुद्धा मनुष्याने अहंकार, आत्मप्रौढी, दूजाभाव, आकस, क्रोध अशा अनेक गोष्टी जर टाळल्या आणि त्यांना कायमस्वरूपी मुक्ती दिली तर हा प्रवास सुद्धा अगदी सहज व आनंददायी होईल यात शंका नाही. अंतर आहे म्हणून प्रवास आहे आणि प्रवास सुखकर झाला तर अंतराला फारसे महत्त्व रहात नाही आणि उरतो फक्त प्रवासात अनुभवलेला प्रत्येक मनोहारी क्षण.

मृत्यू : एक चिरंतन सत्य

विधात्याने जीवन दिले, मनुष्य जन्म दिला आणि सोबतच त्यातील अंगभूत उत्पत्ती, स्थिती आणि लय ही स्थित्यंतरे सुद्धा दिलीत. जी गोष्ट उत्पन्न होणार ती निश्चितच लय पावणार. विविध क्षेत्रांत मानवांने आश्चर्यकारक प्रगती जरी केली असली तरी त्याला जन्म मरणाचा भेद अद्याप उलगडता आलेला नाही. चौऱ्यांशी लक्ष योनीतून प्रवास केल्यावर जातकाला मनुष्य जन्म मिळतो अशी मान्यता आहे. मृत्यूनंतर त्याला कुठे व कोणता जन्म मिळेल हे त्याने साठविलेल्या संचितावर अवलंबून असले तरी हे रहस्य मनुष्याला उलगडलेलें नाही. एव्हढेच काय तर मागच्या जन्मी तो कोणत्या योनीत जगला आणि पुढील जन्मांत त्याच्या समोर काय वाढून ठेवले असेल हा रहस्यभेद तो करू शकत नाही. अशा गोष्टी जाणण्याची शक्ती विधात्याने त्याला दिलेली नाही. प्रत्येक योनीमध्ये जगण्याचे आपले एक आगळे वेगळे महत्त्व आहे. ह्याच गुण वैशिष्ट्यांमुळे आणि महत्त्वापोटी श्री दत्तगुरु माउलींनी चोवीस गुरू केलेत. मृत्यू जीवनाचा पूर्णविराम अशी सर्वसामान्य धारणा आहे, खरंतर तो एक स्वल्पविराम आहे. नवीन जन्म स्वीकारण्यासाठी वा आत्मसात करण्याकरिता लागणारा एक थांबा.

मृत्यूबद्दल असणारी कमालीची अनिश्चितता त्याबद्दलचे गूढ अधिकच गडद करते. प्रत्येकजण एक न एक दिवस त्याला कवटाळण्यासाठी मनांविरुद्ध कां होईना जीवनाची वाटचाल पुढे रेटत असतो. इच्छा कोणाचीच नसते पण हा विराम कुणालाही चुकला नाही. वय वाढत जातं आणि दृष्टिकोन बदलत जातात. विचारांत प्रगल्भता येत जाते. भूतकाळांत घडलेल्या गोष्टींकडे तटस्थपणे पाहण्याची शक्तीसुद्धा येते. तरीपण मृत्यूला सामोरे जाण्याची कल्पनाच मन आणि शरीर शहारून जाते. असे जरी असले तरी फार थोडे मृत्यूला आनंदाने स्वीकारतात त्यात योगी, संत आणि परमेश्वराने पृथ्वीतलावर नियोजित कार्य संपन्न करण्याकरिता पाठविलेल्या विशेष आत्म्यांचा समावेश होतो. परीक्षा उत्तीर्ण होण्यासाठी प्रश्नपत्रिकेत अनिवार्य असलेला प्रश्न सोडवावा लागणार हे निश्चित असते, तो सोडवला नाही तर त्या प्रश्नपत्रिकेत तो अनुत्तीर्ण झाला असे ठरविले जाते. मनुष्यप्राणी त्या अनिवार्य प्रश्नाचे उत्तर शोधण्याचा निष्फळ प्रयत्न नक्कीच करत असतो.

मराठी भाषेतील "चाहूल" हा शब्द आणि त्याचे भिन्न भिन्न अर्थ व संदर्भ खूपच व्यापक आहेत. चाहूल भविष्यात घडणाऱ्या शुभाशुभ घटनांकडे अंगुलीनिर्देश करत असते. जगांत नवीन जीव येण्याची चाहूल सर्वप्रथम मातेस लागते. ती व तिचे सगेसोयरे त्या नवीन जीवाला जगांत आणण्यासाठी लागणारे सर्व प्रयत्न करतात. जंगलात शिकारी देखील हिंस्त्र प्राण्याची मचाणावर बसून चाहूल घेत असतो. मानवी जीवाला मृत्यूची चाहूल सुद्धा लागत असेल कां? आणि तो मृत्यूचा अदमास घेत असेल कां? असं म्हणतात की मृत्यू येण्यापूर्वी जीवनांत जगलेले चांगले वाईट क्षण अगदी कालच घडल्या सारखे मरणाऱ्याच्या डोळ्यांसमोरून तरळून जातात. या अनुभवावरून आपण मिळालेल्या संधीचे सोने केले

की माती हे कळण्यासाठी ही योजना असावी. आठवणींचा धागा हा सुद्धा श्वासाच्या धाग्या इतकाच पक्का असत असावा. चांगल्या आठवणी चित्त प्रसन्न करून जातात तर वाईट आठवणी जुन्या जखमेवरची खपली काढतात.

जीवन हा श्वासाचा खेळ आहे. श्वास घ्यायला सुरुवात जन्मापासून होते, तर अंतिम श्वास मनुष्याच्या भौतिक जगांतील सर्व हालचाली थांबवतो. एक श्वास काय थांबतो, शरीराचे कलेवर होते. वेदना, पीडा, प्रेम, लोभ, माया, आसक्ती अशा सर्व जाणीवांपासून शरीर मुक्त होते. अशा सर्व जाणीवां आणि मोहमायेपासून जर दूर राहता आले तर अंतिम प्रवास सुखद होणार नाही कां? ईश्वराने ठरवलेली वयाची कालमर्यादा संपते आणि प्राण कुडीतून आपसूक निघतो. तो पर्यंत हे नश्वर शरीर प्राण किंवा आत्म्याला स्वतःपासून विलग होऊ न देण्यासाठी निकराचे प्रयत्न करीत असते. कोणी किती श्वास घ्यायचे हे विधात्याने जन्माला घालतानांच ठरविले असते. श्वासोच्छवास ही प्रक्रिया जेव्हढी विलंबित तेव्हढे साधकाचे वय जास्त. योगसाधना तरी यापेक्षा वेगळे काय शिकवते? परमेश्वर जातकाचे भोग, सुख, दुःख सर्व कांही त्याच्या संचितानुसार कपाळी लिहून पाठवतो. सर्व शक्तिमान परमेश्वर जातकाचे नशीब त्याच्या कपाळी लिहितो की नाही हे तोच जाणे पण स्वतःचे नशीब घडवणे यासारखी अती महत्त्वाची गोष्ट तो नक्कीच त्या जातकावर सोडत असतो. जातकाने या जन्मांत काय साधावे हे सर्वस्वी त्याच्या आकलन शक्ती, विश्लेषणात्मक बुद्धिमत्ता, जिज्ञासू वृत्ती, निर्णयक्षमता, विचारशक्ती आणि कठोर परिश्रमाला अनुसरून ठरवण्याची मुभा परमेश्वराने दिली असावी. पूर्वसंचित जातकाला नवीन जन्मांत "पुढे चाल" देण्यास कारणीभूत ठरते.

खरंतर मनुष्य जन्म अभूतपूर्व, अनाकलनीय आणि विलक्षण अशा गोष्टी प्राप्त करण्यास उपयुक्त समजल्या जातो. नुसते ऐहिक सुख नाही तर आध्यात्मिक उन्नतीसुद्धा मनुष्यप्राणी याच जन्मांत करू शकतो. अखंड नामस्मरण आणि सत्कर्म करून तो जन्म मरणाचा फेरासुद्धा चुकवू शकतो. षड्रिपूंवर विजय आणि कुठल्याही प्रलोभनाला सहज भुलणाऱ्या मनांवर नियंत्रण प्राप्त केल्यास मोक्ष प्राप्त होईल असे संत महात्मे सांगून गेले आहेत. मोक्ष म्हणजे जन्म मरणाच्या फेऱ्यातून मुक्ती. मोक्षप्राप्तीसाठी भक्तिमार्ग, योगसाधना, कर्ममार्ग, समाजसेवा, राष्ट्रप्रेम, दीनदुबळ्यांची सेवा इत्यादि निस्वार्थ भावनेने केलेली कार्ये अथवा सेवा त्याला मदत करू शकतात. मनुष्याचे मन इतके चंचल आहे की त्याला सर्वच गोष्टी एकाच वेळी करावश्या वाटतात आणि त्यामुळेच की काय, तो कुठलीच गोष्ट शेवटापर्यंत नेण्यास असमर्थ ठरतो. जे कोणी निर्धाराने प्रामाणिक प्रयत्न करतात त्याचे योग्य फळ ते निश्चीतपणे प्राप्त करतात. अंतिम ध्येयाप्रत पोहचण्यास प्रयत्न जरुरी असतात पण ते सुनियोजित, प्रामाणिक आणि निश्चित असणे ही आवश्यक असते. जे कांही करायचे ते काया, वाचा, मनाने केले तर त्याचे फळ नक्कीच मिळते. परमेश्वर प्राप्ती आणि मोक्षप्राप्तीमधे अडथळे, अडचणी येणे अनिवार्य पण तुमचा निर्धार पक्का असेल, ध्येयपूर्ती साठीची तळमळ प्रामाणिक असेल तर अशा अडचणी निवारण्यासाठी साक्षात परमेश्वर सुद्धा धावून येतो. भक्त प्रल्हादासाठी नरसिंह, ज्ञानेश्वर माउलीसाठी साक्षात विठ्ठल अशी अनेक उदाहरणे आपल्याला दिसून येतात. मनुष्य जन्माचे सार्थक त्याच्या हृदयी असणारा ईश्वरी अंश साक्षात परमेश्वरात विलीन होण्यातच आहे हेच एक चिरंतन सत्य. हे शाश्वत सत्य ज्याला कळले त्याला सुखमय आणि

समाधानी जीवनाचे रहस्य कळले आणि त्याचा मोक्षप्राप्तीचा मार्ग सुकर झाला असे समजावे. संत महात्म्यांनी तरी काय वेगळे सांगून ठेवले आहे.

इतकं सगळं माहीत असल्यावर सुद्धा मृत्यूचे भय कां वाटत असावे. आपल्याला अंधाराची भीती वाटते कारण त्यात परिस्थितीचे आकलन करता येत नाही म्हणून. मृत्यूचे सुद्धा तसेच आहे. म्हणूनच की काय सर्वांनाच त्याबद्दल भय वाटत असते. उपलब्ध जन्मांतून दुसऱ्या जन्मांत प्रवेश करण्यास मृत्यूच कारणीभूत ठरतो. हा अनुभव एका जन्मांत एकदाच येतो. मनुष्याने बऱ्याच जीवांनी मृत्यूपूर्वी भोगलेल्या यातना, तगमग या उघड्या डोळ्यांनी पाहिल्या असतात. तेच प्रसंग त्याच्या मनांत खोलवर रुजलेले असतात. मरणाऱ्याच्या मनांत "माझ्यामागे उरणाऱ्यांचे काय होईल" ही काळजी अगदी प्राण निघेस्तोपर्यंत भेडसावत असते. एवढ्या मोठ्या परमेश्वर निर्मित विश्वांत प्रत्येकजण अगदी नगण्य कां होईना आपले एक विश्व तयार करत असतो. त्यात त्याला आप्त, सगेसोयरे यांचा सहवास प्राप्त होतो. कोळी आपल्याच शरीरातून निघणाऱ्या द्रवांपासून स्वतःच्या मृत्यूचे जाळे विणत जातो आणि त्यातच अडकून व गुदमरून आपला अंत करून घेतो. मनुष्य जन्म मिळाल्यावर आपण तरी काय करतो. मोहापोटी आपण नातीगोती तयार करतो, ती आयुष्यभर जपतो आणि शेवटी हा आपलाच भावनिक डोलारा सोडून जातांना दुःखी कष्टी होतो. भौतिक सुखांत रममाण झालेल्या जीवाला स्वतःच्या आध्यात्मिक उन्नतीसाठी वेळच मिळत नाही आणि म्हणूनच तो जातांना विरक्ती, निवृत्ती यांच्यापासून खूप दूर राहतो. शेवटपर्यंत तो मी, माझे यातच गुंतून राहतो. मोहपाश आणि प्रेमपाश या रिपुंमुळे त्याच्या पापपुण्याच्या तागडीत पापाचे पारडे जडच राहते. मरणाच्या दुःखामुळे तो जगण्याचा आनंद घेऊ शकत नाही.

खरंतर मृत्यूकडे बघण्याचा सामाजिक दृष्टिकोन योग्य आहे कां? मृत्यू झाल्यापासून पुढे घडत जाणाऱ्या क्रिया शुभकार्याच्या विरुद्ध असतात. आत्म्याचा पुढील प्रवास सुखकर व्हावा याच दृष्टीने सर्व उपचार असतात. त्यामुळे मृत्यू हा नुसताच कायाबदल नसून काहीतरी गूढ व अनाकलनीय अशी मीमांसा आहे यावर विश्वास बसू लागतो, नाही कां?

मृत्यू जरी शाश्वत सत्य असले तरी त्याच्या आगमनाची वेळ आणि दिनमान निष्णात भविष्य वेत्त्याला सुद्धा सांगता येत नाही किंबहुना त्याला तसा शापच आहे. कथा अशी आहे की एक ज्योतिषी आपल्या अभ्यास आणि ज्ञानाच्या जोरावर कुणाचेही भविष्य अचूक वर्तवू शकत असे. त्याची परीक्षा पहावी म्हणून एका जाणकांराने त्याला विचारले की सध्या शिवपार्वती कुठे आहेत व काय करीत आहेत? त्या क्षणी शिवपार्वती कैलासावर एकांतवासात असल्याचे भविष्य ज्योतिषाने वर्तवले. साहजिकच या भविष्य वाणीचा शिवपार्वती दोघांनाही खूप राग आला. त्यांनी सर्व भविष्य वेत्त्यांना शाप दिला की ते जातकांचे भविष्य सांगू शकतील पण कुणाच्याही मृत्यूबद्दल ते निश्चित भाकित करू शकणार नाहीत. तरी सुद्धा मनुष्य प्राण्याला स्वतःच्या मृत्यूबद्दल जाणून घेण्याचे भीतीयुक्त कुतूहल असते. खरे जाणकांर अशा प्रश्नांचे सावधगिरीने उत्तर देतात की आजचा दिवस शेवटचा म्हणून आनंदानें जगा आणि निरंतर सत्कर्मे करीत रहा. मृत्यूबद्दल निश्चित न सांगता आल्याने आणि त्याबद्दलचे भय आणि अनिश्चितता कमी व्हावी म्हणून असे तोडगे शोधल्या जात असावेत.

मृत्यूनंतरच्या जगांत प्रामुख्याने स्वर्ग आणि नरक या दोन संकल्पना रूढ आहेत. ज्याने भरपूर पुण्य आणि सत्कर्मे केली असतील तो स्वर्गात

जातो आणि पापकर्म करणारा नरकांत जातो अशी खात्रीपूर्वक समजूत आहे. मरणानंतर व्यक्तीचे नेमके काय होते याची मागे राहणाऱ्यांना कल्पना नसते. ते कुटुंबीय मृतकाच्या आत्म्याला मुक्ती मिळावी म्हणून सर्व शास्त्रोक्त विधी करतात. मरणाऱ्याने जिवंतपणी केलेल्या पापपुण्यानुसार त्याला त्याची चांगली वाईट फळं, शिक्षा भोगावी लागतात अशी मान्यता आहे. जिवंतपणी मनुष्याने जास्तीत जास्त पुण्यकर्मे करावी हाच स्वर्ग नरक या संकल्पने मागील मूळ उद्देश असावा. घोर तपश्चर्येने अमरत्व प्राप्त करून घेतलेल्या दानवी प्रवृत्तीच्या जीवांनी केलेला स्वैराचार, निष्पाप, निरपराध लोकांचा केलेला छळ याचे पुराणांत अनेक दाखले पाहायला मिळतात, याचे प्रमुख कारण म्हणजे मृत्यूचे नसलेले भय. कलियुगांत अशा अत्याचारी लोकांना अमरत्व प्राप्त नसले तरी पाप कृत्यांत खूपच वाढ झालेली दिसते कारण कलीसारखी दुष्ट प्रवृत्ती जनमानसांच्या मनांवर अधिराज्य गाजवित आहे. कल्की भगवान, श्री विष्णूचा दहावा अवतार अशा खलप्रवृत्तीचा समुळ नायनाट करेल असा प्रगाढ विश्वास पुराणांत व्यक्त केला गेला आहे. कल्की अवताराला या कार्यात सप्तचिरंजिवांचे सहकार्य मिळेल म्हणूनच कल्पांतापर्यंत त्यांना चिरंजीवित्व प्राप्त करून देण्याची योजना आहे.

मृत्यूचे प्रामुख्याने नैसर्गिक व अनैसर्गिक असे दोन प्रकार आहेत. वृद्धापकाळ किंवा शारीरिक व्याधी मुळे होणारा मृत्यु हा नैसर्गिक प्रकारात मोडतो. आयुर्वेदात सांगितल्याप्रमाणे मानवाचा नैसर्गिक मृत्यू कफ, वात, पित्त यापैकी कुणा एकाच्या प्रकोपाने होतो. हृदयक्रिया किंवा श्वसन संस्थेत होणाऱ्या बिघाडामुळे जास्तीत जास्त मृत्यु होतात. शरीराच्या अवयवांमध्ये वारंवार होणारा बिघाड, व्यसनाधीनता, चुकीची जीवन शैली ही सुद्धा मृत्यूची प्रमुख कारणे आहेत. नियमीत आहार,

व्यायाम, आनंदी व समाधानी वृत्ती जरी मृत्यूला टाळू शकत नसले तरी जीवन सुखमय निश्चितच करू शकतात. अनैसर्गिक मृत्यू म्हणजे अपघाती मृत्यू, आत्मघात, घातपात, मृत्युदंड इत्यादि. अनैसर्गिक मृत्यू प्राप्त झाल्यास आत्म्याला गती मिळत नाही असाही समज आहे. नशिबांत लिहून आणलेली आयु मर्यादा कुठल्यातरी कारणास्तव, किंवा गोचर ग्रहांच्या दुर्दैवी स्थितीमुळे पूर्ण करता येत नसल्याने असे अनैसर्गिक मृत्यू पदरी पडतात. मनुष्याच्या मरण्यापूर्वी जर कांही इच्छा अपूर्ण राहिल्या असतील तर त्या इच्छा पूर्ण करण्याची जबाबदारी ही त्याच्या जवळच्या नातेवाईकांवर असते. पुनर्जन्म आणि त्यातून घडलेल्या अविश्वसनीय घटना आपण अधूनमधून ऐकत असतो. सिनेमा सारख्या प्रभावी माध्यमाने पुनर्जन्म ही संकल्पना उचलून धरली व प्रेक्षकांचा सहज विश्वास बसेल इतक्या सफाईने ती रुपेरी पडद्यावर रंगविली. मृत्यूनंतर मृतकाला तीन शक्यतांना सामोरे जावे लागु शकते. एकतर मृत्यूनंतर दुसऱ्या योनीत प्रवेश, आत्म्याला गती न मिळाल्यास दिशाहीन प्रवास, कर्म आणि कर्तव्य पुर्ती झाली असल्यास मोक्ष. पुनर्जन्म ही एक दुर्मिळ शक्यता. मृत्यूनंतर दुसऱ्या योनीत प्रवेश होऊनसुद्धा जुन्या जन्मांतून मुक्ती न मिळाल्याने व त्या जन्मातील अपूर्ण इच्छा पूर्ण करण्यासाठी झालेला जन्म म्हणजे पुनर्जन्म.

मोक्ष ही सर्वश्रुत, सर्वमान्य आणि सगळ्यांच्या मनांतील सुप्त इच्छा. मोक्षांप्रत जाणे म्हणजे आत्मा आणि परमात्म्याचा सुंदर मिलाप. जन्म मरणाच्या फेऱ्यातून कायम स्वरूपी सुटका म्हणजे मोक्ष प्राप्ती. कलियुगांत अद्याप श्रीविष्णुचा अवतार झालेला नाही पण सर्वशक्तिमान परमेश्वराने त्याऐवजी पृथ्वीवर जनकल्याणासाठी संत महात्मे पाठविले. त्यांनी नुसतेच ज्ञान प्रबोधन केले नाही तर सर्वसामान्यांसाठी मोक्ष प्राप्तीचा

मार्ग सहज सोपा केला. संत ज्ञानेश्वर, नामदेव, तुकाराम, कबीर आणि समकालीन महात्म्यांनी भक्ती मार्गाचा प्रसार केला. प्राप्त झालेल्या मनुष्य जन्माचा ईश्वरप्राप्तीसाठी कसा उपयोग करून घेता येईल याचे स्वरचित अभंगाद्वारे प्रबोधन केले. त्या काळी जनमानसापर्यंत पोहचण्यासाठी कीर्तन, अभंग, गायन याशिवाय दुसरा मार्ग नव्हता. मोक्ष ही संकल्पना संतांनी सामान्यांच्या मनांत यशस्वीरीत्या रुजवली. फार पुरातन काळात घोर तपश्चर्येतूनच परमेश्वर प्राप्ती होते ह्याचे दाखले पौराणिक कथांत मिळतात. संसारात राहून सुद्धा मोक्ष मिळू शकतो हे संतांनी नुसतेच निक्षून सांगितले नाही तर सिद्ध करून दिले. तुकोबांनी सदेह वैंकुठ गमन केले. कबीराच्या देहाची पुष्पे झालीत. बहुतेक संतांनी समाधी अवस्था प्राप्त केली. पृथ्वीवरील अवतार कार्य संपले की स्वेच्छेने देह ठेवणे म्हणजे समाधी घेणे. संजीवन समाधी समाधीपेक्षा वेगळी. श्री ज्ञानदेवांनी संजीवन समाधी घेतल्याचे आपल्या सर्वांना ज्ञात आहे. मनुष्य देह हा पंचमहाभूतापासून बनलेला असतो. असे शरीर स्वेच्छेने पंच महाभूतांना स्वाधीन करणे म्हणजे संजीवन समाधी. या प्रक्रियेने शरीर ज्याचे त्याला साभार परत करून आपल्या भक्तांना आत्मरूपी अस्तित्वाने मार्गदर्शक ठरणे म्हणजे संजीवन समाधी. ही फार कठीण प्रक्रिया असल्याने केवळ अधिकारी व्यक्तीला हे अहोभाग्य लाभते. समाधिस्थ महापुरुष देह ठेवल्यावर सुद्धा भक्तांचे कल्याण करू शकतात. अलौकिक भक्ती आणि अखंड नामस्मरणाने सामान्य व्यक्तीसुद्धा ईश्वरप्राप्ती करू शकते ह्याचीच जणू संतांनी सिद्धता केलेली आहे. मृत्यूचे भय जर राहिलें नाही तर मनुष्यप्राणी कांहीही करू शकेल. तो चांगल्या वाईट कर्माची तमा बाळगणार नाही. पृथ्वीवर अराजक माजेल.

मृत्यूचा महिमा कवींनी सुद्धा सोप्या शब्दांत लिहून ठेवलेला आहे. त्यांच्या शब्द रचनेत एक प्रकारची निर्धारयुक्त आत्मीयता जाणवते.

"माझा तुझा घरोबा मृत्यो जुनाच आहे

होऊन हाडवैरी कां वागतोस आता!

तू चोर पावलांनी येऊ नकोस आता

स्वप्नांतल्या प्रमाणे ये राजरोस आता!"

(दीपक करंदीकर)

कवी या चार ओळींमध्ये खूप कांही सांगून जातो. जन्म मरण ही निरंतर प्रक्रिया असल्याने मृत्यू आणि जीवात्मा यांचे नाते खरंतर खूप जवळचे. जीवात्मा हा परमात्म्यात विलीन व्हायला उत्सुक आहे. हा त्याचा लटका राग तो साक्षात मृत्यूवर काढतो. जीवाची तगमग थांबवण्याची विनंती करतो आणि त्याला बजावतो की येशील तेंव्हा राजरोसपणे ये, लपून छपून येऊ नकोस.

"इतुकेच मला जाताना सरणांवर कळले होते

मरणाने केली सुटका जगण्याने छळले होते !"

"राहिले रे अजून श्वास किती

जीवना ही तुझी मिजास किती !"

(सुरेश भट)

शारीरिक व्याधी, जीवनांत कधीच प्राप्त न झालेली ऊर्जितावस्था, वारंवार येणारे अपयश, मनांसारखे जगता न येणे, अपेक्षाभंगाचे दुःख इत्यादि घटनाक्रमामुळे मनुष्य निराश होतो, त्याची जगण्याची इच्छा हळूहळू संपुष्टात येऊ लागते. मुळांत मनुष्य आशावादी व प्रयत्नवादी असल्याने तो ह्या सगळ्यांशी दोन दोन हात करत असतो. पण ह्या सगळ्यांशी झगडत असताना त्याची उमेद सरून जाते. तो किंकर्तव्यमूढ होतो. त्याची जगण्याची इच्छा मरून जाते आणि मृत्यू जवळचा वाटू लागतो. आणि कवी म्हणतो की जन्मभर मला जीवनाने छळले. त्याचे कलेवर सरणावर चढते आणि त्याला हा साक्षात्कार होतो.

"जन पळभर म्हणतील हाय हाय

मी जाता राहील कार्य काय!

अशा जगांस्तव काय कुढांवे

मोही कुणाच्या कां गुंतावे!

हरि दूता कां विन्मुख व्हावे

कां जिरवू नये शांतीत काय!"

*(भा.रा.तांबे)

साधुसंत, जाणकार जे सांगून गेले त्यावरून असा निष्कर्ष निघतो की कुठलीही अपेक्षा न करता, कुठल्याही मोहांत न पडता आपण आपल्याकडून जे अपेक्षित आहे ते कार्य करीत रहावे. त्याचा इशारा

जेंव्हा होईल तो आनंदाने स्वीकारावा आणि स्वतःला आत्मिक शांतीत जिरवून टाकावे. जी गोष्ट काळ्या दगडावरची रेघ आहे तिचा समाधानी वृत्तीने स्वीकार करावा. म्हणणे सोपे असते पण अंगीकारणे फार कठीण. जीवाचे चोचले, मोह माया, प्रेम, नाती गोती शरीरात प्राण असेपर्यंतच. कविवर्य तांबे म्हणतात की निसर्गचक्र निरंतर ठरल्याप्रमाणे चालत राहणार, एक तुझ्या जाण्याने उरलेल्यांना कायमस्वरूपी कांहीच फरक पडणार नाही. एकदा आत्म्याने देह सोडला की या सर्व गोष्टी पासून तो मुक्त होणार. तदनंतर काय दुःख आणि काय सुख.

थोडक्यांत काय जे अटळ आहे ते घडणारच. त्याची चिंता करत बसलो तर ते भविष्य आपला वर्तमान निश्चितच बिघडवू शकते. त्यामुळे आनंदाने जगा, मिळालेली भाकरी वाटून खा. जे मिळेल त्याचा समाधानी वृत्तीने स्वीकार करा. मृत्यू जरी अप्रिय घटना वाटत असली तरी त्याला धैर्याने सामोरे जा. वस्तुस्थिती चौरस्त्यावरील सिग्नल सारखी आहे. थांबा, विचार करा आणि मगच पुढे चला. विश्वाचे आर्त प्रत्येकाचे मनी प्रकाशो. सत्याची कांस सोडू नका, प्रयत्नशील रहा, एक न एक दिवस मोक्षाचे पसायदान आपल्या करकमली नक्की पडेल.

अनुभवातून मिळालेलं शहाणपण

असं म्हणतात की मेल्याशिवाय स्वर्ग दिसत नाही आणि आजारी पडल्याशिवाय निरामय जीवनाचे महत्त्व कळत नाही. नखांला साधी जिव्हाळी लागली तरी आपले सर्व लक्ष तिकडेच राहते. शरीराला झालेले कुठलेही दुःख, यातना आपल्याला शरीराच्या विभिन्न अवयवाचे महत्त्व सांगून जातात. आपले शरीर ही अत्यंत लाजवाब गोष्ट आहे. प्रत्येकाला मिळालेली अद्‌त आणि अलौकिक देणगी आहे. शरीरातील छोटासा बदल प्रत्येकाला भविष्यात येणाऱ्या चांगल्या वाईटाची आगाऊ सूचना देत असतो. बरेच वेळा असे बदल आपल्या लक्षांत येत नाही किंवा आले तरी आपण त्यांच्याकडे सोयीस्कर दुर्लक्ष्य करतो. बऱ्याच वेळी आपण घरगुती उपचार किंवा आजीच्या बटव्यावर अवलंबून राहतो. बहुतेक मंडळी अगदी नाईलाजाने डॉक्टरकडे जातात. बरेच जण आपल्या ज्ञान अज्ञानानुसार आणि ओळखीच्या फार्मसिस्टच्या सल्ल्याने औषध घेतात. असे करण्यात त्यांचा उद्देश डॉक्टरची तपासणी फी वाचवावी असा नसतो. कां कोण जाणे, डॉक्टरकडे जाण्याचे टाळल्या जाते हे नक्की, डिस्पेन्सरी किंवा हॉस्पिटलच्या गंभीर वातावरणामुळे असावे. मनाचा

हिय्या करुन किंवा शरीराला होणाऱ्या त्रासामुळे आपण नाईलाजाने डॉक्टरकडे जातो. खरंतर डॉक्टरने तपासण्या आधीच बऱ्याच गोष्टी स्वतःच्या स्वतःला कळत असतात. डॉक्टर सुद्धा काय होतंय हे आपल्याला सुरवातीलाच विचारतात. प्राथमिक तपासणीनंतर पुढे काय उपचार करायचे हे आवश्यकतेनुसार रक्त, Xray, स्कॅनिंग इत्यादी तपासणीद्वारे ठरविले जाते. एकदा निदान झाले की डॉक्टर गरजेनुसार पथ्य पाणी, औषध, गोळ्या लिहून देतात. पूर्ण कोर्स झाल्यावर पेशंट बरा होतो.

बहुतेक वेळा आपणच क्षमतेपेक्षा शरीराच्या विभिन्न अवयवांवर जास्त ताण देत असतो. मग त्या खाण्या पिण्याच्या सवयी असोत, व्यसने असोत, नियमित व्यायामाचा अभाव, शरीर शास्त्राविषयीचे अज्ञान किंवा आपल्याला कांहीतरी भयंकर झाले असावे ही अनामिक भीती .... व्यक्तिपरत्वे ही कारणे कमी अधिक होऊ शकतात. शक्यतो प्रत्येकाचे शरीर वरील अनियमितता झेलत असते. जेंव्हा गोष्टी शरीराच्या सहनशक्तीच्या पार होतात तेंव्हा आपल्याला शरीराच्या कुठल्या तरी अवयवामार्फत बऱ्याच गोष्टी कळतात आणि आपण डॉक्टर कडे जातो. "Stitch in time saves nine" ही एक लोकप्रिय उक्ती जरी असली तरी आपण त्यानुसार वागत नाही. "मला कांहीच होणार नाही" हा विश्वास इतका दांडगा असतो की आपण प्रतिबंधात्मक गोष्टी करायला धजत नाही. बऱ्याचदा थोडा बहुत त्रास झाल्यावर तो दोनतीन दिवसात आपोआपच दुरुस्त होतो आणि आपणच आपल्या शरीराबद्दल फाजील आत्मविश्वास बाळगायला परत सुरुवात करतो. खरंतर निसर्गाने शरीरातील प्रत्येक अवयवांला आपोआप दुरुस्त होण्यासाठी विशेष शक्ती किंवा किमया प्रदान केली आहे. कांही आजारामुळे अवयवांच्या पेशी निकामी वा मृत

झाल्या असतील तर त्या विशिष्ठ काळानंतर पुनर्जीवित होण्याची प्रक्रिया पण सोबतच सुरू असते. अर्थात सर्व अवयवांच्या बाबतीत हे शक्य नसते. किडनीचे सेल जर निकामी झालेत तर ते पुनर्जीवित होत नाहीत. पण निसर्गाने असे सेल किडनी मध्ये भरपूर प्रमाणात दिलेले असतात. कांही सेल जरी मृत पावले तरीही किडनीचे कामकाज व्यवस्थित सुरू राहते. पण... जेंव्हा शरीरावर आक्रमण करण्याऱ्या विषाणू, जंतू किंवा संसर्गाची ताकत शरीराच्या रोगप्रतिबंधक शक्तीपेक्षा अधिक होते तेंव्हा शरीरात कांहीतरी अवांछित बदल घडत राहतात आणि त्यामुळे ताप, डोकेदुखी, पोटदुखी, अपचन इत्यादी प्रकार होत राहतात. त्रास सहन न झाल्याने आपल्याला डॉक्टरकडे जाणे अनिवार्य होते. शरीराला होणाऱ्या त्रासाला सहन करत राहणे व त्याकडे सतत दुर्लक्ष्य केल्याने छोटेमोठे आजार भविष्यात गंभीर रूप धारण करू शकतात आणि परिस्थिती हाताबाहेर जाऊ शकते. शरीराच्या प्रत्येक अवयवाला स्वतःची अशी जबरदस्त शक्ती निसर्गाने दिलेली आहे. स्वस्थ व्यक्तीचे हृदयाचे ठोके हे मिनिटाला 72 असावेत. पण ते काही कारणास्तव 160 पर्यंत जरी गेले तरी मनुष्य जिवंत राहू शकतो आणि उपचाराने ते नॉर्मल होऊ शकतात. मनुष्याचा उच्च रक्तदाब 200 पर्यंत गेला तर त्याला त्रास होतो पण तो जिवंत असतो. प्रत्येक व्यक्तिपरत्वे अवयवांची सहनशक्ती वेगवेगळी राहू शकते. शरीराच्या अवयवामधील ही अनियमितता कुठल्या न कुठल्या लक्षणाद्वारे दिसून येते. शरीरात कांहीतरी बिघाड झाला आहे हे आपले आपल्यालाच कळून येते. समजून उमजून जर आपण अशा लक्षणांकडे दुर्लक्ष्य केले तर मात्र परिस्थिती हाताबाहेर जाऊ शकते.

"सेल्फ मेडीकेशन" ही अत्यंत वाईट आणि घातक सवय आहे. बहुतेक प्रसंगी जाहिरातींमुळे आणि जवळच्या लोकांनी त्यांच्या अनुभवानुसार

सांगितलेली औषधे डॉक्टरच्या सल्ल्याशिवाय घेतली जातात. कांही वेळा त्याचा उपयोग सुद्धा होतो आणि आपला आत्मविश्वास दुणावतो आणि अशी चूक आपण वारंवार करू लागतो. Self Medication चे परिणाम दुरोगामी असू शकतात. दाताचे दुखणे सहन करणे फारच कठीण असते. ते प्रत्येकाला आयुष्यांत कधी न कधी भोगावेच लागते. त्यावर "पेनकिलर घे" असा सल्ला देणारे मित्र मंडळी, जवळपासचे लोक खूप असतात. पेनकिलरने कांही तासापुरता आराम मिळतो जो कायमस्वरूपी नसतो. वारंवार पेनकिलर घेतल्याने पोटाचा खेळखंडोबा तर होतोच शिवाय किडनीवर सुद्धा त्याचा दुष्परिणाम होऊ शकतो. ॲसिडिटी हा पण अत्यंत फसवा आजार ठरू शकतो. आम्लपित्त घरगुती औषधाने कमी होते. पण कांही व्यक्तींकरिता ती हृदय विकाराची नांदीपण ठरू शकते. माझ्या एका जवळच्या व्यक्तीबद्दल हे घडलेले आहे. ताप येणे म्हणजे शरीरात कांहीतरी इन्फेक्शन दडलेले आहे हे नक्की. Paracetamol घेऊन ताप कमी होतो पण ते इन्फेक्शनवर काम करीत नाही. याकरिता डॉक्टरकडून तपासणी करून योग्य तो इलाज करणे आवश्यक असते. ज्याचे काम त्यानेच करणे इष्ट.

आपल्याला आश्चर्य वाटेल हे मी सगळे तुम्हाला कां सांगतो आहे, याला महत्त्वाचे कारण आहे. दिनांक 22.08.2021 रोजी मला भरपूर ताप आल्यामुळे हॉस्पिटलमध्ये ॲडमिट व्हावे लागले. वयाच्या 68 व्या वर्षापर्यंत मी स्वतःसाठी कधीच हॉस्पिटलचे तोंड पाहिले नव्हते. पण माझा तो अभिमान क्षणांत गळून पडला. वर नमूद केलेल्या गोष्टी सर्व सामान्य व्यक्ती प्रमाणे मी सुद्धा केलेल्या होत्या. त्या अनियमिततेचे फळ असावे. वेळीच आणि चांगले उपचार मिळाल्याने परिस्थिती लवकर

आटोक्यात आली. बऱ्याच गोष्टींना ब्रेक लागला, पथ्यपाणी मागे लागले. आता बरंच कांही ठीक आहे.

खरंतर आपले दुःख, यातना स्वतःच सहन करणे इष्ट, त्याचे प्रदर्शन करणे अनुचितच. वाचकांना माझे अनुभव उपयोगी पडावे व आजुबाजुला काय घडतं आहे याची जाणीव व्हावी या दृष्टीने लिहिलं आहे. स्वतःच्या दुःखाचे कौतुक केले की कोणालाच आवडतं नाही हे ही तितकंच खरं. वरील लेखातील गोष्टी आपल्याला उपयोगी पडल्या तर लिखाणाचा उपयोग. वाचा आणि विचार करा, पटलं नाही तर सोडून द्या.

देहबोली: व्यक्त होण्याचे सशक्त माध्यम

एकमेकांशी कायमस्वरूपी संबद्ध प्रस्थापित होण्यास पहिल्या भेटीतली एक नजरानजर पुरेशी असते. प्रत्येक व्यक्तीच्या शरीरातून एक प्रकारचे तरंग किंवा लहरी आगंतुका जवळ जाऊन पोहचतात, अशी मान्यता आहे. प्रथम भेटीत एखादी व्यक्ती आपल्याला मुळीच आवडतं नाही किंवा खूप आवडून जाते. बरेच वेळा आपण उगीचच एखाद्याबद्दल चांगले किंवा वाईट मत बनवून घेतो आणि ते चुकीचे असले तरी बदलविण्यास धजत नाही. खरंतर समोरच्याशी पुरेसा किंवा बिलकुल वार्तालाप झालेला नसतो, तरीही मत बनविणे थांबत नाही. एखाद्याच्या केवळ बाह्यरुपावरून तो चांगला की वाईट ठरविणे योग्य नाही, परंतु बारकाईने विचार केला तर प्रत्येक व्यक्ती केवळ जीभेचा वापर करून बोलत नाही, तर ती तिच्या संपूर्ण शरीराने बोलत असते, त्यालाच देहबोली म्हटल्या जाते. अशा देहबोलीतून व्यक्ती जशी उमगते, समजते, स्वतःबद्दल मत बनविण्यास भाग पाडते त्यालाच व्यक्त होणे म्हटल्यास वावगे ठरणार नाही. मनुष्यच काय तर पाळीव प्राणी कुत्रा, मांजर, गाय सुद्धा मालकाला त्यांच्या शारीरिक हालचालीतून आमची दखल घ्या असे

सुचवीत असतात. भारतीय सिनेसृष्टीत अगदी सुरुवातीला मूक चित्रपट तयार होत होते. त्यात संवाद देहबोलीतून व्यक्त व्हायचे. ते चित्रपट सुद्धा लोकप्रिय होते. पुढे बोलपटाचा जमाना आला, बरेचसे कलाकार त्यांच्या संवाद फेकीवर लोकप्रिय झालेत, तरी कोशिश, खामोशी, the musical सारखे मूकपात्र असलेले चित्रपट लोकप्रिय झालेत. एकंदरीत देहबोली हे व्यक्त होण्याचे प्रभावी माध्यम असू शकते हेच सिद्ध होते.

बरेच वेळा ओळखीची व्यक्ती आपल्याला भेटावयास येते. कांही बोलण्याआधीच ती पुढे काय बोलणार आहे किंवा तिच्या भेटीचा नक्की काय उद्देश असावा, हे हावभावांवरून आधीच कळून जाते. एखादी आनंदाची बातमी सांगायची असल्यास त्याच्या चेहऱ्यावरील आनंद आपल्याला बरंच काही सांगून जातो. मुलीचे लग्न ठरले, मुलगा परीक्षेत उत्तमरीत्या पास झाला यातली एखादी बातमी सांगायची असेल तर त्याचा आनंद गगनात मावत नसतो. त्याच्या देहबोली वरून नक्की बातमी कळत नसली तरी ती बातमी खुश करणारी आहे हे आधीच कळून जाते. सेवेतील त्रुटींमुळे नाराज झालेला ग्राहक वरिष्ठ अधिकाऱ्याकडे येतो. तक्रार करण्याआधी पुढे तो काय बोलणार याची कल्पना त्या अधिकाऱ्याला ग्राहकाच्या देहबोलीतून आलेली असते. पुढे तो ग्राहक त्याची काय तक्रार आहे ते सांगतोच आणि संवादातून त्याचे निराकरण पण होते. क्रिकेट खेळताना गोलंदाज जेंव्हा पंचाकडे फलंदाज आऊट आहे अशी दाद मागतो, ते त्याच्या देहबोलीतून पंचाला कळत असते. How's that? म्हणणे खरंतर औपचारिकता असते. असे जरी असले, तरी कांही व्यक्तींच्या बाबतीत हा निकष योग्य ठरत नाही. त्यांच्या देहबोलीतून त्यांच्या मनांत नक्की काय चालले आहे याचा उलगडा होत नाही. कांही व्यक्तींना मनाच्या फडताळात अनेक

गोष्टी साचवून ठेवायची सवय असते. अशा व्यक्तींबद्दल बरेच लोकांचे गैरसमज होतात.

खरी गंमत तेंव्हा येते जेव्हा एकच व्यक्ती त्याच्या संपर्कात येणाऱ्या वेगवेगळ्या व्यक्तींबरोबर भिन्न प्रकारे व्यक्त होत असते. पूर्वी बहुतेक ठिकाणी एकत्र कुटुंब पद्धती अवलंबिली जायची. त्यावेळी वयोमानाप्रमाणे एकमेकाशी व्यक्त होण्याची अपेक्षा असायची. मुलाने वडीलधाऱ्यांशी आदराने बोलणे क्रमप्राप्त असायचे. तसेच लहान्यांशी वागण्याची पद्धत वेगळी असायची. हेच उदाहरण बारकाईने समजून घ्यायचे असल्यास आपल्याला एखाद्या कार्यालयातील व्यक्ती आपल्या वरिष्ठाशी, कनिष्ठाशी, चतुर्थ श्रेणी कर्मचाऱ्यांशी, स्त्री कर्मचाऱ्यांशी किंवा ग्राहकांशी कशी वागते, बोलते यावरून लक्षांत येईल. असे व्यक्त होणे सुद्धा परिस्थितीनुसार बदलत असते. कार्यालयाची चूक असेल तेव्हा ग्राहकांशी अदबीनेच बोलणे योग्य, तेच चूक नसेल तेंव्हा अधिकारवाणीने बोलल्या जाते. मुलाला एखादी वस्तू घेऊन देता येत नसेल त्यावेळी बापाचे व्यक्त होणे, तीच वस्तू घेणे योग्य नसेल त्यावेळी बापाचे बोलणे यात कमालीचा फरक असतो. याउलट आईचे व्यक्त होणे किंचित सावधगिरीचे, वेळ आणि परिस्थिती पाहून तसेच अंतिम निर्णय योग्य लागावा या उद्देशाने राहते हेच लक्षांत येईल.

समाजात वावरतांना व्यक्ती मी कसा व किती चांगला आहे हेच दर्शवत व्यक्त होत असते. बरेच वेळा तो जसा आहे अगदी तसाच व्यक्त होत नसतो. भर सभेत भाषण देणारा वक्ता बऱ्याच पटणाऱ्या वा न पटणाऱ्या गोष्टी व्यासपीठावरून सांगत असतो. त्याचा चांगला वाईट परिणाम श्रोत्यांच्या मनांवर नक्कीच होत असतो. श्रोते आपल्या आकलन

शक्तीनुसार त्याचा अर्थ लावतात आणि त्या योग्य अयोग्य पद्धतीने जनमानसात पोहचत असतात. प्रभावी वक्ता त्याला अपेक्षित असलेला परिणाम साधून जातो. काही मंडळींना खूप आणि उगांचच बोलण्याची सवय असते, अशा संभाषणातून किती भाव व्यक्त होत असतील आणि श्रोत्यांप्रत पोहचत असतील देवच जाणे. एखाद्या देशाच्या राष्ट्रप्रमुखाच्या व्यक्त होण्याच्या पद्धतीवर आतंरराष्ट्रीय स्तरावर त्याच्या आणि त्याच्या देशाबद्दल मत बनत असते.

खरंतर व्यक्त होणे म्हणजे एकतर्फी संभाषण. जर समोरची व्यक्ती तुम्हाला नीट आणि बऱ्याच काळांपासून ओळखत असेल तरच हे संभाषण पूर्ण होण्याची शक्यता असते. संतत्वाला पोहचलेल्या दोन व्यक्ती केवळ एका दृष्टिक्षेपात आपल्या भावना एकमेकांजवळ पोहचवू शकतात. दरवर्षी विठू माऊलीच्या दर्शनासाठी लाखो वारकरी जात असतात. शेकडो मैलाचा प्रवास करून जेंव्हा ते माऊली समोर उभे ठाकतात तेंव्हा त्यांच्या मनातील भाव व्यक्त करण्यासाठी त्यांना कांहीच करावे लागत नाही, डोळ्यातून वाहणारे आनंदाश्रू सर्व कांही बोलून जातात. त्यांचे हे मुक वक्तव्य त्यांच्या मनांतील विठूमाउली बद्दलची श्रद्धा, प्रेम, आदर इत्यादी सर्वकाही विठाई जवळ शतप्रतिशत पोहोचवतात. आई सुद्धा आपल्या लहानग्याला जवळ घेते तेंव्हा ती स्पर्शातून व्यक्त होत असते. ती स्पर्शातून बाळापर्यंत निव्वळ प्रेम नाही तर सुरक्षितता सुद्धा पोहचवीत असते. बापाचे प्रेम व माया दृश्य स्वरूपात दिसत नसलं तरी प्रसंगी त्याच्या डोळ्यांच्या ओल्या कडा सर्वकाही विदित करून जातात. मोठ्या भावाचा पाठीवरील हात धीर देऊन जातो. बहिण आपल्या भावाचे सदैव शुभ चिंतित असते, ते तिच्या हालचालीतून आणि देहबोलीतून सदैव व्यक्त होत असते.

चुकीच्या ठिकाणी चुकीच्या पद्धतीने व्यक्त होणे, हे साफ चुकीचे. एखाद्या व्यक्तीच्या जाण्याची बातमी सांगताना गांभीर्य बाळगणे जरुरी असते. कोणी परीक्षेत नापास झाला ही आनंदाने सांगण्याची बाब नाही. व्यक्त होण्याच्या पद्धतीवरून तुमचे व्यक्तिमत्त्व दृष्टीस पडत असते, चुकीच्या पद्धतीने व्यक्त झाल्यास तुमच्या व्यक्तिमत्त्वावर घाला येऊ शकतो. सुयोग्य रीतीने व्यक्त होणारा व्यक्ती त्यावर झालेले चांगले संस्कार दर्शवितो, त्यातून वैचारिक प्रगल्भता दृष्टिगोचर होते. समाजात वावरताना एखाद्या व्यक्तीच्या व्यक्तिमत्त्वात आणि व्यक्त होण्यात विसंगती किंवा तफावत असेल तर तिचे महत्त्व समाजात फार काळ टिकत नाही.

प्रत्येक व्यक्तीने व्यक्त होताना सत्याची साथ सोडावयास नको. आपले व्यक्तिमत्व जनमानसाला आणि कुटुंबातील सर्व घटकांना कसे हवेहवेसे वाटेल याचा विचार करणे आवश्यक आहे. कठोर किंवा मवाळ भूमिका घेणे सर्वस्वी प्राप्त परिस्थितीवर अवलंबून असते. वागण्या बोलण्यात लवचिकता असणे अत्यंत जरुरीचे. थोडक्यांत काय, समोरच्या व्यक्तीला आपल्याला परत परत भेटण्याची इच्छा होणे, कायमस्वरूपी संबद्ध ठेवावे असे वाटणे ह्यालाच उत्तम रीतीने व्यक्त होणे म्हणावे, नाही कां. निदान या वक्तव्यावर तरी आपण व्यक्त व्हाल ही अपेक्षा.

आत्मशोध

शेवटी प्रत्येक गोष्ट एकाच ठिकाणी येऊन पोहचते. "मी कोण आहे", मला जो मनुष्यजन्म मिळाला आहे त्याचा उद्देश काय?, मी जन्म मरणाचा फेरा चुकवू शकेल काय? खरंतर हे प्रश्न प्रत्येकाला वेळीच पडायला हवे पण तसे होत नाही. ब्रम्हांडामधे मी एक नगण्य वस्तू आहे. पण माझ्या मनांमधे पूर्ण ब्रम्हांड सामावून घ्यायची शक्ती आहे. मला चौऱ्यांशी लक्ष योनीतून भ्रमण करायचे आहे, या विधानावर जर माझा विश्वास असेल तर मी मागच्या जन्मांत कोण होतो आणि पुढील जन्मानत काय राहील असे प्रश्न पडणे स्वाभाविक आहेत. त्यांचे ज्ञान जरी झाले तरी त्याचा काय उपयोग. म्हणूनच त्याचे ज्ञान होण्याची क्षमता प्रत्येकाला दिल्या गेली नाही. ते जाणून घेणे ही एक शोध प्रक्रिया आहे. गुरूंनी सांगितल्याप्रमाणे ही स्वतःची स्वतः करायला हवी. म्हणूनच आत्मशोध, आत्मचिंतन, आत्मावलोकन अत्यंत जरुरी आहे. सर्व संत महात्मे मनांवर ताबा मिळवा असे सांगून गेले आहेत. मनाचे स्थैर्य हे सर्वप्रथम. गुरूंनी मनांची आवरणे उलगडून पाहिल्यास अर्थबोध होईल असे सूचित केले आहे. विस्मरण ही मनुष्यप्राण्याला मिळालेली देणगी म्हणावी लागेल.

कालपरत्वे मनःपटलावर उमटलेल्या चांगल्या वाईट गोष्टी धूसर होत जातात. प्रत्येक जीव मागील जन्माचे संचित घेऊन जन्मतो आणि सोबत एक कोरी पाटी असते त्यावर नवीन जन्मांत काय लिहायचे हे ज्याच्या त्याच्या क्षमतेवर, प्रयत्नांवर अवलंबून असते. मागील जन्मातील चांगल्या कर्मांप्रमाणे त्याला पोषक परिस्थिती मिळू शकते. पण तिला ऐहिक सुखानुसार पाहणे चुकीचे ठरेल. गरीब आणि श्रीमंत म्हणून जन्मणे हा पूर्वसंचिताचा भाग. सामान्य कुटुंबात जन्मलेले ज्ञानेश्वर अत्यंत हलाखीच्या परिस्थितीत जगून सुद्धा संजीवन समाधी प्राप्त करते झाले, ते त्यांच्या अभूतपूर्व बुद्धिमत्ता आणि कार्यामुळे. कुटुंबवत्सल तुकोबा, नामदेव आणि इतर संत भक्तिमार्गाची कास धरून विठुचरणी लीन झाले.

भव्यदिव्य साधण्याच्या नादात मनुष्य जे सहज साध्य आहे त्याकडे दुर्लक्ष करत जातो. म्हणूनच की काय जीवनक्रमात सहजता हवी. षड् रिपुच्या विळख्यातून सुटणे जरी अशक्यप्राय असले तरी त्यांची तीव्रता कमी करू शकलो तरी खूप होईल. इतका आत्मशोध प्रत्येकाने या जन्मांत केला तरी पुरेसे.

मन मनांस उमगत नाही

मन मानवांला मिळालेली निसर्गदत्त देणगी, त्याला मूर्तरूप नाही. शरीराचा एक महत्त्वपूर्ण भाग. अनादि अनंत, अथांग, निर्गुण निराकार, जड चेतनाने युक्त. मनांला जेव्हढी विशेषणे बहाल केल्या गेली तेव्हढी शरीराच्या कुठल्याही अवयवाला प्राप्त झालेली नाही. सर्वसामान्यांनाच काय तर "मी मी" म्हणणाऱ्यांना सुद्धा मनांचा थाग लागलेला नाही. संत महात्म्यांनी मनांचा वेध घेण्याचे खूप प्रयत्न केले. ज्यांना अशा प्रयत्नात यश मिळाले ते मोक्षाप्रत पोहचले. परमेश्वराने पृथ्वीवर जे कांही ज्ञानी संत पाठविले, त्यांनी मनांवर ताबा ठेवण्याचा उपदेश केला. याचा दुसरा गहन अर्थ असा की मनांवर आपण ताबा मिळविला नाही तर तेच आपल्या भूत, वर्तमान, भविष्यातील क्रिया प्रक्रियेवर आपला प्रभाव दाखवेल आणि त्याच्या चांगल्या वाईट परिणामावर आपण नियंत्रण ठेऊ शकणार नाही. ज्ञानोबा राया म्हणतात की "मनाचिये गुंती गुंफियेला शेला". आपल्या अस्थिर आणि चंचल मनांतील विचारांचा गुंता आपल्यालाच सोडवायचा आहे. तो जर आपण सोडवू शकलो तर ते मनाचे गुंतलेले धागे सोडवून आणि गुंफून सुंदर शेला विणता येईल आणि प्रभूचरणी अर्पण करता

येईल. अन्यथा आपण त्यात इतके गुरफटून जाऊ की त्यातून मुक्त होणे अशक्यप्राय होईल. मनांचे रूप, स्वरूप, अवस्था ह्यांचा शोध घेण्याचा प्रयत्न कवींनी सुद्धा केला आहे. परमेश्वराची कल्पना ज्याला जशी वाटली तशी केल्या गेली आहे. कुणी त्याला विष्णू, शिव, राम, कृष्ण, हनुमंत अशा अनेक रूपांत पाहिले. परमेश्वर ज्याला जसा भावला तसाच त्याने अनुभवला. मनांचेही तसेच. कवींनी आपल्या कल्पनाविलासाने आणि मनांला प्रदान केलेल्या विभिन्न विशेषणाद्वारे त्याला पारिभाषित करण्याचा प्रयत्न केला. जेंव्हा विषय कठीण असतो तेंव्हा जाणकार सर्व सामान्यांसाठी वेगवेगळे दाखले देऊन त्याला सुलभ आणि सोपे करण्याचा प्रयत्न करतात.

"मन मनांस उमगत नाही" हे काव्य कविवर्य सुधीर मोघे यांचे आणि खूप प्रचलित असलेले. ही कविता मनांच्या निरनिराळ्या अवस्थेचा सखोल अभ्यास करत लिहिल्या गेलेली आहे. संगीतकार श्रीधर फडके विदर्भाचे ख्यातनाम कवी ग्रेस ह्यांच्या शब्दांना चाल लावत होते. कवितेच्या पहिल्या ओळी होत्या...

मन कशात लागत नाही

अदमास कशाचा घ्यावा।

अज्ञात झऱ्यावर रात्री

मज ऐकु येतो पावा ।।

कवि ग्रेस यांच्या शब्दांतील गुढार्थ सहज लक्षांत येत नाही. एका कार्यक्रमात स्वतः श्रीधरजींनी प्रांजळ कबूली दिली की मुखड्याला चाल

तर लावली, पण कवितेच्या पुढील ओळी गूढ आणि अगम्य वाटल्या. हीच चाल त्यांनी कवी सुधीर मोघेंना ऐकवली. सुधीरजींनी लगेच "मन मनांस उमगत नाही" हे अजरामर काव्य श्रीधरजींना लिहून दिले आणि एक चिरस्मरणीय गीत जन्माला आले. चला तर मग गीताचे रसग्रहण करू या...

मन मनांस उमगत नाही

आधार कसा शोधावा

स्वप्नातिल पदर धुक्याचा

हातास कसा लागावा।

मनांचे शरीरातील अस्तित्व प्रत्येकाला जाणवते. कुठलीही कृती करण्यापूर्वी प्रत्येक व्यक्ती मनांशी हितगुज केल्याशिवाय राहत नाही. बरेचवेळा व्यक्ती आणि त्याचे मन यात मतभेद होऊ शकतात. शेवटी काय तर मनांचा आधार हा मोठा आधार आहे. कवी म्हणतो माझे मन मलाच उमगत नाही, त्यामुळे मी मला लागणारा आधार कुठे शोधू. उमगणे ही प्रक्रिया अतिशय वैयक्तिक असते. जीवनातील मोठे अर्थ उमगतात. उमगणे ही एक प्रकारची अनुभूती आहे. ती "समजणे" ह्या प्रक्रियेसारखी सर्वश्रुत करता येत नाही. धुके भुलावण आहे. धुके दाट असताना त्यातून पलीकडचे दिसत नाही. पण त्यातून आपल्याला चालता येते. धुक्यात कितीही वेळ विहरले तरी हाताशी कांहीच लागत नाही. धुक्याचे अस्तित्व असून नसणे आणि नसून असणे असे आहे. कवीने ह्याचे वर्णन मनांस भावणारे केले आहे. धुक्याचा पदर आणि तोही स्वप्नातला ही कल्पनाच मुळी मनांला स्पर्शून जाणारी आहे. मनांचे अस्तित्व जाणवून

सुद्धा ते कह्यात येत नाही ही वेदनाच नाही कां? खरेच आपलेच मन जर आपल्याला उमगले तर सर्व किती सहज होईल.

मन थेंबाचे आकाश

लाटांनी सावरलेले

मन नक्षत्राचे रान

अवकाशी अवघडलेले

मन गरगरते आवर्त

मन रानभूल मन चकवा।

कविवर्य मोघेंनी मनांची अवस्था आणि त्यातून व्यक्ती विशेषावर होणारा व्यापक परिणाम अतिशय कौशल्यपूर्ण रीतीने प्रकट केला आहे. पहिल्या दोन ओळीतील विरोधाभासातून त्यांनी मनाची अवस्था आणि प्रारूप अतिशय परिणामपुर्वक प्रकट केले आहे. थेबांचे आकाश म्हणत त्यांनी आकाशाला गवसणी घातली आहे. तर लाटांनी सावरलेले म्हणत पृथ्वीवर विहार करणारे मन दर्शविले आहे. थोडक्यांत काय धरेपासून क्षणांत आसमंतात विहरणाऱ्या मनांचा वेग आणि चंचलता कांही शब्दातच विषद केली आहे. ब्रम्हांडी घर करून बसलेल्या ग्रह, चंद्र, तारे आणि नक्षत्र यांच्या विशालतेत सुद्धा मन हे अवघडलेल्या अवस्थेत राहते. ब्रम्हांड सामावून घेण्याची पात्रता असणाऱ्या मनांला अवघडल्या अवस्थेत बघण्याची भावनांच मनाला स्पर्शून जाते. मनांचाच जिथे थाग लागत नाही तिथे कविमनांचा लागणे अशक्यच. मनांला निरनिराळ्या उपमा देत कवीने हा विषय अधिकच गूढ केला आहे. आवर्त म्हणजे

डोहातील भोवरा. त्यात सापडलेली वस्तू क्षणांत तळाशी जाते. मनांचे सुद्धा तसेच, त्याचा तळ गाठणे कठीणच. तरीसुद्धा विचारांच्या काहुरांमुळे आणि निर्माण झालेल्या भावनिक आवर्तामुळे मनांची व्याप्ती आणि खोली मनच दाखवू शकते. मनांला दिलेल्या रानभूल आणि चकवा ह्या उपमा देखील सार्थ आहेत. रानभूल आणि चकवा अंधश्रद्धेचा भाग आहे. वनस्पती शास्त्रज्ञांनी जंगलातील वृक्षवल्ली, वनस्पती नकारात्मक आणि सकारात्मक ऊर्जा पसरविण्यास सक्षम आहेत हे सिध्द केले आहे. जंगलात भटकलेला व्यक्ती फिरून परत त्याच ठिकाणी येतो, तो रानभूल/चकवा यांच्या प्रभावाखाली आला आहे असे समजले जाते. व्यक्तीचे मन देखील त्याला सर्वदूर फिरवत वारंवार त्याच त्याच ठिकाणी घेऊन येते. यावरून मनांला नकारात्मक ऊर्जेचा प्रभावाखाली जाऊ न देणे किती महत्त्वाचे हेच तर कवीला सांगायचे आहे काय?

मन काळोखाची गुंफा

मन तेजाचे राऊळ

मन सैतानाचा हात

मन देवाचे पाऊल

दुबळ्या गळक्या झोळीत

हा सूर्य कसा झेलावा

वरील ओळीत मनांच्या अवस्थेचा विरोधाभास अधिकच तीव्र होत जातो. मन म्हणजे वळले तर सुत नाहीतर भूत. कवीने मनांला काळोखाची गुंफा म्हटले आहे. काळोखात कुणीही भयग्रस्त होतो,

त्याची आकलनशक्ती अंधारात गडप होऊन जाते. तर दुसऱ्याच क्षणी कवी मनांला तेजाचे राऊळ म्हणतो. सर्व प्रकाशमान होऊन जाते. केव्हढा हा विरोधाभास! नकारात्मक ऊर्जेच्या आहारी गेलेले मन म्हणजे सैतानी शक्तीचे माहेरघर. पण सकारात्मक ऊर्जेने जोपासलेले मन म्हणजे साक्षात देवाचे पाऊल, आपला प्रवास इच्छित स्थळापर्यंत नेऊन पोहचविणारे. मनांचे आकलनच मुळी एक अनंताचा शोध, त्याला सीमा नाही. चिरंतन ऊर्जा आणि जीवनाला प्रकाशमय करणारे मन म्हणजे साक्षात सूर्य, एक धगधगते वास्तव. त्याचे तेज आणि मोठेपण सामावून घेण्यास मी निश्चितच असमर्थ आहे, हेच कवीला अभिप्रेत आहे.

चेहरा मोहरा याचा

कधी कुणी पाहिला नाही

धनी अस्तित्वाचा तरीही

ह्याच्या वीण दुसरा नाही

ह्या अनोळखी नात्याचा

कुणी कसा भरवसा द्यावा

मनांचे अस्तित्व जरी वादातीत असले तरी त्याला मूर्तरूप नाही. त्याचे अवलोकन निश्चितच कुणी करू शकलेले नाही. त्याचा कुठलाच चेहरा मोहरा नाही. शरीरातील वारंवार व्यक्त होणारा पण अव्यक्त असलेला अवयव म्हणजे मन. व्यक्तीच्या विचार शक्तीवर आधिपत्य करणारे, कधी ध्येयाप्रत पोहचविणारे, तर कधी भटकविणाऱ्या मनांच्या

अस्तित्वाला मी जाणतो. इतक्या जवळून मी त्याला अनुभवतो पण त्याची अद्याप मला पूर्ण ओळख पटलेली नाही. त्याच्याशी माझे नाते आहे पण अनोळखी नाते. मला अद्यापही हाच पेच आहे की मन माझा स्वामी आहे की त्याच्यावर माझे स्वामित्व आहे. म्हणूनच मनांची मीमांसा करतांना कवी म्हणतो की "मन मनास उमगत नाही" आणि हेच चिरंतन वास्तव आहे.

मागे परतुनी पाहे

जीवनात स्थलांतर/स्थित्यंतर हा अविभाज्य भाग आहे. कांही थोड्या काळासाठी असतात तर कांही स्थायी स्वरूपात. नोकरदार व्यक्तींसाठी तर हा नेहमीचाच विषय. जीवनाच्या प्रवासात काही विनंती थांबे असतात, कांही थांबे परिस्थितीनुसार घ्यावे लागतात तर काही थांबे अनिवार्य असतात. जन्मल्यापासून ते अनंताच्या प्रवासाला निघेस्तोपर्यंत माणसाच्या चित्तवृत्ती आणि शरीर स्थिर नसतात. त्यात कांही न कांही बदल घडून येत असतात. ध्येयपूर्तीसाठी सर्वप्रथम ध्येयनिश्चिती आवश्यक असते. मनुष्याला त्याचे ध्येय निश्चित करण्यासाठी सुद्धा कसोशीचे प्रयत्न करावे लागतात, वैचारिक मंथन करावे लागते. ध्येय गाठणे हा एक अविरत प्रवास आहे, प्रक्रिया आहे. ध्येयप्राप्ती साठी निरंतर प्रयत्न करावे लागतात. क्षणोक्षणी कुठल्यातरी यशस्वी व्यक्तीची विचारसरणी अनुसरावी लागते, अनेकांची मदत घ्यावी लागते. अशा प्रवासात जर गुरू सोबत असेल तर ध्येय प्राप्तीचा मार्ग सुलभ वाटू लागतो. जेंव्हा आपण दुसऱ्याकडून आपल्या फायद्यासाठी कांहीतरी मदत किंवा सहकार्य घेतो त्याची परतफेड किंवा प्रतिपूर्ती करणेसुद्धा तेव्हढेच आवश्यक.

जीवन प्रवासाला शेवटचा थांबा नक्कीच आहे ह्याची जाणीव असून सुद्धा तो जन्मभर अमरत्वाचा पट्टा बांधून घेतल्यासारखा वागत असतो. काय घाई आहे?, अजून वेळ आहे इत्यादि कारणे देऊन आजचे काम उद्यावर ढकलणे हा त्याचा स्थायीभाव. मनुष्याच्या जीवनात बराच काळ कांही न कांही कर्म करण्यातच जातो. बऱ्याच वेळी त्याला उपयोगी नसणाऱ्या गोष्टी पण कराव्या लागतात. जीवनाचा उद्देश जर मनुष्याला नीट कळला तर भविष्यात बऱ्याच गोष्टी सुलभ होऊ शकतात. जीवनात जन्म, शिक्षण, लग्न, वंशवृद्धी, ऐहिक सुखप्राप्ती, निवृत्ती आणि शेवटी मृत्यू यापलीकडे तो फारसा विचार करत नाही आणि हे साधता साधता त्याच्या वाटेला आलेला मौलिक काळ निघून गेलेला असतो. सांसारिक पाश मागे न लावून घेता असा प्रवास एकट्याने केला तर ध्येय प्राप्ती लवकर होऊ शकते असे इतिहास सांगतो. मनुष्याचे वय वाढण्याकरिता आणि हाताशी असलेला काळ सरण्याकरिता कांहीच प्रयत्न करावे लागत नाही. कुठलीही गोष्ट प्राप्त करण्यासाठी आजचा दिवस शेवटचा आहे असे मानून कसोशीने प्रयत्न केले तरच या जीवनात कांहीतरी ठोस प्राप्ती केल्याचे समाधान मिळू शकते. सुखापेक्षा समाधानाची प्राप्ती आनंददायी असली तरी ती फारशी सोपी नाही.

संचित म्हणजे धनसंचय किंवा स्थावर मालमत्ता जोडणे, या पलीकडे मनुष्याचा विचार जात नाही. संचित वृद्धीचा दुसरा अर्थ जाणून घेण्याचा तो फारसा प्रयत्न करत नाही. धनसंचय करणे म्हणजे भविष्याचा विचार करून आजच्या गरजा पुढे ढकलणे. धन संचय जरी आवश्यक असला तरी तो सफल जीवनाचा मूळ उद्देश होऊ शकत नाही. जीवनात खरोखरीच कांहीतरी प्राप्त करायचे असेल तर नाण्याच्या दोन्ही बाजूचा शोध घेणे फार जरुरीचे. कुठल्याही व्यक्तीला दुसऱ्यावर अवलंबून राहणे

फारसे आवडत नाही. वृद्धापकाळात आर्थिक दृष्ट्या स्वावलंबी राहावे यासाठी तो आपले तारुण्य खर्ची घालत असतो. त्याचा परिणाम असा होतो की तो आज ही सुखी होत नाही आणि भविष्यात साठवलेला पैसा गाठीशी असून सुद्धा त्याचा योग्य उपभोग घेऊ शकत नाही. त्यामुळे संचित शब्दाचा योग्य अर्थ न कळल्याने तो संचय करत सुटतो. मनुष्य जन्म ही संचित वृद्धिंगत करण्याची सुयोग्य संधी हे त्याच्या लक्षांत येई पावेतो त्याच्या जीवनाचा उत्तरार्ध सुरू झाला असतो. पुण्यसंचय करण्याऐवजी तो धनसंचयाला अधिक महत्त्व देतो. कर्मकांड सांगते की संचित याच जन्मात नाही तर त्याच्या येत्या जन्मातही उपयोगी राहत असते. वृद्धापकाळात राहते घर, दैनंदिन उपजीविका आणि औषधपाणी याशिवाय जीवनात फार कांही उरलेले नसते. समाजातील वावर, माणसे जोडणे, नाती जपणे याकडे सक्रिय कार्यकाळात त्याचे फारसे लक्ष दिल्या गेले नाही तर याच उणिवा जीवनाच्या उत्तरार्धात त्याच्या समोर आ वासून उभ्या राहतात. गरजेपेक्षा बांधलेल्या मोठ्या घराची वाढती किंमत त्याला मानसिक समाधान देत असते. घरात राहणारी माणसे हळूहळू कमी होत जातात. अशी ओसाड घरे भविष्यात खायला उठतात. वैचारिक भिन्नतेमुळे आणि स्वतंत्र जीवनशैलीमुळे अशा गोष्टींची नवीन पिढीला फारशी उपयुक्तता वाटत नाही कारण प्रत्येक व्यक्तीची इच्छा जीवन त्याच्या मनांप्रमाणे जगावे अशीच असते. मनुष्य आर्थिक धागे बळकट करण्याच्या नादात प्रेमाचे धागे जीर्ण करत जातो. म्हातारपणी दिवस उगवतो आणि मावळतो यापेक्षा फारसे काही नवीन घडत नसते. जगलेल्या वयाचा आकडा वाढत असतो आणि एक्झीट घेण्याचा काळ कमी होत असतो. या जीवन काळाला आकस्मिक आणि अनपेक्षित अडचणींचा वाट पाहण्याचा काळ म्हणून संबोधित केल्यास जास्त योग्य

होईल. ज्यांची तरतूद चांगली त्यांना मानसिक स्थैर्य लाभते पण अन्य ज्येष्ठांना अशी परिस्थिती अस्वस्थ करून सोडते. आता मागे परतून पाहण्याचा फारसा उपयोग होत नाही.

अलीकडे समाज माध्यमाची प्रगती आणि सहज उपलब्धीमुळे कानाकोपऱ्यातील बातम्या क्षणार्धात पोहचतात. एकामागे एक सहकारी साथ सोडून जाण्याच्या बातम्या मनाला दुःखी करून जातात आणि जीवनात क्षणिक वैराग्य घेऊन येतात. जो उरतो तो सुपातला आणि जो जातो तो जीवनाच्या चक्कीत पिसून आपल्या स्थळी पोहचलेला असतो.

जे जन्मले मग ते वृक्षवल्ली असो, प्राणीमात्र असो की मनुष्य प्राणी असो, त्याला एके दिवशी अंतराळात विलीन व्हायचे आहे, फिरून जन्मण्यासाठी. चौऱ्यांशी लक्ष योनीतून त्याला नक्की भ्रमण करायचे असते. प्रत्येक जन्मात त्याला नक्कीच मृत्यू आलेला असेल. तरी तो मृत्यूचे भय अगदी जन्मापासून बाळगत असतो. याचे प्रमुख कारण म्हणजे मृत्यू येण्याबद्दलची अनिश्चितता. जन्माला येणे आणि मृत्यू पावणे या दोन्ही गोष्टी मनुष्यप्राण्याला अनाकलनीय तसेच त्याच्या हातात नाही. अंधारात वावरायचा सराव कोणी करत नसतो पण असा प्रसंग जेंव्हा कोणावर येतो तेंव्हा त्याला अनामिक भीती ग्रासत असते. त्याला आजूबाजूचे दिसत नसते त्यामुळे तो अस्वस्थ होत जातो. मृत्यू जीवनातील अंतिम स्थान. तो आकस्मिक असतो, त्यामुळे जिवंतपणी मृत्यूचा विचार देखील अस्वस्थ करून जातो. खरंतर मृत्यू ही नवीन जीवन प्राप्त करून देणारी संधी. पण मागे उरणाऱ्यांना कायमचे सोडून जाण्याचे दुःख, जीवनात बऱ्याच गोष्टी पूर्णत्वास न नेऊ शकण्याचे दुःख आणि पुढे काय वाढून ठेवले आहे याविषयीचे अज्ञान या गोष्टींमुळे मरणारा प्राणी असहाय

होतो, भयकंपित होतो. त्यामुळे मृत्यू म्हणजे कायावस्त्र बदलण्याचा प्रकार ह्याचा विचार देखील त्याच्या मनांत येत नाही. देहामध्ये आत्मारुपी ऊर्जेचा जोपर्यंत वास असतो तोपर्यंत मनुष्य जिवंत राहतो. ज्याक्षणी ही ऊर्जा त्याच्या देहातून स्थानांतरित होते त्याक्षणी त्याच्या देहाचे कलेवर होते आणि ती व्यक्ती मृत पावते. शरीरातील सूक्ष्म बदल त्याला ह्याचे संकेत देत असतात. देह पंच महाभूतापासून बनलेला आहे आणि त्याला पंच महाभूतात विलीन व्हायचे असते. समाधी अवस्था याहून कांही वेगळी नसते. मोक्ष मिळणार असेल तर तो ईश्वरात विलीन होईल अन्यथा पुढील जन्म निश्चित राहील. तुमचे सत्कर्मच तुम्हाला मोक्षप्राप्ती करून देतील. म्हणून जोवर संधी आहे तोवर मागे परतून पहा. आवश्यक ती दुरुस्ती करत रहा, सत्कर्म करत रहा म्हणजे शेवट गोड होईल.

मैं खयाल हूं किसी और का

गज़ल काव्यांचा एक अफलातून प्रकार. एका हृदयाला दुसऱ्या हृदयाशी भावनिकरीत्या जोडणारा रेशीम बंध. गझलकाराला अभिप्रेत असलेला अर्थ आणि त्या काव्यांतील छुपे आध्यात्म जर ऐकणाऱ्याला शत प्रतिशत उलगडले तर तो परमोच्च आनंदाचा क्षण. गझल लिहिण्याचे एक व्याकरण आहे. गझल लिहिण्याची तांत्रिक बाजू सांभाळून अभिप्रेत असलेला अर्थ वाचकांपर्यंत पोहचविणे म्हणजे तारेवरची कसरत. गझलमधे अनेक शेर असू शकतात. एका शेराच्या दोन ओळीत खूप खोल अर्थ लपलेला असतो. शेराच्या पहिल्या ओळीत एखादा गहन प्रश्न, एखादे विधान, न उलगडलेलं कोड विदित केले असते आणि दुसऱ्या ओळीत त्याचे उत्तर किंवा उलगडा असतो. पहिली ओळ वाचकाची किंवा ऐकणाऱ्याची मती गुंग करून टाकते आणि दुसऱ्या ओळीची उत्सुकता कमालीची वाढविते. दुसऱ्या ओळीत त्याचा हळुवार आणि पटेल असा उलगडा होतो. तो इतका चपखल असतो की ऐकणारा किंवा वाचणारा विस्मयचकित होतो. आणि हेच गझलकाराचे खरे कौशल्य. सुरेश भटांनी गझल मराठीत नुसतीच आणली नाही तर ती अतिशय

सोप्या शब्दात रसिकांसमोर मांडली. त्यामुळे ती सर्व सामान्यांपर्यंत पोचली. उर्दू भाषेत अनेक शायर झालेत. अगदी मिर्झा गालिब पासून ते अलीकडील शकील, मजरूह आणि साहिर पर्यंत. उर्दू भाषा मुळांतच मधाळ, ऐकायला जितकी गोड तेव्हढीच समजायला कठीण. त्यामुळे उर्दू गझल जर शब्दांचे अर्थ नीट समजले तर खूप आनंद देऊन जाते. त्याकरिता उर्दू भाषा शिकणे अत्यंत जरुरी. प्रत्येक उर्दू शब्दाचा अर्थ इतका व्यापक पण नेमका असतो की प्रत्येक शेराला तोच आणि तोच शब्द उपयुक्त राहतो आणि शायरीला वेगळ्याच उंचीवर नेऊन ठेवतो. गझलमध्ये प्रत्येक शेराचा परस्पर संबद्ध असावा असे बंधन नाही. प्रत्येक शेरात दडलेले आध्यात्म वेगळे असू शकते. दोन ओळींचा एकेक शेर म्हणजे स्वतंत्र काव्यच. एकाच विषयाला धरून केलेलं काव्य म्हणजे नझ्म. प्रस्तुत गझल सुप्रसिद्ध शायर सलीम कौसर यांनी रचली असून अतिशय अर्थगर्भित आहे.

मनुष्याच्या व्यक्तिमत्त्वाचे पैलू आणि वावर सर्व ठिकाणी सारखाच असेल असे जरुरी नाही. तो वेगवेगळ्या परिस्थितीत भिन्न भिन्नपणे वावरत असतो. थोडक्यांत काय तर वेगवेगळ्या व्यक्तिमत्त्वाचे पैलु घेऊन तो कुटुंबात, समाजात, आपल्या कार्य स्थळी आणि इतरत्र वावरत असतो. ज्यावेळी स्वतःला अशा व्यक्तिमत्त्वातील विरोधाभासाची जाणीव होते तेव्हा अनेक अनाकलनीय गोष्टी त्याला उजागर होतात. प्रत्येक गोष्टीतला, अनुभवातला विरोधाभास हा चिंतनीय आणि मननीय विषय. हाच विरोधाभास "मैं खयाल हूँ किसी औरका" गझलचे मर्म आहे. ते शायर सलीम कौसरने अत्यंत प्रभावीपणे मांडलेले आहे. गझल गायकीचा बादशाह मेहदी हसनने भैरवी थाटात या गझलेला स्वरबद्ध केले आहे. अर्थपूर्ण शब्द रचना आणि धीरगंभीर गायकीमुळे प्रस्तुत

गझल ऐकणाऱ्यांच्या काळजाचा ठाव घेते. मेहदी हसनने आपल्या तरुणपणी पाकिस्तानी चित्रपटासाठी शेकडो फिल्मी गीते गायलीत. हिंदी चित्रपट सृष्टीत मोहम्मद रफीची लोकप्रियता जितकी होती तेवढीच मेहदी हसनची पाकिस्तान सिनेसृष्टीत होती. भविष्यात पाकिस्तानी चित्रपटासाठी मेहदी हसनने गायलेली सिनेगीते शास्त्रोक्त अंदाजात गाऊन गझलच्या रूपांत प्रस्तुत केली आणि श्रोत्यांनी हे सादरीकरण डोक्यावर घेतले. उदाहरणादाखल रंजीश ही सही, बात करनी मुझे मुश्किल, मुहब्बत करने वाले कम न होंगे, गुलोंमे रंग भरे, भुली बिसरी चंद उमीदे, खुदा करे के मोहब्बतमे ये मकाम आये इत्यादि इत्यादि. मेहदी हसनची प्रत्येक गझल म्हणजे हळुवार तर्ज, ताना, आलापी, सुर लय व तालाचे अभूतपूर्व प्रस्तुतीकरण. शास्त्रीय संगीतावर आधारित असल्याने त्यात अभिप्रेत असलेले भाव रसिकांपर्यंत पूर्णपणे पोहचतात.

"मैं खयाल हूँ किसी और का" या गझलच्या प्रत्येक शेराचे मनन करून जर विश्लेषण केले तर शायर सलीम कौसरचे मोठेपण लक्षांत येईल. गझलचा मतला म्हणजे ध्रुपद पासून सुरुवात करू...

मैं खयाल हुँ किसी और का मुझे सोचता कोई और हैं।

सर ए आइना मेरा अक्स है पस ए आइना कोई और है।

महत्त्वाचे म्हणजे मतल्यामधे शायराने "मैं" हा प्रातिनिधिक किंवा प्रतीकात्मक रूपात वापरला आहे. त्यामुळे ऐकणारा त्याच्या शायरीत सहज गुंतून जातो. शेरातील "मैं" सुद्धा तटस्थ किंवा अलिप्त आहे. तो स्वतःच्या व्यक्तिमत्त्वाचे विश्लेषण स्वतः अलिप्त राहून केल्यासारखे जाणवते. मी जरी मी असलो तरी या विचारप्रवाहाचा जनक वेगळाच आहे

आणि त्याचे मनन करणारा सुद्धा वेगळाच आहे. आरसा जरी खरे रूप दाखवणारे साधन असले आणि प्रतिबिंब जरी माझे असले तरी आरशांत कोणीतरी दुसराच आहे. मी अद्याप ही स्वतःला नीटसे ओळखले नाही. मी जरी हा चेहरा माझा म्हणून वावरत असलो तरी माझी खरी ओळख मलाच पटलेली नाही आणि दुसरे लोक त्यांना पटेल अशी माझी वेगळीच ओळख करून घेतात.

मैं किसीके दस्त ए तलबमे हुँ तो किसीके हर्फ ए दुवामे हुँ।

मैं नसीब हुँ किसी औरका मुझे मांगता कोई और है।

मी परमेश्वराची करुणा भाकणाऱ्या हातात आहे तसेच त्या प्रार्थनेच्या शब्दोच्चारात आहे. मी कोणीतरी दुसऱ्याचेच नशीब आहे आणि माझं भलं चाहणारा सुद्धा कोणी दुसराच आहे. मी खरंच किती नशीबवान आहे की माझ्यासाठी प्रार्थना करणारे, दुवा करणारे हात सुद्धा उपलब्ध आहेत. माझ्या भविष्याची काळजी घेणारी मंडळी दुसरी असली तरी ते आसपास आहेतच.

अजब एतबार ओ बेएतबारीके दरमियाँ है जिंदगी।

मैं करीब हूँ किसी औरके मुझे जानता कोई और है।

विश्वास आणि अविश्वासाच्या हिंदोळ्यावर माझे जीवन झुलते आहे. जरी मी माझ्या मते कुणाच्या जवळ असलो तरी मला जवळून ओळखणारा कोणीतरी वेगळाच आहे. मतितार्थ हा की मीच मला पुरेसे ओळखले नसल्याने कुणावर विश्वास ठेवावा की ठेवू नये अशा द्विधा मनस्थितीत अडकलो आहे. ज्याला मी जवळचा समजतो त्यापेक्षा दुसराच कोणीतरी मला चांगला ओळखून आहे.

मेरी रोशनी तेरे खद्द ओ खालसे मुक्तलिफ तो नही मगर।

तू करीब आ तुझे देखलु तू वोही है या कोई और है।

माझे दृश्य स्वरूपातील अवतरण तुझ्यापेक्षा वेगळे जरी नसले तरी माझ्या मनात एक पराकोटीची उत्सुकता लागली आहे की तू आहेस तरी कोण? मला तुला जवळून बघायचे आहे की तू तोच आहेस की कोणी दुसराच आहे. माझ्या मनात मी जे तुझे चित्र रेखाटले आहे तो तूच तर नाही. शायर सलीम कौसरने स्वतःचा शोध आणि कल्पनाशक्तीतले रेखाटलेले चित्र यांची सांगड घालण्याचा सुरेख प्रयत्न या दोन ओळीत केलेला आहे. हा माझ्याच अस्तित्वाचा शोध घेणे नाही तर दुसरे काय?

तुझे दुष्मनो की खबर न थी मुझे दोस्तोका पता नही।

तेरी दास्ताँ कोई और थी मेरा वाकया कोई और है।

काय विरोधाभास आहे बघा की तुला तुझे विरोधक, शत्रू माहित नाही आणि मला माझे मित्र कोण याची जाणीव नाही. सलीम कौसरनी मांडलेला शब्दच्छल अभूतपूर्व आहे. मी आणि माझे प्रतिबिंब आणि त्याबद्दलचे अंर्तद्वंद्व याबद्दल शायराने शब्दच्छलाच्या माध्यमाद्वारे केलेली मीमांसा प्रसंगाचे कुतुहल वाढवते. म्हटलं तर दोन्ही गोष्टींचा अर्थ एकच आहे अन्यथा एकदम भिन्न. दुसऱ्या ओळीत केलेला खुलासा सुद्धा प्रसंगाचे गांभीर्य अधिकच गडद करून जातो. शायर म्हणतो की तुझ्या जीवनातील घटना क्रम काहीतरी वेगळाच आहे आणि माझ्या जीवनातील प्रसंग एकदम वेगळा आहे. दुसऱ्या ओळीतील दास्तान आणि वाकया हे दोन्ही शब्द चांगल्या अर्थी वापरले जात नाही. दास्ताँ म्हणजे अशी कहाणी जिचा शेवट दुःखीच असतो आणि वाकया हा शब्द

दुर्घटनेच्या संदर्भात वापरल्या जातो. थोडक्यात काय तर दुःख हा तुझ्या आणि माझ्या जीवनातील स्थायीभाव असून आणि तेव्हढेच काय तुझ्या माझ्यात असलेले साम्य.

वोही मुनसिफोकी रियायते वोही फैसलोकी इबारते।

मेरा जुर्म तो कोई और था पर मेरी सजा कोई और है।

जीवनामधे कोणाच्या चुका होत नाही. परंपरावादी न्यायदान करणारे आणि तथाकथित दुसऱ्याचे नशीब ठरविणारे आणि सर्व गोष्टींचा योग्य विचार न करता चुकीचा निर्णय देऊन वाट्टेल ती शिक्षा देणाऱ्या लोकांनी माझ्या चुकांचे मूल्यमापन केले. माझा गुन्हा वेगळाच होता आणि मला दिलेली शिक्षा वेगळीच आहे. चूक जरी त्यांची असली तरी विजोड अशी शिक्षा मला भोगावी लागते आहे.

कभी लौट आये तो नही पुछना देखना उन्हे गौरसे।

जिन्हे रास्तेमे खबर हुई के ये रास्ता कोई और है।

जीवनाचा मार्ग लांबच नाही तर खडतर सुद्धा आहे. बऱ्याच वेळा त्यावर चालणाऱ्यांची दिशाभूल सुद्धा होते. आणि बराच दिशाहीन प्रवास केल्यावर त्यांच्या लक्षात येते की आतापर्यंत मार्गक्रमण केलेला रस्ताच मुळी चुकीचा आहे. अशा वापस आलेल्या पांतस्थांना त्यांच्या चुकीच्या निर्णयाची जाणीव करून आणखी ओशाळू नकोस. त्यांनी केलेल्या चुकीची सजा त्यांनी आधीच भोगलेली आहे. त्यांच्याकडे काळजीपूर्वक बघ, भविष्यात अशी चूक आपल्याकडून न व्हावी अशी पक्की खूणगाठ बांधून घे.

जो मेरी रियाजत ए नीम शब को "सलीम" सुबह न मिल सकी।

तो इस के माने तो ये हुवे के यह खुदा कोई और है।

मी त्याची श्रद्धापूर्वक प्रार्थना केली, करुणा भाकली तरी जर मला सुख, शांति, समाधान मिळाले नाही तर याचा अर्थ एकच निघतो की इथला ईश्वर कोणी दुसराच आहे आणि मी दुसऱ्याची आराधना ईश्वर समजून करत होतो.

तर ही होती शायर सलीम कौसरची अर्थगर्भित शब्दसंपदा आणि त्यावर मेहदी हसनने चढविलेला सुयोग्य आणि काळजाचा ठाव घेणारा स्वरसाज. "मैं खयाल हूँ" ऐकताना अंतर्मुख व्हायला होते. वरील शेरांचा अर्थ हा प्रत्येक जण त्याला उमजेल असा लावू शकतो. लेखकाने लावलेल्या अर्थाशी प्रत्येक वाचक सहमत होईल अशी अपेक्षा बाळगणे फारसे योग्य नाही. प्रत्येक वाचक आपल्या आकलनाप्रमाणे त्याला योग्य वाटेल तसा अर्थ लावू शकतो. कवी, शायर, गझलकार आपल्या विचाराने काव्य लिहीत असतात. त्यांना अभिप्रेत असलेला अर्थबोध झाला तर तो मणीकांचन योग.

ढाई आखर प्रेमका

प्रेम एक व्यापक शब्द. मनुष्यप्राणी त्याच्या छोट्याशा जीवनात बऱ्याच गोष्टींचे अर्थ शोधत असतो. कांही अर्थ लागतात, कांही लागत नाहीत. जे अर्थ लागत नाहीत त्याचा शोध अर्थहीन आहे असे मुळीच समजू नये. एक शोधतांना दुसरे अतिशय महत्त्वपूर्ण असे कांहीतरी निश्चित सापडत असते. शोध घेणे महत्त्वाचे. शोध ही निरंतर प्रक्रिया आहे. संत कबीर म्हणतात...

"पोथी पढि पढि जग मुवा

पंडित भया न कोय

ढाई आखर प्रेमका

पढे सो पंडित होय।"

संत कबीराची वाणी थेट विषयाला हात घालणारी. विद्वान म्हणून मान्यता मिळविण्यासाठी नुसते पोथी पुराणाचे वाचन करणे पुरेसे नाही, तर प्रेमाचा खरा अर्थ ज्याला समजला तोच जगांत विद्वान समजल्या

जातो, बाकी सर्व पढतमूर्ख. प्रेम काय आहे, प्रेमाची व्याख्या काय असावी?, खरंच कोणी कोणावर मनांपासून प्रेम करत कां?, हे आजपर्यंत थोरामोठ्यांना नीट समजले नाही तिथे पामरांची काय कथा. म्हणून प्रेमाचा वास्तविक अर्थ शोधण्याचा प्रयत्न करत राहणे हेच योग्य.

ढोबळ मानाने विचार केला तर प्रेम ही एक उत्कट भावना. प्रेम म्हणजे पराकोटीची आपुलकी. प्रेमात कमीतकमी दोन व्यक्ती किंवा एक ते अनेक आणि अनेक ते एक अशा व्यक्ती असणे आवश्यक. सर्वप्रथम स्वतःचे स्वतःवर प्रेम असणे आवश्यक. प्रेमाची अनुभूती स्वतःवर प्रेम करून मिळते आणि त्यातून मिळालेला आनंद मनुष्याला दुसऱ्यावर प्रेम करण्यास उद्‌क्त करतो. 'मी' च जर मनांपासून मला आवडलो नाही तर दुसऱ्याला मी कसा आवडेल. एखादी व्यक्ती आपल्यावर प्रेम करते हे समजण्यासाठी सर्व प्रथम स्वतःला त्याचा आनंद, अनुभव घेणे आवश्यक. प्रेम करणे म्हणजे एक दुसऱ्याला समजून घेणे. एकमेकांचे गुणदोष जाणुन घेणे. गुणांचे कौतुक करणे आणि शक्य झाल्यास दोषनिवारण करण्यासाठी ते निदर्शनास आणून देणे. स्वार्थ, दुस्वास, हीन भावना, उपहासात्मक संवाद टाळणे हे ही ओघाओघाने आलेच. मित्रांमध्ये एकमेकाला समजून घेण्याची क्षमता जास्त असल्याने की काय गंमत जम्मत करण्यासाठी यात बऱ्यापैकी सुट घेतल्या जाऊ शकते.

जन्माला येण्याआधीच अपत्याचा आणि मातेचा रक्तामांसाचा घट्ट संबद्ध जोडल्या जातो. जन्मानंतर सुद्धा आईच त्याचे विश्व असते. ते अपत्य आईच्या आजूबाजूला वावरत असते. आईसाठी अपत्य तिचे सर्वस्व असते. त्या अपत्यामुळे तिला आई ही सर्वोच्च उपाधी मिळालेली आहे ह्याचे तिला कधीच विस्मरण होत नाही. आणि इथेच जन्म होतो

निस्पृह प्रेमाचा, अपरंपार मायेचा. ती कुठेही व्यस्त असली तरी तिचे अंर्तचक्षु सदैव आपल्या बाळावर केंद्रित असतात. आपल्या बाळाविषयी तिच्या मनांत सदैव एक काळजी वास करत असते. "प्रेमस्वरूप आई, वात्सल्यसिंधु आई", "निजल्या तान्ह्यावरी माउली, दृष्टी सारखी धरी".. कवीने किती उदात्त भाव व्यक्त करून ठेवले आहेत. तर काय, प्रेमाची पहिली खरीखुरी जाणीव म्हणजे आईची माया. जन्माला आल्यावर आईनंतर जातकाच्या जवळ असणारी व्यक्ती म्हणजे पिता. कोडकौतुक पुरविणारा, किंचित कर्तव्यकठोर, आई इतका मोकळेपणाने व्यक्त न होऊ शकणारा, अपत्याच्या भविष्याबद्दल चिंतित असणारा बाप. आईने जरी जन्म दिला असला तरी व्यावहारिक जगाची अपत्याला खरी ओळख करून देणारा बाप. त्याच्या कृतीमुळे आणि अपेक्षेमुळे किंचितसा जाचक वाटणारा बाप. त्याच्यावर असणाऱ्या जबाबदारीमुळे त्याची माया लक्षांत यायला जरा वेळच लागतो. अपत्याची प्रेमाशी असणारी दुसरी ओळख म्हणजे पिता. त्यानंतर जातकाला अनुभवावयास येते ते बंधुप्रेम आणि बहिणीची माया. राम लक्ष्मणाचे बंधूप्रेम आणि द्रौपदीची कृष्णावर असलेली बहिणीची माया सर्वश्रुतच आहे. आजी आजोबा हे केवळ हट्ट पुरविण्यासाठी असतात ही नातवंडांची ठाम समजूत. अतिव्यस्ततेमुळे स्वतःची मुले वाढतांना पाहण्याचा आनंद न अनुभवता आल्यामुळे तो आनंद नातवंडांना मोठे होतांना पाहून अनुभवल्या जातो. थोडक्यांत काय, प्रेमाची प्राथमिक जाणीव होते ती कुटुंबातील वरील घटकांमुळे.

लहानग्यांच्या कक्षा काळाबरोबर रुंदावत असतात. त्याचे पाऊल घराबाहेर पडू लागते. आणि त्याला मित्र प्रेमाची अनुभूती होऊ लागते. मैत्री ही जीवनातील एक अत्यंत सुखद भावना. त्याचे मोल कळायला काळ जावा लागतो. जरी शाळा कॉलेज मध्ये अनेक मित्रमैत्रिणी

भेटले तरी कायमस्वरूपी बरोबर असणारे मित्र मोजकेच. आतापर्यंत मिळालेल्या प्रेमात त्याने व्यवहार अनुभवला नसतो पण जसजसे वय वाढते तसतसे प्रेमात व्यवहार, स्वार्थ, आपपरभाव इत्यादि गोष्टींची त्याला जाणीव होऊ लागते. तरुण वयात शारीरिक आकर्षणातून हवेहवेसे वाटणारे प्रेम सुद्धा तो अनुभवतो. उपजीविकेचे साधन प्राप्त झाल्यावर त्याला गरज भासते ती जीवनात आजन्म साथ देणाऱ्या जोडीदाराची. जोडीदार एकतर तो स्वतः निवडतो किंवा त्याला परिस्थितीनुसार स्वीकारावा लागतो. दोन्ही बाबतीत हे विधिलिखितच. चांगला जोडीदार मिळणे हे नशीब. भिन्न परिस्थितीत वाढलेले दोन जीव जेंव्हा एकत्र येतात तेंव्हा एकमेकाला समजून घेणे, भिन्न असणाऱ्या स्वभावाशी जुळवून घेणे, एकमेकांच्या त्रुटींकडे डोळेझाक करणे इत्यादि तडजोडी दोघांनाही कराव्या लागतात. सहवासाने प्रेम वाढते म्हणतात. ह्या नवीन विश्वांतील तडजोडीतूनच प्रेमाचे कायमस्वरूपी अंकुर फुटत जातात, ते शेवटच्या श्वासापर्यंत.

प्रेमात आवश्यक असतो तो विश्वास, एकमेकांविषयी आदर, आस्था, भावनिक एकरूपता, एकमेकांच्या चुका सावरून घेत जगण्याची कला इत्यादि. दुसऱ्याच्या पायी काटा बोचला आणि आपल्या डोळ्यात जर टचकन पाणी येत असेल तर ते त्याच्यावर असलेले खरे प्रेम. खऱ्या प्रेमात दुसऱ्याचे सुखासोबत दुःख सुद्धा अनुभवण्याची अभूतपूर्व शक्ती असते. जीवन कंठीत असताना प्रेमाची खरी व्याख्या हळुहळू उमगु लागते. प्रेम निस्पृह असावं, निर्व्याज असावं, निर्गुण निराकार असावं, अपेक्षाहीन असावं, निस्वार्थी असावं तरच ते खरं प्रेम ठरतं. प्रेमामध्ये दूजाभाव, स्वार्थ, आप्पलपोटेपणा, उपहास असेल तर एकमेकांबद्दल खऱ्या प्रेमाची उत्पत्ती होणारच नाही. अहंकार हा प्रेमाचा शत्रूच. अहंकार रुपी वृक्षाच्या

सावलीत प्रेमाचे रोपटे नीट वाढत नाही. वृद्धिंगत होण्यासाठी लागणारी आपसी संबद्धाची ऊब, अहंकार प्रेमाच्या रोपट्यापर्यंत पोहचू देत नाही.

'Man is a Social Animal' असं म्हटल्या जाते. कुटुंबानंतर मनुष्यप्राण्याचा संबद्ध येतो तो समाज घटकांशी. कुटुंबातील व्यक्तींचे वागणे आणि समाज घटकांचे वागणे यातली तफावत जाणवण्या इतपत नक्कीच असते. समाजघटकांच्या वागण्या बोलण्यावरुनच समाजाचा वैचारिक प्रवाह ठरत असतो. जीवनाचे खरे व्यवहार ज्ञान समाजात वावरल्यावरच कळते. मग प्रश्न पडतो की समाजाबरोबर प्रवाहित व्हायचे की प्रवाहाविरुद्ध पोहून स्वतःचे स्थान निर्माण करायचे. तुमच्या मनांत जर सद्भाव, मदत करण्याची भावना किंवा समाज घटकांविषयी प्रेम नसेल तर तुमची स्वीकारार्हता असणे कठीणच. हा प्रासंगिक भाव नसून ते कायम स्वरूपी अंगीकारावयास हवे. तुमच्या वागण्या बोलण्यात एक प्रकारची सुसूत्रता आणि सातत्य असणे गरजेचे. समाजव्यवस्थेत नाव कमवायचे असल्यास दुटप्पी धोरण अवलंबिणे घातक ठरू शकते. सर्वांना त्यांच्या गुणदोषांसकट स्वीकारणे हेच समाज व्यवस्थेतील प्रेम भावनेचे द्योतक ठरते. समाजव्यवस्थेत अग्रणी राहायचे असेल तर त्यात सेवाभाव जितका जरुरी तितकाच प्रेमभाव पण आवश्यक.

सर्वात महत्त्वाचे म्हणजे विश्व विधात्यावरील श्रद्धा आणि समर्पण. ईश्वरभक्ती मनःशांती देते. निस्वार्थ भावनेने करू पाहणाऱ्या प्रेमाच्या उत्पत्तीसाठी श्रद्धा, विश्वास आणि समर्पण अत्यंत जरुरीचे. खरंतर सर्वशक्तिमान परमेश्वराला समर्पित होणे हा बिनव्याजी व्यवहार, त्याबद्दल तो तुम्हाला सात्विक प्रेम बहाल करतो. तुमच्या आवश्यकतेनुसार तुम्हाला सर्व कांही त्याच्या आशीर्वादाच्या रूपाने देतो. तुमच्या मनांत दया, क्षमा,

शांती आणि प्रेमभाव जागृत करतो, योग्य मार्ग दाखवतो, भटकलेल्यांना मार्गावर आणतो.

एकवेळ दुसऱ्यावर प्रेम करणे सोपे पण प्रेमाची महती जाणण्यासाठी तपश्चर्या जरुरी. आपण पहिला भाग जाणला तरी पुरे, दुसरा भाग जाणणे म्हणजे संतत्व प्राप्त करणे. म्हणून संत कबीराचे वचन "ढाई आखर प्रेम का पढे सो पंडित होय" हे कायमस्वरूपी सत्यच.

पंचकन्यांचे माहात्म्य

अहिल्या द्रौपदी तारा कुंती मंदोदरी तथा!

पंच कन्या: स्मरेन्नित्यम् महापातक नाशनम्!!

चराचर सृष्टीचा काळ चार युगांत विभागला गेला आहे. प्रत्येक युगांत वेगवेगळ्या रूपांत भिन्न विभूती विशिष्ट उद्देशाने अवतरल्या. पौराणिक मान्यतेनुसार आपल्या कर्तुत्वाने अहिल्या, तारा, मंदोदरी, कुंती आणि द्रौपदी यांनी आपले एक विशिष्ट स्थान निर्माण केले. विवाहित असूनसुद्धा त्यांना पंचकन्या म्हणून संबोधले जाते. अहिल्या, तारा, मंदोदरी रामायण काळांत तर कुंती आणि द्रौपदी महाभारत काळात अवतरल्या. प्रत्येकीच्या वैवाहिक जीवनात परपुरुषाचे आगमन हे विधिलिखितच. त्यांच्या जीवन कालावधीत कांही ना कांही अकल्पित आणि अवांछित घडले. प्राप्त परिस्थितीवर मात करत, जीवनातील कठीण काळाला स्वीकारत, राजकीय व सामाजिक बांधिलकी सांभाळत त्या आपले जीवन कुठलीही तक्रार न करता जगल्या. त्या ध्येयापासून कधीच ढळल्या नाही, किंबहुना आपल्या स्वकियांना सुद्धा त्याची मूल्ये नीट समजावून सांगितली. आपण ज्या राज्यात राहतो ते टिकविणे आणि त्यासाठी प्रयत्नशील राहणे हे

प्रत्येकाचे आद्यकर्तव्य समजल्या जाते. तारा, कुंती, द्रौपदी, मंदोदरी ह्या चौघींनी आपल्या पतींवर तर प्रेम केलेच पण आपल्या राज्याच्या रक्षणार्थ संबंधित व्यक्तींना सुयोग्य सल्ले दिले, प्रसंगी वैयक्तिक तडजोडी सुद्धा केल्यात. पंचकन्यांचा परपुरूषांशी आलेला संबद्ध नैमित्तिक आणि कारणवश होता. अहिल्येची फसवणूक झाली, ताराने राज्याच्या रक्षणार्थ तडजोड केली, मंदोदरीने अहंकारी रावणाला वेळोवेळी सीतेला वापस पाठवा असे निक्षून सांगितले आणि त्याच्या मृत्यूनंतर श्रीरामाच्या सल्ल्याने केवळ लंकेच्या भविष्यासाठी बिभीषणाशी विवाह केला, कुंतीला शापित पतीमुळे दुर्वास ऋषींनी दिलेल्या मंत्राचा वापर करावा लागला, द्रौपदीला कुंतीच्या अनवधानाने दिलेल्या सूचनेला आदेश मानून पांच पांडवांना पती म्हणून स्वीकारावे लागले आणि तिने ते शेवटपर्यंत निभावले. कुंतीने स्वतःच्या अपत्याबरोबर माद्रीचीही दोन मुले वचनाप्रमाणे सांभाळली. कुंती आणि द्रौपदी, दोघींनीही स्वतःच्या अपमानाचे भांडवल न करता आपले पुत्र आणि पतीला जबाबदार व्यक्तीं विरुद्ध ठामपणे उभे राहण्याची प्रेरणा दिली. द्रौपदी वस्त्रहरणाच्या वेळी माना खाली करून बसलेल्या पांडवांना कौरवाविरुद्ध युद्धात उभे राहून त्यांना पराजित करण्याचे आत्मबळ दिले. ताराने वालीलाच नाही तर सुग्रीवाला सुद्धा मौलिक सल्ला दिला. मंदोदरी शेवटपर्यंत सीतेची समर्थक राहिली आणि रावणाच्या रामाशी युद्ध करण्याच्या निर्णयाला कडाडून विरोध केला. अहिल्येने आपल्या पतीचा शाप निमूटपणे भोगला. पौराणिक गोष्टींचे बरेचवेळा अतिरंजित वर्णन केले जाते. अहिल्येने जाणून बुजून जर व्यभिचार केला असता तर ऋषी गौतमाने उ:शाप दिला असता कां?

भारतीय संस्कृतीनुसार कन्या पावित्र्याचे प्रतिक समजल्या जाते. तिचे पूजन केले जाते. म्हणूनच की काय ह्या पांच कर्तृत्ववान स्त्रियांना

कन्या म्हणून स्वीकारले गेले आहे. प्रातःकाळी त्यांचे स्मरण करणे म्हणजे त्यांचा जीवनपट स्मरून त्यावरून योग्य तो बोध घेणे. त्यांच्या ठायी असलेली कर्तव्यपरायणता, समयसूचकता, विपरीत परिस्थितीत योग्य निर्णय घेण्याची क्षमता, थोरांबद्दलचा आदर, आप्तेष्टांबद्दल असलेले प्रेम, आज्ञाधारक वृत्ती, राष्ट्रप्रेम, प्रसंगी योग्य सल्ला देण्याची पात्रता असल्यामुळेच त्यांना सन्मान देण्यासाठीच ह्या श्लोकाची रचना करण्यात आली असावी. प्रत्येकीची कर्मकहाणी अतिशय रंजक आहे ती थोडक्यांत पाहू...

01. अहिल्या

ब्रम्हदेवाची मानसकन्या. अतिशय सुंदर. तिची निर्मिती करून ऋषी गौतमांना तिच्या पालन पोषणाची जबाबदारी सृष्टीच्या निर्मात्याने बहाल केली. ती वयांत आल्यावर अहिल्येला घेऊन गौतम ऋषी ब्रह्मदेवाकडे आले. अहिल्येच्या सौंदर्यावर सर्व देवता मंडळी भाळली होती. त्यामुळे जो सर्वप्रथम त्रिभुवनाची प्रदक्षिणा करेल त्यालाच अहिल्या पती म्हणून स्वीकारेल अशी अट ब्रम्हदेवाने ठेवली. देवांचा राजा इंद्रसुद्धा यात सामील होता. तिकडे गौतम ऋषी वित असलेल्या कामधेनूची प्रदक्षिणा करत होते. अशा स्थितीत गायीची प्रदक्षिणा केल्यास त्रिभुवनाची प्रदक्षिणा केल्याचे पुण्य मिळते. त्यामुळे ऋषी गौतमांची सर्वप्रथम प्रदक्षिणा पूर्ण झाली. ब्रम्हदेवाने अटीनुसार गौतम ऋषीला अहिल्येचा स्वीकार करावयास सांगितले. अहिल्येने गौतम ऋषींचा पती म्हणून आनंदाने स्वीकार केला. कांही काळानंतर इंद्र भ्रमंती करत असताना व ऋषी गौतम आश्रमात नसतांना साक्षात गौतमांचे मायावी रूप घेऊन अहिल्येला प्राप्त करण्याच्या उद्देशाने आला. ऋषी अवचित वापस आल्याचे पाहून

अहिल्येला आश्चर्य वाटले. इंद्राने मायावी रूप घेऊन अहिल्येशी समागम करण्याची इच्छा प्रदर्शित केली. गौतम ऋषी वापस आल्यावर त्यांना सर्व प्रकार कळला. ते क्रोधायमान झाले. त्यांनी इंद्राला शाप दिला. शापामुळे इंद्राच्या शरीरावर एक सहस्त्र छिद्र निर्माण झालेत, त्याने केलेल्या घृणित कृत्याची सदैव आठवण राहावी म्हणून. गौतमांच्या दृष्टीने अहिल्यासुद्धा या कृत्याची वाटेकरी असल्याने तिला हजारो वर्षे शिळा बनून राहण्याचा शाप दिला. पण तिने हे कृत्य अजाणता आणि फसविल्या गेल्यामुळे केले असल्याने उःशाप दिला की प्रभू रामचंद्राच्या चरणस्पर्शाने तिचा उद्धार होईल. त्रेता युगांत अहिल्येच्या नियतीप्रमाणे ती शापमुक्त झाली. स्वतःची जाणूनबुजून न केलेली चूक उमगली आणि पतीच्या आज्ञेची अवज्ञा होऊ नये म्हणून अहिल्येने हजारो वर्षे शिळा होऊन पडून राहणे स्वीकारले. ही तिची पतीनिष्ठाच ठरते. गौतमाच्या शापाने अहिल्येचे शरीर जरी दगडाचे झाले असले तरी तरी तिचे मन कार्यरत होते आणि क्षणोक्षणी श्रीरामाचा धावा करत होते, मुक्तीसाठी आणि पाप क्षालन व्हावे म्हणून. श्रीरामाच्या पदस्पर्शाने शापमुक्त झालेली आणि उद्धार पावलेली अहिल्या पंचकन्येतील पहिली. श्री रामदास स्वामींनी हा घटना क्रम चार ओळीत अत्यंत प्रभावीपणे मांडला आहे, तो खालीलप्रमाणे...

अहिल्या शिळा राघवे मुक्त केली!

पदी लागता दिव्य होऊनी गेली!!

जया वर्णिता शीणली वेदवाणी!

नुपेक्षी कदा राम दासाभिमानी!!

श्रीरामाचे निस्सीम भक्त रामदास स्वामी, श्रीराम आणि रामनामाचा अगाध महिमा गातांना म्हणतात, अहिल्या उद्धाराच्या प्रसंगाचे वर्णन करतांना वेदवाणी सुद्धा शिणेल. श्रीराम आपल्या भक्तांची कधीच उपेक्षा करत नाहीत.

02. तारा

समुद्रमंथनातून निघालेली अप्सरा, वैद्यकीय शास्त्रांत प्रवीण असलेल्या सुषेणाची मानसकन्या. किष्किंधा नरेश वालीची रुपगर्विता पत्नी. वाली हा वानरराज, अतिशय शक्तिशाली. सुग्रीव त्याचा भाऊ. राक्षसांशी लढतांना वाली धारातीर्थी पडला अशी बातमी आल्यामुळे सुग्रीव तारासकट किष्किंधाचे राज्य बळकावतो. खरंतर वाली पुत्र अंगद हा किष्किंधा नरेश व्हायला हवा. पण धोरणी आणि कुशाग्र बुद्धिमत्ता असलेली तारा या प्रकाराला आणि किष्किंधा राज्याच्या भल्यासाठी विरोध करत नाही. सुग्रीवाच्या दुर्दैवाने वाली वापस येतो आणि किष्किंधाचे राज्य सुग्रीवाची पत्नी रुमासकट वापस मिळवतो. सुग्रीवाला किष्किंधा राज्यातून हुसकावून लावल्यामुळे रानोमाळ भटकावे लागते. त्याची व श्रीरामाची भेट होते. मैत्री झाल्याने श्रीराम त्याला मदतीचे वचन देतात. श्रीरामाच्या मदतीने सुग्रीव वालीला आव्हान देतो. तारा दूरदृष्टी आणि मुत्सदेगिरीने वालीला सल्ला देते की सुग्रीवाला श्रीरामाची मदत मिळाली असल्याने त्याच्याशी युद्ध करणे ठीक होणार नाही. वाली तिचा सल्ला ऐकत नाही आणि सुग्रीवाशी लढतांना श्रीरामाच्या हातून मारला जातो. सुग्रीव परत किष्किंधा नरेश होतो पण रामाला सीतेला शोधून वापस आणण्यासाठी दिलेले वचन विसरतो. लक्ष्मण क्रोधित होऊन किष्किंधा राज्याचा नायनाट करण्यासाठी सज्ज होतो. तारा परिस्थितीचे गांभीर्य

ओळखून सुग्रीवाला सल्ला देते की श्रीरामाची मैत्री न विसरून त्यांना मदत कर. सुग्रीव तिचा सल्ला मान्य करून श्रीरामाला मदत करतो. ताराचा सारासार विचार, बुद्धिकौशल्य, दूरदृष्टी आणि मुत्सदेगिरी दोन्ही प्रसंगी प्रशंसनीय. वालीने ताराचा सल्ला न ऐकल्याने त्याचा मृत्यू होतो. सुग्रीव तिचा सल्ला ऐकतो आणि त्याचा विजय होतो. ताराचा पुत्र अगंद पुढे रावणाकडे शिष्टाईला जातो. तारा श्रीरामाची शक्ती आणि महत्त्व वेळीच ओळखते आणि किष्किंधा राज्याच्या भल्यासाठी कार्यरत राहते. तिच्यावर व्यक्तिशः जी परिस्थिती ओढवते तिच्याशी ती तडजोड करते व भार्या म्हणून वाली सोबत उभी राहते. सुग्रीवाने जरी तिला बळजबरीने हस्तगत केले असले तरी किष्किंधाच्या भल्यासाठी सुग्रीवाच्या पाठीशी उभी राहते. याच वैशिष्ट्यांमुळे तिला पंचकन्येत दुसरे स्थान मिळाले. श्रीरामाबद्दल असलेला आदर, श्रद्धा यामुळे ताराचे नाव अजरामर झाले.

03. मंदोदरी

एक मधुरा नामक अप्सरा साक्षात शिवाचे तपोभंग करण्याचा प्रयत्न करते. पार्वती हा सर्व प्रकार पाहते, ती तिला बारा वर्षे एका विहिरीत मेंडकी बनून राहण्याचा शाप देते. बारा वर्षांनी ती पूर्ववत होते. तिथेच मय आणि त्याची पत्नी हेमा तपाचरण करावयास आले असतात. मधुराची हाक ऐकून ते तिला विहिरीतून बाहेर काढतात. तिचा पुत्री म्हणून स्वीकार करतात. तिला नवे नांव देतात. ती म्हणजे रामायणातील एक महत्त्वाचे पात्र "मंदोदरी". मयासुर स्थापत्य आणि शिल्पकलेत प्रवीण. त्रेतायुगांपासून ते द्वापारयुगापर्यंत त्याने निर्माण केलेल्या वास्तू आणि शहरे अतिशय प्रसिद्ध. रावणाची लंका नगरी, इंद्रप्रस्थ, मयसभा,

द्वारकानगरी, त्रिपुरानगरी इत्यादि. प्रामुख्याने विश्वकर्मा सुरांचा तर मयासुर हा दानवांचा शिल्प आणि स्थापत्यकार. मयासुर मंदोदरीचे पालकत्व स्वीकारतो. ती अतिशय सुंदर असल्याने रावण तिला मागणी घालतो. रावण प्रकांड पंडित, शिवभक्त, लंकेचा राजा आणि अत्यंत साहसी होता. मयासुराची रावणाशी मंदोदरीचा विवाह व्हावा अशी मुळीच इच्छा नव्हती. इथे मंदोदरीच्या दूरदृष्टीचा परिचय मिळतो. रावण बलशाली असल्याने तो बळजबरीने तिच्याशी विवाह करू शकतो. संघर्ष टाळण्यासाठी सारासार विचार करून तिने रावणाशी विवाह मान्य केला. मंदोदरी लंकेची महाराणी झाली. हळूहळू तिला रावणातील राक्षसी महत्त्वाकांक्षा दृष्टिगोचर होऊ लागली. रावणाला तिने अनेकवेळा उपयुक्त सल्ले दिलेत. सीतेला पळवून आणणे तिला मुळीच पटले नव्हते. सीतेला श्रीरामाकडे सादर पाठवा असे वक्तव्य तिने रावणापाशी अनेकदा केले. अहंकारी लंकाधिपती तिचे कुठे ऐकणार. तिच्या विचारांचे समर्थन करणाऱ्यांमध्ये केवळ बिभीषण होता. मंदोदरी आणि बिभीषण दोघेही सद्वर्तनी. रामाशी युद्ध म्हणजे सर्वनाश याची कल्पना दोघांनाही होती. मुख्य म्हणजे रावणाच्या पोटात अमृतकुंभ असून त्याला मारण्यासाठी उपयुक्त असलेल्या बाणाची माहिती दोघांनाही होती. रावणाने बिभीषणाला लंकेहून हुसकावून लावले. तो रामाला जाऊन मिळाला. मंदोदरी रावणाला रामाशी युद्ध करू नका आणि सीतेला वापस रामाकडे पाठवा असे शेवटपर्यंत सांगत राहिली. रामाची बाजू न्यायिक आणि सत्याची आहे, रामाशी युद्ध करणे चुकीचे ठरेल. यात लंकेचे फार मोठे नुकसान होईल, असा स्पष्ट इशारा देऊन सुद्धा रावणाने ऐकले नाही. युद्ध झाले. रावण मृत्युमुखी पडला. त्यावेळी मंदोदरी युद्धभूमीवर गेली. पतीचे निधन, आप्तेष्टांचा वियोग आणि

लंकेची उध्वस्त परिस्थिती पाहून ती व्यथित झाली. श्रीरामाने तिचे सांत्वन केले. लंकेच्या पुनरुत्थानासाठी तिने लंकेला परत जावे व बिभीषणाशी विवाह करावा असा मौलिक सल्ला दिला. मंदोदरी लंकेला वापस गेली पण बिभीषणाशी विवाह करणे तिला पटले नाही. बराच काळ आपल्या प्रासादात तिने स्वतःला कैद करून घेतले. एकांतवासात तिने लंकेच्या भविष्यकालीन स्थितीचा विचार केला. लंकेतील अराजकता संपावी. तिथे सुराज्य आणि सुशासन स्थापित व्हावे ह्या उद्दात्त हेतूने तिने श्रीरामाचा सल्ला मान्य करत बिभीषणाशी विवाह केला. इथे उल्लेखनीय आहे की रावण, कुंभकर्ण आणि बिभीषण यांनी कठोर तपश्चर्या करून ब्रम्हाकडून वर प्राप्त केले होते. बिभीषण सुविचारी, सुसंस्कृत असल्याने माझ्या हातून धर्मप्रचार आणि धर्मप्रसार व्हावा असा वर मागितला होता. ती संधी रावणाच्या मृत्यूनंतर बिभीषणाला मिळाली आणि त्यात त्याला मंदोदरीची समर्थ साथ मिळाली.

अशी ही मंदोदरी. नेहमीच विपरीत परिस्थितीत स्वार्थ सोडून राज्य आणि रयतेचा विचार करणारी, वाईट गोष्टींसाठी केलेला संघर्ष चांगले फळ देत नाही असे रावणाला निक्षून सांगणारी, धर्मरक्षण आणि सुराज्य स्थापित व्हावे म्हणून इच्छा नसतांना बिभीषणाला साथ देणारी मयासुराची मानस कन्या. राक्षसी महत्त्वाकांक्षेचा नाश करण्यासाठी सत्याची बाजू लाऊन धरणारी मंदोदरी आणि तिचे सत्कार्य अतुलनीय.

त्रेतायुग आणि रामायणकालीन या तीन कन्या वंदनीय आणि त्यांच्या कर्तृत्वाला सादर प्रणाम.

त्रेतायुगांत होऊन गेलेल्या तीन कन्या.. अहिल्या, तारा आणि मंदोदरी यांच्याबद्दल चर्चा झाली. उरलेल्या दोघी, द्वापार युगांतील. महाभारतातील दोन प्रमुख पात्र.. कुंती आणि द्रौपदी बद्दलची चर्चा .

04. कुंती

एखाद्या स्त्रीच्या जीवनांत किती उलथापालथ व्हावी, किती समस्यांना तोंड देण्याची वेळ यावी याचे उत्तम उदाहरण म्हणजे कुंती. अगदी जन्मापासून ते मृत्यूपर्यंत कुंतीचे जीवन खडतरच. यदुवंशीय राजा शुरसेनाची पुत्री पृथा, जिला नागवंशीय राजा कुंती भोजाला निपुत्रिक असल्याने दत्तक दिले जाते आणि पृथाची कुंती होते. तिचा बालपणीचा काळ आनंदात जातो. एकदा शीघ्रकोपी दुर्वास ऋषी कुंतीभोजाकडे येतात. त्यांची काळजी घेण्यास कुंतीला सांगण्यात येते. शांत आणि समजूतदार कुंतीच्या सेवेवर प्रसन्न होऊन दुर्वास ऋषी तिला पांच वर देतात, मंत्र रूपाने. प्रत्येक मंत्राद्वारे विशिष्ट देवतेच्या कृपेने तिला पुत्रप्राप्ती होणार असते. दुर्वास त्रिकालदर्शी. भविष्यांत कुंतीला पतीकडून अपत्यप्राप्ती होणार नाही हे दुर्वास जाणून असतात. निपुत्रिक दत्तक बापाची लेक निपुत्रिक राहू नये म्हणून ही योजना. दुर्वास वापस गेल्यावर मंत्र शक्ती तपासून पहावी म्हणून कुंती सूर्यदेवाला आवाहन करते. सूर्यदेव प्रकट होतात. त्यांच्या तेजाने कुंती दिपून जाते. सुर्यकृपेने तिला अपत्यप्राप्ती होते आणि या आकस्मिक घटनेने ती बावचळून जाते. त्या अपत्याला ती जड अंतःकरणाने नदीत सोडून देते. कुंतीच्या मनांची घालमेल आणि कर्णाच्या अस्तित्वाची फरफट त्याच क्षणांपासून सुरू होते. ते तेजस्वी बालक अधिरथ आणि राधाला सापडते. तोच महाभारतातील सुर्यपुत्र कर्ण. पुढे कुंतीचे लग्न पांडुशी होते. पांडुची दुसरी पत्नी माद्री. पांडु शापित

असल्याने त्याला अपत्यप्राप्ती होणार नसते. कुंतीला धर्मराज, वायु आणि इंद्र देवांच्या कृपेने युधिष्ठिर, भीम आणि अर्जुन ही तीन अपत्ये होतात. कुंतीच्याच सहयोगाने माद्रीला सुद्धा मंत्र शक्तीद्वारे आणि आश्विनी कुमारांच्या कृपेने नकुल आणि सहदेव या दोघांची प्राप्ती होते. पांडुच्या मृत्यूनंतर माद्री सती जाते. "नकुल आणि सहदेव यांचा सांभाळ मी करेल" या कुंतीच्या वचनामुळे माद्री शांत मनाने सती जाते. हस्तिनापुर नरेश अंध धृतराष्ट्र, त्याची भार्या गांधारी आणि 100 कौरवामुळे आणि मुख्यत्वेकरून दुर्योधनामुळे कुंतीला प्रासादात प्रवेश करणे कठीण होते. आपल्या स्वभावाने ती नुसता प्रवेशच काय तिथे राहायला लागते. सर्व बालक मंडळी म्हणजे पांच पांडव आणि शंभर कौरवांना गुरू द्रोणाचार्य शस्त्रविद्या शिकवीत असतात. द्रोण पुत्र अश्वत्थामा आणि दुर्योधन हे जरी युद्धकलेत पारंगत असले तरी अर्जुन आणि भीम त्यांच्या क्षेत्रांत अत्युत्तम असतात. कर्ण पांडव असून देखील अर्जुनाचा निकटचा प्रतिद्वंदी. सर्व बाळगोपाळांच्या सहवासात, त्यांचे संगोपन करण्यात आणि त्यांना मोठे करण्यात कुंतीचा काळ पुढे सरकत असतो. श्रेष्ठत्वाची अहमहिका, अपत्याअपत्यामधे केला जाणारा भेदभाव उघड्या डोळ्यांनी बघत ती जगत असते, पुढे चांगले दिवस येतील या आशेवर. खरंतर महाभारताचा नायक, सर्वेश्र्वराचा अवतार योगेश्वर कृष्ण हा तिचा भाचा. त्याच्या उपस्थितीत देखील कुंती अवहेलना सहन करते. अत्यंत विपरीत परिस्थितीत ती आपल्या अपत्यांचा सांभाळ करत असते.

कुंतीच्या मार्गदर्शनामुळे आणि स्वतः ईश्वरी अवतार असूनसुद्धा पांडवांच्या न्यायासाठी, राजपाटासाठी आणि स्वतःच्या अस्तित्वासाठी कृष्णाला संघर्ष करावा लागतो आणि शेवटी युद्धाला मान्यता द्यावी लागते. दुर्याधनाचे पांडवांना हस्तिनापुरातून हुसकावून लावण्याचे प्रयत्न

सुरूच असतात. भीष्म, विदुर, कृपाचार्य, कर्ण, अश्वत्थामा इत्यादि दिग्गज दुर्योधनाकडून असतात. प्रत्येकाची कारणे भिन्न असतात. त्यात शकुनीची भर पडते.

शकुनीच्या मदतीने धर्मराजाला द्तांत हरवून पांडवांचे राज्य दुर्योधन जिंकतो. द्रौपदीचे वस्त्रहरण सुरू असताना भीष्मासारखे अनेक वरिष्ठ आप्तेष्ट अगतिक होऊन सर्व प्रकार नाईलाजाने पाहत असतात. कुंतीसुद्धा उघड्या डोळ्याने आणि नशिबाला दोष देत सर्व कांही अनुभवत असते. तिच्या मनांत कुठेतरी विद्रोहाची भावना धगधगत असते. लाक्षागृहाचा प्रसंग असो, द्रौपदी वस्त्रहरणाचा प्रसंग असो, जवळच्या नातेवाईकांनी केलेले अपमान असो, ती सगळं काही मुकाट्याने सोसत असते. योगेश्वर कृष्ण तिच्या आणि पांडवांच्या बाजूने ठामपणे उभा राहतो. युद्धकाळांत ती आपल्या जेष्ठ पुत्राला म्हणजे कर्णाला भेटते, पांडवांच्या बाजूने लढण्याची गळ घालते, आपल्याच भावांना मारू नकोस अशी विनंती करते. कर्ण, अर्जुन सोडून उरलेल्या भावांना अभयदान देतो, मात्र शेवटपर्यंत कौरवांची साथ देतो. शेवटी सत्य आणि न्यायिक बाजूचा विजय होतो. उरतात फक्त अठरा व्यक्ती आणि बेचिराख हस्तिनापुर.

कुंतीचा शेवट देखील हृदयद्रावकच. युद्धानंतर धृतराष्ट्र, गांधारी आणि कुंती जंगलात निघून जातात. त्यांच्याबरोबर संजय पण असतो. दुर्दैव इथे सुद्धा त्यांची पाठ सोडत नाही. जंगलात आग लागते. तिथेच त्या तिघांचा आगीत होरपळून मृत्यू होतो. संजय तपश्चर्या करण्यासाठी हिमालयात निघून जातो. तर अशी आहे दुर्दैवी कुंतीची कहाणी. आपल्या पुत्रांसाठी ती सर्व कांही सोसते. कुंतीच्या अस्तित्वाशिवाय महाभारताची कल्पनाच

करता येत नाही. वेळोवेळी धृतराष्ट्र आणि गांधरीला सांगून देखील पुत्रप्रेम आणि राजपाटाचा हव्यास, शकुनीकावा आणि दुर्योधनाच्या आक्रस्तळेपणा समोर ती अगतिक होते. महाभारतातील लक्षांत राहणारे पात्र म्हणजे कुंती. कुंतीचा भोग कुठल्याही स्त्रीच्या नशिबी येऊ नये हेच खरे. पराकोटीचा भोग आणि त्याला पुरून उरणारी कुंती, एव्हढे कारण तिला पंचकन्येच्या नामावलीत स्थान द्यायला पुरेसे आहे, नाही कां?

05. द्रौपदी

महाभारत कां घडले याची कारणं मीमांसा करायची झाली तर अनेक कारणे सांगता येतील. द्रौपदी हे पात्र महाभारत घडण्यास प्रामुख्याने कारणीभुत आहे असे मत सर्वसामान्यांचे असू शकते. महाभारत घडण्यास अनेक गोष्टी जबाबदार ठरू शकतात. महाभारताच्या युद्धाची ठिणगी द्रौपदीचे यज्ञात अवतरण होण्याआधीच पडली होती. द्रोणाचार्य कौरव पांडवांचे गुरू होण्याआधी अत्यंत हलाखीच्या परिस्थितीत जीवन जगत होते. मदतीसाठी ते त्यांचा मित्र राजा द्रुपदाकडे गेले. द्पदाने "मैत्री बरोबरीच्या व्यक्तीत होत असते" असे वक्तव्य करून त्यांना अपमानित केले. द्रोणाने संतापून द्रुपदाचा युद्धात पराभव केला. द्रुपद राजाने या अपमानाची परतफेड करण्यासाठी शौर्यवान पुत्रप्राप्तीसाठी मोठा यज्ञ केला. यज्ञकुंडाच्या ज्वालेतून द्रुष्टद्म्न प्रकटला आणि महाभारत युद्धात त्याच्याच करवी द्रोणाचार्यांचा वध झाला. त्याच यज्ञज्वालेतून एक कन्यासुद्धा प्रकटली. तिचे नाव यज्ञसेनी. ती द्रुपदाची कन्या द्रौपदी म्हणून महाभारतात प्रसिद्धीस पावली. शामवर्ण, अतिशय सुंदर अशी कन्या. अतिशय लाड आणि कोडकौतुक झाल्यामुळे आपलेच मत ग्राह्य धरल्या गेले पाहिजे अशी तिची मानसिकता. द्रौपदीच्या स्वयंवरात तिने सूतपुत्र

म्हणून कर्णाचा अपमान केला जो कर्ण शेवटपर्यंत विसरू शकला नाही. कर्णाला द्रौपदीने स्वयंवरात भाग घेऊ दिला नाही. द्रुपद राजाची इच्छा द्रौपदीचा विवाह अर्जुनाशी व्हावा अशी होती. त्याचवेळी लाक्षांगृहात पांचही पांडव जळून भस्म झाले अशी बातमी मिळाल्याने तो काळजीत पडला. ब्राम्हणाच्या वेशात अर्जुनाने स्वयंवराचा पण जिंकला. द्रुपद राज्याची इच्छा पूर्ण झाली. पांडव वनात राहत असताना ते द्रौपदीला घरी घेऊन आले. कुंतीने त्या दिवशीची प्राप्ती सर्व भावांनी सारखी वाटून घ्यावी असे न पाहताच सांगितले. आणि द्रौपदी पाचही पांडवाची पत्नी झाली. दुर्योधनाने पांडवांना इंद्रप्रस्थाचे राज्य दिले. तिथे मयासुराने त्यांना मयसभा निर्माण करून दिली. मायावी मयसभेत दुर्योधनाची झालेली फजिती पाहून द्रौपदीला हसू आले आणि "आंधळ्याचा मुलगा आंधळा" असे वक्तव्य तिने केले. लज्जित दुर्योधन अपमानित होऊन तिथून निघून गेला. शकुनीच्या मदतीने पांडवांचे सर्व कांही हिसकावून घेण्यासाठी दुर्योधनाने द्‌त खेळण्याची योजना आखली. श्रीकृष्ण त्यावेळी तिथे राहणार नाही अशी पण क्लृप्ती केली. खरंतर युधिष्ठिर द्‌त खेळण्यात प्रवीण नव्हता. तो सर्व कांही हारत गेला. दुर्योधनाने शकुनीची मदत घेतली तशीच युधिष्ठिराने श्रीकृष्णाची मदत घ्यायला हवी होती. शेवटी पांडवांना द्रौपदीला पण गमवावे लागले. दुःशासनाने भर सभेत तिला केस धरून फरफटत आणले. सभा मंडपातील कोणीही तिच्या मदतीला आले नाही. शेवटचा प्रयत्न म्हणून तिने कृष्णाचा धावा केला. त्यानेच तिला ह्या दुर्दैवी प्रसंगातून वाचविले. झालेला अपमान द्रौपदीसारख्या मनस्वी स्त्रीला सहन होणे शक्य नव्हते. "जोपर्यंत माझे पती ह्या अपमानाचा बदला घेणार नाहीत तोपर्यंत मी केस मोकळेच ठेवेन" अशी तिने प्रतिज्ञा केली. कृष्ण शिष्टाई झाल्यावर सुद्धा युद्ध टळू शकले

नाही. कुरुक्षेत्रावर अठरा दिवसाचे घमासान युद्ध झाले. दोन्ही बाजूचे शुर योद्धे धाराशायी पडत होते. जरी कृष्ण अर्जुनाच्या रथाचे सारथ्य करत होता, तरी युद्धाचे डावपेच त्याच्याच सल्ल्याने आखले जात होते. नियतीने ठरविल्याप्रमाणे कृपाचार्य सोडून उर्वरित योद्धे मृत्युमुखी पडत होते. पितामह भीष्म शरशय्येवर प्राण सोडण्यास उत्तरायणाची प्रतीक्षा करत होते. अश्वत्थामाच्या ब्रम्हास्त्राने पांडवपुत्रांचा घात केला. अशा कारुण्यपूर्ण परिस्थितीत द्रौपदीने त्याला क्षमा केली. पण श्रीकृष्णाने त्याच्या कपाळावरील इच्छामणी काढून त्याला युगांतापर्यंत रानोमाळ भटकण्याची शिक्षा दिली. युद्ध संपले पण अपरिमित मनुष्य हानी करून. केवळ अठरा जण जिवंत राहिले. ना पराभवाचे दुःख भोगण्यासाठी कुणी जिवंत राहिले, ना जिंकण्याचा आनंद भोगण्यासाठी.

पांच पांडव आणि द्रौपदी यांनी परिक्षिताला राज्य सोपवून मोक्षप्राप्ती साठी भारतभ्रमण करण्यास सुरुवात केली. शेवटी ते हिमालयाचा मार्ग क्रमु लागले. त्याच मार्गावर द्रौपदीचा सर्वप्रथम मृत्यु झाला. युधिष्ठिराने त्याचे कारण स्पष्ट केले. द्रौपदी अर्जुनावर इतर पांडवांपेक्षा जास्त प्रेम करत होती आणि तेच तिच्या मृत्युचे कारण ठरले. पुढील प्रवासात गर्व आणि अभिमानामुळे युधिष्ठिर सोडून सर्व पांडवांचा मृत्यु झाला. स्वर्गलोकांत नेण्यासाठी स्वतः इंद्र आला. पण बाकी बंधू आणि द्रौपदीला प्रवेश दिला तरच मी स्वर्गात प्रवेश करेल असे कथन युधिष्ठिराने केले. वैयक्तिक स्वार्थ न बाळगता शेवटपर्यंत धर्माची कास न सोडणाऱ्या युधिष्ठिराच्या निर्णयासमोर साक्षात धर्मराज पण स्तंभित झाले. पांडवांच्या स्वर्गारोहणाच्या प्रवासात यमराज कुत्र्याच्या रूपात प्रवास करत होते. ते प्रकट झाले. बाकी सर्व स्वर्गात पोहचले आहेत असे सांगितल्यावर युधिष्ठिर स्वर्गात प्रवेश करता झाला.

अशी ही रुपगर्विता द्रौपदी. तिच्या जीवनात देखील खूपच नाट्यमय घटना घडत गेल्या. अतिशय निग्रही, आग्रही, अपमान सहन न करू शकणारी. कृष्णाची सखी, पांडवांची भार्या. पांच पांडवांची पत्नी असून देखील त्यांच्यातील सख्य टिकवून ठेवणारी. कुरू वंशाचा नाश होण्यास बऱ्याच अंशी कारणीभूत ठरलेली. तिचा जन्म यज्ञज्वालेतून झाला असल्याने ज्वालेसारखीच तेजोमय. तिला सकाळी उठल्यावर स्नानादि कृत्ये झाल्यावर कौमार्य वापस मिळत असे. महाभारतातील एक मनस्वी पात्र.

त्रेता युगातील तीन आणि द्वापार युगातील दोन अशा पंचकन्या. आपल्या कर्तुत्वाने त्यांनी स्वतःचे विशेष स्थान निर्माण केले, त्यासाठीच त्या वंदनीय आणि पूजनीय आहेत. बऱ्याच अभ्यासकांनी त्यांच्या जीवनाचे बरेच पैलू आपल्या विचारांनी आणि बुद्धिमत्तेनुसार मांडले आहेत. कांही वाचकांना ते पटतात तर काहींना पटणार नाहीत. त्यांच्या जीवन लेखावरून प्रत्येकाने योग्य तो बोध घ्यावा. मूळ पंचकन्या श्लोक हा दोन प्रकारे म्हटल्या जातो. कांही ठिकाणी कुंतीच्या ऐवजी सीतेचे नाम सुद्धा घेतले जाते. पंचकन्या संकल्पनेत परपुरूषाचा संबद्ध येऊन सुद्धा त्यांचे कौमार्य अबाधित आहे असे ग्राह्य धरल्या गेलेले आहे. सीता जरी रावणाकडे राहिली तरीसुद्धा तिचा रावणाशी कधीच संबद्ध येऊ शकला नाही. कारण रावणाला शाप होता की तो परस्त्रीला स्पर्श करू शकणार नाही आणि प्रयत्न केल्यास तो भस्म होईल म्हणून. त्यामुळे सीतेचे पावित्र्य विपरीत परिस्थितीत अबाधित राहिले. रामायणाच्या घटनाक्रमानुसार सीतेने अग्नीपरिक्षा देऊन स्वतःचे पावित्र्य सुद्धा सिद्ध केले आहे. याच कारणास्तव लेखकाने मूळ संकल्पनेनुसार या लेखात सीतेचा उल्लेख न करता कुंतीबद्दल लिहिले आहे. कुंती आणि सीता,

दोघींचेही त्यांच्या जीवन काळातील योगदान श्रेष्ठ आणि महत्वपूर्ण आहे. सीतामाईचे महत्त्व केवळ पंचकन्या म्हणून उल्लेखिल्या न गेल्यामुळे निश्चितच कमी होत नाही. कृपया याची नोंद घ्यावी. दुसरा कुठलाही उद्देश नाही.

जीवना तू तसा, मी असा

जीवनात आजूबाजूला असलेली प्रत्येक गोष्ट मनुष्याला कांही न कांही नक्कीच शिकवीत असते. खूप जवळून अभ्यास केला तर असं नक्कीच जाणवत की जीवन हा बुद्धिबळाचा खेळ आहे. चौसष्ट घरांचा पट असतो आणि सोळा घरांत तुमच्या मदतीला एक शक्ती असते, राजा, वजीर, उंट, हत्ती, घोडे आणि आठ प्यादी. तुम्हाला साथ देणारी आणि तुमच्यासाठी लढणारी. तितकेच तुमच्या विरोधात पण असतात, तुम्हाला नामोहरम करण्यासाठी, तुमच्यापुढे आव्हान उभे करण्यासाठी. सम समान संधी. मला कमी, तुला जास्त असं बिलकुल नाही. इतके असूनही जिंकणार कोणीतरी एकच. एकतर तुम्ही किंवा तुमचा प्रतिस्पर्धी. खेळ खेळणारा कसा खेळतो ते महत्त्वाचे. प्रतिस्पर्धी काय खेळला किंवा आपल्या चालीवर त्याची चाल काय राहील हे ज्याने ओळखले, विजय त्याचाच. वास्तविक जीवनात खेळ थोडासा वेगळा. इथे मीच माझ्याशी खेळायचे असते. मीच जिंकतो, मलाच हरवून. त्यामुळे मी जिंकण्यासाठी काय हरवून बसलो ह्याची सल सुद्धा त्या माझ्या जिंकण्याबरोबर अनुभवावयाची असते. जीवनाच्या सारीपाटात मी जिंकलो की हरलो, ह्याचे उत्तर देत असतो

काळ. जेंव्हा खेळाचा निकाल आपल्या हाती येतो तोपर्यंत हा काळ मात्र हातातून निसटून गेलेला असतो. गात्रे शिथिल झाली असतात. मनांचा वेग जरी कमी झाला नसला तरी आकाशात उंच भरारी घेण्याची उमेद निघून गेली असते. असले चिंतन करण्याची पात्रता अनुभव देत असतो. तो कायमच आपल्या गाठीशी राहतो. जीवनात चांगले किंवा वाईट अनुभव येतच असतात, आपल्याच कर्माचे फळ म्हणून. चांगला अनुभव पिसासारखा हलका तर वाईट मनांवर मणामणाचे ओझे लादणारा. खरंतर हे विश्लेषण समयोचित असावे. पण तसं होत कां? प्रत्येक प्रसंगी आपण चूक की बरोबर, या विश्लेषणाची संधी मिळत असते, त्यासाठी वेळ काढावा लागतो. वेळ ही अतिशय दुर्मिळ गोष्ट आहे, ती कधीच हाताशी लागत नाही. उपलब्ध वेळ कधी, कशी आणि कुठे वापरायची हे ज्याचे त्याचे कौशल्य. अनुभवी लोक शंख करत असतात, गेलेली वेळ परत येणार नाही म्हणून. पण 'मी' बरोबर आहे ही भावना इतकी प्रभावी आणि प्रबळ असते की त्या क्षणी वेळेचे महत्त्व कळेनासे होते.

जीवनाचा मार्ग इतका खडतर असतो की चालणाऱ्याला कधी न कधी ठेच लागतेच आणि तो धडपडतो. ठेच लागल्यावरही जर आपण आपल्यात सुधारणा केली नाही किंवा वेगावर नियंत्रण आणले नाही तर दोष कुणाचा. जीवनात सह प्रवासी खूप भेटतात. प्रत्येकाला अग्रक्रम गाठायचा असतो. बरेच वेळा तुम्ही पुढे राहणे शक्य नसते. तुम्ही तुमच्या सोबत किती वजन घेऊन चालता त्यावर सुद्धा तुमच्या चालण्याचा वेग अवलंबून राहतो. अतिरिक्त वजनाचे काय स्वरूप आहे ह्याचे जर आपण नीट वर्गीकरण करू शकलो तर जरी आपण मागे राहिलो तरी त्याचे फारसे दुःख होणार नाही. जर ते वजन तुमच्यावर झालेल्या संस्काराचे असेल, कौटुंबिक जबाबदाऱ्यांचे असेल, कुणासाठी केलेल्या निस्सीम

त्यागाचे असेल तर तुमचे दोन पावलं मागे राहणे तुम्हाला हारण्याचे दुःख देणार नाही. प्रत्येकाला प्रत्येक गोष्ट मिळेलच हे सांगता येत नाही. मात्र आपले इप्सित साध्य करण्यासाठी प्रयत्नच केले नाही तर जबाबदार कोण?

जीवनात योग्य वेळी मिळालेले मार्गदर्शन तुमच्या यशाचे गमक ठरू शकते. मात्र योग्य मार्गदर्शक मिळणे आवश्यक. फारशी पात्रता नसणाऱ्या व्यक्तीला चांगला मार्गदर्शक मिळाला तरी तो यशाची शिखरे सर करू शकतो. पात्र व्यक्तीला ऐनवेळी सुमार मार्गदर्शक मिळाल्यास तो भरकटू शकतो. पुढे रुळावरून घसरलेली गाडी परत रुळावर आणण्यासाठी त्याला पराकोटीचे प्रयत्न करावे लागतात. गुरू मार्गदर्शक असतो पण मार्गदर्शक गुरु असेलच असे नाही. गुरू शिष्याच्या सदैव पाठीशी असतो. पुढे मार्गक्रमण करणाऱ्या शिष्याचे पाऊल योग्य पडते आहे किंवा नाही याची तो सदैव काळजी घेत असतो. थोडक्यांत गुरू शिष्याचे कल्याण व्हावे याची खबरदारी घेत असतो. याउलट मार्गदर्शक दिशा दाखवित असतो आणि त्या मार्गावरील खाच खळगे टाळून ध्येयाप्रत पोहचण्याची जबाबदारी तुमची असते. जेंव्हा तुम्हाला खरी गरज असते तेंव्हाच गुरू प्राप्त होतो. बाकी जळी स्थळी काष्ठी पाषाणी ज्ञान पाजळणारे खूप भेटतात. मानवी जीवनात यश मिळण्यास कर्म आणि भाग्य दोन्हीही महत्त्वाचे. भाग्य असून कर्म नसेल तर दात असून चणे नाही अशी अवस्था होऊ शकते. कर्म म्हटले की चांगले आणि वाईट दोन्हीही आलेत. यशस्वी होण्यासाठी वाईट कर्माची साथ बाळगली तर चिंता, क्लेश, असंतोष, निद्रानाश इत्यादि अवांछित पाहुणे तुम्हाला कवटाळण्यास सदैव उत्सुक राहतात. चांगल्या कर्माची फळे

नेहमीच संतोष देणारी, चिरकाल टिकणारी आणि सुखासमाधानाने युक्त असतात.

मनुष्य जन्म बरीच भ्रमंती केल्यावर मिळणार. प्रत्येकाला मनुष्य जन्म विशिष्ट उद्देशाने, निश्चित कर्तव्य पार पाडण्यासाठी पण पूर्व संचितानुसार मिळत असतो. मानवाला सारासार विचार, बुद्धी सामर्थ्य हे इतर प्राणीमात्रांपेक्षा निश्चित जास्त मिळते. त्याचा विनियोग करणे किंवा दुरुपयोग करणे हे सर्वस्वी ज्याच्या त्याच्यावर अवलंबून असते. नराचा नारायण करणे हे स्वतःच्या इच्छेवर आणि प्रयत्नांवर अवलंबून असते. पाप आणि पुण्य ह्या जरी सापेक्ष भावना असल्या तरी नियती जेंव्हा तराजू घेऊन मोजते तेंव्हा पुण्याचे पारडे जड कसे राहील याचा विचार स्वतःच करणे आवश्यक. खूप पुण्य जमेस असले तरी पापाची फळे प्रत्येकाला वेगळी भोगावीच लागतात. मनुष्य जन्मांत आपले संचित कसे वाढेल याचा पुरेपूर विचार करणे जरुरीचे. संचित चांगले असल्यास निदान या जन्मात नाही तर पुढील जन्मात हा नरदेह मोक्षाप्रत कदाचित पोहचू शकेल. अगदी तरुण वयांत आपले ध्येय आणि कर्तव्य पार पाडून ईश्र्वरास प्राप्त झालेली अनेक उदाहरणे आपल्याला सापडतील. शेवटी काय तर, कर्माची महती थोर आहे. वाईट कर्म हे शेवटपर्यंत आपला पिच्छा पुरवत राहणार.

उपरती होणे ही भावना सुद्धा मनुष्याला भविष्यकाळात सावध करण्यासाठी योजिली असावी. उपरती अनुभव आल्यावर होत असते. ती जीवनाच्या कोणत्या टप्प्यावर होईल हे सांगता येत नाही. जीवनाच्या उत्तरार्धात खूप उशिरा झालेली उपरती काय कामाची. ज्ञानलालसा वेळीच जागृत झाली, परिस्थितीचे आकलन करण्याची शक्ती जर

प्रभावी ठेवली आणि अनुभवातून शिकण्याची प्रबळ इच्छा असेल तर उपरती वेळीच होईल आणि जीवन अर्थपूर्ण होण्यास आणि चुका दुरुस्त करण्यास वेळ मिळेल.

नकारात्मक विचारसरणी ही अतिशय घातक ठरू शकते. जीवनाकडे बघण्याचा दृष्टीकोन जर सकारात्मक असेल तर बऱ्याच गोष्टी सहज सुलभ रीतीने घडत जातात. इथे एक दाखला देणे आवश्यक होते, तो असा...

एक विचारवंत प्रवचन करत असतात. ते आपल्या शिष्यांना विचारतात की कोण कोण स्वर्गात जाऊ इच्छितो. प्रत्येक शिष्य कांहीतरी कारण सांगतो आणि जाण्यास तयार होत नाही. तिथे एक साफसफाई करणारा तरुण उभा असतो. त्याला सुद्धा विचारवंत विचारतात की तुला कांही सांगायचे आहे काय? तो कर्मचारी सांगतो की "माझ्यातला मी गेला तर मी जाऊ शकतो." अतिशय मौलिक आणि महत्त्वाची गोष्ट तो कर्मचारी सांगून जातो. मनुष्याने अहंकारावर विजय मिळविला तर परमेश्वर प्राप्ती सहज शक्य आहे आणि जीवनाचे साफल्य अशक्यप्राय नाही.

जीवन सरल आहे, सोपे आहे. ते जगायचे की सजग राहून जगायचे हे प्रत्येकाच्या हातात आहे. जगत राहायचे की जगता जगता जागवयाचे हा ज्याचा त्याचा वैयक्तिक प्रश्न आहे. संत तुकाराम महाराज चिरंतन सत्य सांगून गेले...

"शुद्ध बीजापोटी फळे रसाळ गोमटी"

शुद्ध विचार, निर्मळ मन, निर्विकार चित्ताने जीवन जगल्यास सगळे कांही आनंददायी आणि समाधानकारक राहील, या जन्मांत आणि पुढील जन्म असेल तरी त्यात सुद्धा.

ही वेळ सुद्धा राहणार नाही

महर्षी व्यासांचे महाकाव्य महाभारत. पौराणिक मान्यता अशी आहे की रामायण आधी लिहिल्या गेले अन् भविष्यात घडले आणि महाभारत घडल्यानंतर लिहिल्या गेले. विधात्यालाच माहित सत्य काय आहे ते. रामायण अनेक भाषांत आणि निरनिराळ्या अधिकारी व्यक्तींनी लिहिले. महाभारतावर अनेक टीका टिपणी झाल्या, फिरून ते कोणी लिहिण्यास धजावले नाही. महाभारताची व्यापकता, विस्तार खूपच मोठा असल्याने असेल कदाचित. व्यासांची महती खूपच थोर पण महाभारताच्या लेखन कार्याकरिता त्यांना श्री गणेशाला पाचारण करावे लागले. लोभ, क्रोध, हव्यास, गुरुभक्ती, आज्ञावज्ञा, प्रेम, माया, वैफल्य, नैराश्य, अगतिकता.... तुम्ही मनुष्याच्या कुठल्याही भावनेचा, गुणवैशिष्ट्यांचा, स्वभावदोषांचा आणि मनांच्या अवस्थेचा विचार करा, तो प्रसंग, ती परिस्थिती आपल्याला महाभारतात नक्कीच सापडेल. जीवनातील अशी कुठलीही गोष्ट नाही जिचा सविस्तर उल्लेख महाभारतात नाही. द्वापारयुगांत घडलेले कथानक वास्तववादी वाटते, तर रामायणात आदर्शवाद चितारलेला आहे. त्यामुळे कोणी जर श्रीराम व्हायचं ठरविले तर ते शिवधनुष्य पेलण्यासारखेच.

श्रीरामाने रामायणातील प्रत्येक घटनेचा योग्य आणि वास्तविक तर्क सांगितला आहे. श्रीकृष्णाने महाभारतातील प्रत्येक घटनाक्रमांचा युक्तिसंगत तर्क कथिला आहे. सत्य युगांपासून पुढे मनुष्याचा सारासार विचार कमी होत गेला. पापपुण्याच्या व्याख्या बदलत गेल्या. "मला वाटते तेच योग्य" ही भावना बळावत गेली. षड्रिपुंनी मानवी मनांचा ताबा घेतला.

श्री विष्णूने आतापावेतो आपल्या भक्तांच्या आणि जनसामान्यांच्या रक्षणासाठी नऊ विविध अवतार घेतले. विश्वउत्पत्ती पासून पहिल्या चार अवतारांमधे मत्स्य, कच्छ, वराह आणि नरसिंह समाविष्ट होतात. जलमय पृथ्वीवरील जीवांची प्रगती आणि उत्क्रांतीचे ते द्योतकच. विष्णूचा पहिला संपूर्ण मनुष्यावतार म्हणजे बटु वामन. सत्य आणि त्रेतायुगाच्या संधीकाळात परशुराम, त्रेतायुगात श्रीराम आणि द्वापारयुगात श्रीकृष्ण. नववा अवतार, शांतीचा प्रचार आणि प्रसार करणारा गौतम बुद्ध आणि दहावा अवतार म्हणजे कल्की भगवान जो कलियुगाच्या शेवटी होईल. प्रत्येक अवतारात परमेश्वराची शत्रूचा नाश करण्याची कार्यपध्दती एकदम भिन्न.

सर्व अवतारात आठवा अवतार खूपच वैशिष्टपूर्ण. द्वापारयुगांतील परिस्थिती एकदमच वेगळी. श्रीविष्णु कृष्ण म्हणून अवतरले. श्रीकृष्णाला संपूर्ण महाभारत काळात आपले सर्वस्व पणास लावावे लागले. स्वतःच्या बुद्धीचातुर्याचा कमाल वापर करावा लागला. भिन्न प्रकृती आणि प्रवृत्तींचा सामना करावा लागला. प्रसंगी कोणाच्या बाजूने निर्णय द्यावा अशा द्विधा मनस्थितीतून जावे लागले. चमत्कार सुद्धा दाखवावे लागले. स्वतः साक्षात जगदीश्वर असून देखील स्वार्थी आप्तेष्टांच्या हट्टापायी युद्ध टाळता आले नाही. कृष्णशिष्टाईचे महत्व कौरवांना शेवटपर्यंत कळले

नाही. श्रीकृष्णाचे खरे रूप केवळ भीष्म, विदुर आणि व्यासांशिवाय बहुतेक कोणालाच कळले नाही. शेवटी सत्याच्या बाजूने व्यक्तिशः उभे राहून पांडवांना विजय मिळवून द्यावा लागला. युद्ध काळात सर्वांसमोर हाच प्रश्न उभा होता की आता पुढे काय? दोन्ही बाजूचे एकामागे एक योद्धे यमसदनी धाडले जात होते. अपरिमित मनुष्यहानी होत होती. कसोटीची घडी होती. त्यावर योगेश्वर कृष्णाने भाष्य केले की ही वेळ पण राहणार नाही. श्रीकृष्णाने अर्जुनाला सांगितलेली गीता इतकी गहन आहे की तिचा अर्थ ज्याला जसे आकलन झाले तसा लावल्या गेलेला आहे. गीतेतील ज्ञान चिरंतन, अजर अमर आहे, अगाध आहे, अबोध आहे, गूढ आहे. पृथ्वीतलावरील सर्व प्रश्नांची उत्तरे त्यात आहेत. तरीसुद्धा गीता एका दृष्टीने अनाकलनीय आहे, ईश्वरी उपदेशाची उकल अद्याप ही पूर्णपणे झाली की नाही यात संदिग्धता आहे. जेंव्हा श्रीकृष्ण म्हणतात की 'ही वेळ सुद्धा राहणार नाही', याचा अर्थ असा की युद्धजन्य परिस्थिती नक्कीच शेवटांस जाईल. इथे ते परिणामाबद्दल भाष्य करीत नाही. प्रारब्धात लिहिलेला भोग मनुष्याला चुकत नाही. श्रीकृष्ण सांगतात की 'ही वेळ सुद्धा राहणार नाही' या विधानात लपलेला अर्थ असा की अशी वेळ भविष्यात परत येऊ नये म्हणून प्रयत्नशील राहावयास हवे. वाईट अनुभवातून चांगले शिकावयास हवे. आलेला वाईट काळ हे आपल्याच कर्माचे फळ आहे.

वाईट काळ लवकर जावा म्हणून शेवटी मनुष्य सर्वशक्तिमान परमेश्र्वराकडेच करूणा भाकणार. प्रत्येकाच्या संचिताप्रमाणे सुख दुःख भोगण्याचे कालमापन होणार. इथे एक महत्त्वाच्या गोष्टीचे विस्मरण होते की जसा कठीण काळ मनुष्याच्या जीवनात येतो तसाच चांगला काळ सुद्धा त्याच्या आयुष्यात येतो. त्याची चांगली कर्मे त्याच्या जगण्याला

ऊर्जितावस्था प्राप्त करून देतात. तेंव्हा श्रीकृष्णाच्या विधानाचे महत्त्व अधिकच स्पष्टपणे कळते की ही वेळ सुद्धा कायमस्वरूपी राहणार नाही. मनुष्याला वाईट वेळ राहू नये, दुःख त्याच्या वाट्याला येऊ नये हे वाटणे साहजिकच आहे. पण सत्कुत्याने आलेली चांगली वेळ त्याच्या चांगल्या कर्मावर अवलंबून राहते. जर त्याला चांगली वेळ अधिक काळ रहावी असे वाटत असेल तर त्याला निरंतर चांगली कृत्ये करणे क्रमप्राप्त होते. म्हणून गीतेच्या प्रत्येक श्लोकात जो गहन अर्थ दडला आहे त्याची ज्याला उकल झाली तो भवसागरात तरून जाईल.

श्रीकृष्णाचे हे विधान आजच्याही परिस्थितीला बेमालूम लागू पडते. आजची गंभीर परिस्थिती कायम स्वरूपी राहणार नाही हे निश्चित. असा आशावाद जरी आपल्याला या विधानातून मिळत असला तरी पुढे जर आपण आवश्यक ती खबरदारी घेतली नाही तर ही परिस्थिती परत येऊ शकते. मागील वर्षी दाखवलेली ढिलाई आणि असावधानी आपल्याला वर्तमान संसर्गाच्या गर्तेत लोटण्यास कारणीभूत ठरली. त्यामुळे भविष्यांत आपल्याला आपल्याच कर्माची वाईट फळे भोगावयाची नसतील तर आवश्यक ती काळजी घेण जरुरी राहील.

भीमरूपी महारुद्रा

भक्ती, युक्ती आणि शक्तीचे साक्षात प्रतीक म्हणजे मारोती राया. आबाल वृद्धांचे लाडके दैवत. भारतात अगदी लहानशा खेड्यांपासुन ते महानगरापर्यंत हनुमंताची मंदिरे आढळतात. श्री रामराया म्हणजे हनुमंताचे आराध्य दैवत. श्रीराम आणि हनुमानाची भेट सुद्धा नाट्यमय परिस्थितीत झाली. सुग्रीव आणि त्याच्या विश्वासू व्यक्तींना वालीने निष्कासित केले, त्याचे राज्य हस्तगत केले आणि सुग्रीव स्वसंरक्षणार्थ रानोमाळ भटकू लागला. त्याच्या विश्वासू लोकांत हनुमान, जांबुवंत, नल आणि नील होते. श्रीराम आणि लक्ष्मण शबरीमाईला भेटले. तिने चाखलेली उष्टी बोरे खाता खाता श्रीरामाने तिला सीताहरणाची माहिती दिली. सुग्रीवाची तशीच स्थिती होती. त्याचे राज्य वालीने हरण केले होते. तर सीतेला रावणाने जबरदस्तीने पळवून नेले होते. शबरीने श्रीरामाला सुग्रीवाशी मैत्री कर असा सल्ला दिला. सुग्रीवाचा शोध घेताना राम लक्ष्मण जोडीला सुग्रीवाच्या हेरांनी पाहिले आणि सुग्रीवाला कळवले. सुरवातीला ते दोघे वालीचे हेर असावेत असे त्याला वाटले. पण जांबुवंताच्या सल्ल्यानुसार त्याने राम लक्ष्मणाची भेट घेण्याचे ठरविले. युक्तीवान

हनुमंताला त्याने श्रीरामाकडे त्यांची ओळख पटविण्यासाठी पाठविले. हनुमंताने संस्कृत पंडिताचे रूप धारण केले. श्रीराम, लक्ष्मण आणि बहुरूपी हनुमंत यांच्यात बराच वार्तालाप झाला पण हनुमंताला आपल्या आराध्याची खरी ओळख पटली नाही. श्रीरामाने मारोतीरायाला आधीच ओळखले होते. जेंव्हा हनुमानाला श्रीरामाची खरी ओळख पटली तेंव्हा त्याला स्वतःचाच खूप राग आला. ज्याची सेवा आणि भक्ती करण्यासाठी त्याचे पृथ्वीतलावर अवतरण झाले होते, त्यालाच तो ओळखू शकला नाही. श्रीरामाला पाहताच त्याच्या डोळ्यातून अश्रू वाहू लागले आणि त्या क्षणांपासून तो राम सेवेत रुजू झाला. पुढे श्री वाल्मिकी रचित रामायण घडले. महापराक्रमी रावणाचा पराभव झाला, सीतामाईची मुक्तता झाली. आजही जिथे रामकथा होते तिथे हनुमानाचा वास असतो. सीता माईच्या वरदानाने हनुमानाला अमरत्व प्राप्त झाले. त्रेतायुगांत मनुष्यप्राण्याचे वय, उंची खूपच जास्त होती. अशी मान्यता आहे की श्रीरामाने हजारो वर्षे राज्य केले आणि रामराज्य कसे असते हे दर्शवून दिले. आजही आपण सर्व त्या रामराज्याच्या प्रतीक्षेत आहोत. भक्तीरस आणि आराध्याप्रती सेवेकरी वृत्ती हनुमंताच्या रूपाने अजरामर आहेत व राहतील. श्रीराम हा विष्णूचा सातवा आणि मनुष्यावतार. जेंव्हा अवतारकार्य संपविण्याची वेळ आली तेंव्हा श्रीरामा समोर एक मोठा प्रश्न उपस्थित झाला, तो होता ही योजना लक्ष्मण आणि हनुमंताला कशी पटवून द्यायची? एक शेषाचा अवतार, दुसरा रुद्राचा. दोघेही अवतारी आणि अधिकारी व्यक्तिमत्त्व. लक्ष्मणाला स्वतःचे अवतारकार्य संपविण्याची मुभा होती. पण हनुमान अजरअमर असल्याने त्याचे श्रीरामा शिवाय राहणे विधिलिखित होते. अत्यंत जड आणि दुःखी अंतःकरणाने श्रीरामाने हनुमंताला न कळू देता आपले अवतारकार्य शरयू नदीत जलसमाधी घेऊन संपविले. आता

हनुमानाच्या जगण्यात राम राहिला नव्हता. पण आराध्या प्रमाणेच तोही ईश्वरीय अंश असल्याने त्याने आपले दुःख कसेबसे पचविले. आणि त्या क्षणांपासून तो रामभक्ती आणि रामनाम स्मरणात रमून राममय झाला आहे, अगदी कल्पांतापर्यंत.

श्रीराम नामाने प्रेरित होऊन कलियुगांत रामाचे आणखी एक श्रेष्ठ भक्त झाले. जणू कांही हनुमंताचे अवतार. श्री रामदास स्वामी यांच्या भक्तीला यथायोग्य साद घालत श्रीरामाने त्यांना दर्शन पण दिले होते अशी मान्यता आहे. सुखकर्ता दुःखहर्ता या आरतीचे आणि भीमरुपी महारुद्रा या स्त्रोत्राचे जनक रामदास स्वामींनी महाराष्ट्रात अकरा मारोतींच्या मूर्तींची स्थापना केली. ही सर्व मंदिरे शक्तिस्थळच आहेत. कलियुगांत श्री हनुमंताचे मनःपूर्वक स्मरण केले, भक्ती केली तर तो आपल्याला दर्शन देतो असे मानले जाते. हनुमंताचे केलेले मनोभावे स्मरण आपला भक्ती मार्ग आणि नामस्मरण यावर प्रगाढ विश्वास निर्माण करून जाते.

धन्य तो राम भक्त हनुमान. मारोती राया, आम्हास भाग्य सद्य परिस्थितीशी लढण्याचे बळ दे. खलप्रवृत्तीवर मत करण्याची बुद्धी दे.

घोर कलियुग

रामायण आणि महाभारत, दोन्ही अजरामर महाकाव्य. रामायणात वाईट प्रवृत्तींचा विकोप आणि त्यावर सत्याचा विजय विदित केलेला. महाभारतात मनुष्य स्वभावाचे वास्तविक चित्रण, दोन्ही पक्षांकडून एकमेकावर केलेली कुरघोडी, सत्तांध पक्षाचा योगेश्वर कृष्णाच्या मदतीने केलेला पराभव आणि शेवटी कुरुक्षेत्रावर झालेल्या महायुद्धानंतर जीवित उरणाऱ्यांचे रिक्त हात. त्रेता युगांत सत्याचा विजय तर द्वापार युगांत असत्यावर विजय. सध्या कलियुग सुरु आहे. हजारो वर्षांपूर्वी नमूद केलेली कलियुगाची बहुतेक सर्व लक्षणे अनुभावयास येत आहेत. सत्य, त्रेता आणि द्वापार युगांत शत्रू निश्चित होते. न्यायिक बाजूने लढणाऱ्यास आपण कोणाशी लढतो आहे, कां लढतो आहे, विजयासाठी काय आवश्यक आहे ह्या सर्व गोष्टी निश्चित माहित होत्या. कलियुगांत शत्रू कोण हाच मुळांत प्रश्न आहे. तो दृश्य स्वरूपात समोर येत नाही. त्यामुळे कोणाशी लढायचे, कसे लढायचे हाच खरा प्रश्न आहे.

मनुष्याच्या सर्व हालचाली, क्रिया प्रक्रिया, चांगल्या वाईटाचे विश्लेषण त्याच्या मनांत क्रियावत होत असते. त्याची कृती ही त्याच्यासाठी किंवा

दुसऱ्यांसाठी उपयोगाची आहे किंवा नाही हे प्रत्येक व्यक्ती ठरवीत असते. आपण जे कांही करतो ते योग्यच आहे अशी भावना जर स्थिरावली की ते चूक की बरोबर ह्याचा निष्कर्ष काढण्याची त्याची क्षमता लुप्त होत जाते. रावणाने अशीच भावना जपली आणि स्वतःचा नाश ओढवून घेतला. कौरवांनी न्याय निवाडा न करताच आपण करतो तेच योग्य अशा भावनेने अवांछित गोष्टी आणि पर्यायाने युद्ध केले. त्यात कुरुवंशाचा विनाशच नव्हे तर लाखो लोकांचा जीव गेला. प्रत्येक युगांत जेंव्हा स्थिती हाताबाहेर गेली तेंव्हा साक्षात परमेश्वराने अवतार घेतला आणि सत्याचा विजय करून दिला. कलियुग हे चारी युगांत कमी कालावधी असलेले आणि शेवटी प्रलयाकडे वाटचाल करणारे युग समजल्या जाते. द्वापार युगांचा शेवट कृष्णावतार पूर्ण झाल्यावर झाला, तेंव्हाच कलियुगांचा प्रारंभ झाला. कलियुगांचे आयुष्य केवळ 432000 वर्षे मानल्या गेले आहे. त्यातली केवळ 5300 वर्षे झाली आहेत. पण कलीचा प्रभाव मात्र सर्वजण निश्चितच अनुभवत आहेत. पौराणिक मान्यतेनुसार कलीचा नायनाट करण्यासाठी परमेश्वराचा दहावा अवतार कल्की रूपात अवतरेल. तोपर्यंत काय?

परमेश्वर सर्वश्रेष्ठ आहे, सर्व व्यापी आहे, त्याला चराचराची काळजी आहे, फक्त तेच आपल्या लक्षांत येत नाही आणि कांहीशी भ्रामक परिस्थिती आपणच आपल्या भोवती निर्माण करतो. परमेश्वराने कलियुगांत जनमानसाच्या कल्याणासाठी थोर विभूती, संत महात्मे पाठवले. त्यांनी आपल्याला आचार विचार, भक्ती मार्ग, चांगल्या वाईटाची समज दिली. पण ती स्वीकारण्याची, समजण्याची किंवा आत्मसात करण्याची आपल्यातच क्षमता आहे की नाही हाच मुळांत प्रश्न आहे. संतांनी पापपुण्य, उपयोगी आणि त्याज्य, चांगले किंवा वाईट यांच्या समजेल

अशा भाषेत व्याख्या दिल्या. पण त्यांचे अर्थ आपण आपल्या सोयीप्रमाणे लावले. सर्व संत महात्म्यांच्या शिकवणीचा मतितार्थ एकच होता. पण प्रश्न उपस्थित होतो तो आकलन शक्तीचा. सापेक्षता किंवा तत्सम नियम बिनचूक सिद्ध होण्यासाठी मुळांत जे प्रमाण आपण ठरवितो तेच जर चुकीचे असेल तर निष्कर्ष ही चुकीचेच निघतील. तसंच कांहीसे सध्या घडत आहे असे म्हटल्यास वावगं होणार नाही.

कलियुगात कली माणसाच्या मनांवर अधिराज्य गाजवेल. आपणच आपले शत्रू होऊ. प्रत्येकाच्या मनांत वृत्ती प्रवृत्तीचा गोंधळ उडेल, आणि हाच गोंधळ त्याच्या कृती निश्चित करेल. थोडक्यांत माणूस माणसाचा शत्रू होईल. ही लढाई चांगल्या आणि वाईट विचारांची असेल. सद्य परिस्थितीत आपल्याला हेच विदारक चित्र दिसत आहे. जसजसा कलियुगांचा काळ व्यतीत होईल तसतसे हे चित्र भीषण होत जाईल, त्यातले रंग गडद होत जातील. शेवटी प्रलयाप्रत स्थिती पोहचेल आणि परत युगांचे रहाटगाडगे सुरू होईल. पण या परिस्थितीला सुधारण्यासाठी काय करता येईल? कांहीतरी मार्ग निश्चितच असेल?

सर्व धर्म, पंथ यांनी कांही ठळक आणि महत्वपूर्ण गोष्टी मानव कल्याणासाठी सांगितलेल्या आहेत. त्यात प्रामुख्याने दया, क्षमा, शांती, श्रद्धा, सबुरी, प्रेमभाव, सर्वशक्तिमाना प्रती समर्पण यांचा समावेश होतो. या गोष्टींचे अर्थ वाटतात तितके सोपे नाहीत. या सगळ्यांचा थेट संबध मानवी मनांशी जोडल्या गेलेला आहे. मन, चित्त, अंतःकरण आणि अंतर्मन या गोष्टींचे विश्लेषण केल्यास असे लक्षांत येईल की ह्या सर्व गोष्टी एकमेकांपासून पूर्णपणे भिन्न नसल्या तरी त्यांना वेगळे करणारी रेषा अगदी अस्पष्ट आहे. प्रत्येक गोष्टींची कार्य पद्धती वेगळी आहे. दया

अंतःकरण द्रवल्यावरच निर्माण होते. सर्वप्रथम दया उत्पन्न होणे आणि त्यानंतरच दया करण्याची उपरती होणार. दयाभाव व्यक्त करतांना समोरचा व्यक्ती दुर्बल होणार नाही ही भावना सुद्धा जोपासणे अत्यंत महत्त्वाचे. ज्याला क्षमा करायची आहे त्याची चूक किंवा गुन्हा क्षमा करण्यायोग्य आहे की नाही हे जाणणारा, क्षमा करण्यायोग्य आहे हे ठरते. क्षमा केल्यावर तो क्षमा प्रार्थ्याच्या पापाचा वाटेकरी होतो. क्षमा करणाऱ्या व्यक्तीत तितकी शक्ती असणे आवश्यक. अध्यात्म सांगते की मनांत चांगला वाईट विचार येणे हीच प्रत्येक व्यक्तीची कृती समजल्या जाते. व्यक्तीला प्रत्येक चांगल्या वाईट कृतीचे फळ निश्चित मिळत असते. त्याकरिता सबुरी असणे अत्यंत आवश्यक. तूप खाऊन लगेच रूप येत नसते. मनुष्याने कुठलाही मार्ग निवडला, तो भक्तीचा असेल, वैराग्याचा असेल, एखादा खडतर योग असेल, पण मनोवांच्छित फळ मिळण्याकरिता सबुरी ठेवणे खूपच आवश्यक असते. "ढाई आखर प्रेमका पढे सो पंडित होय" ... कबीर सांगून गेला. भल्याभल्यांनी प्रेमाची व्याख्या केली, पण त्याचा खरा अर्थ फार थोड्यांना कळला. कुटुंबातील घटक, समाज घटक, मुके प्राणी, वनस्पती, वृक्षवल्ली, सर्व सहृदयतेचे, आत्मीयतेचे, आपुलकीचे भुकेले आहेत. या सर्वांना जो एका तराजूत तोलतो, तोच प्रेमभाव जाणतो. समर्पण म्हणजे शरणागती नव्हे. युद्ध जिंकल्यावर पराजित योद्धा शरण येतो, तो समर्पण करत नाही. हार जीत, नफा नुकसान, सुख, दुःख, आनंद हे सर्व त्यागून निरीच्छ भावनेने स्वतःला समर्पित करणे हीच खरी समर्पण भावना होऊ शकते. केवळ परमेश्वर, गुरू आणि जन्मदाते ह्यांच्या चरणी मनुष्य स्वतःला समर्पित करू शकतो. ह्याच व्यक्ती त्याला योग्य मार्ग किंवा दिशा दाखवू शकतात. मनःशांती ही परमेश्वराची अद्त देणं आहे. अशांत शरीर आणि मन

मनुष्याला कांहीच प्राप्त करून देऊ शकत नाही. श्रद्धा, समर्पण आणि शांती या व्यक्तिगत गोष्टी आहेत आणि यात व्यक्ती आणि श्रद्धेय हेच दोघे असतात, त्यांच्यात दुसरा कोणी नसतो. हे भाव आहेत, ते व्यक्तीला स्वप्रयत्नाने मनांत जोपासावे लागतात, वृद्धिंगत करावे लागतात, जगावे लागतात. त्यासाठी मनःपूर्वक आणि कठोर प्रयत्न लागतात, तपश्चर्या लागते. मृत्यनंतर शरीर शांत होते. आत्मा नव्या योनीस प्राप्त होतो किंवा मुक्त होतो. आत्म्या सहित देह शांत होणे म्हणजे परमेश्वराशी एकरूप होण्याकडे उचललेले भक्कम पाऊल. म्हणूनच तुकोबा भक्तिमार्ग अवलंबून सदेह वैकुंठाला जाऊ शकले, ज्ञानदेव चिरंतन आणि चिरंजीव समाधी घेऊ शकले, परमेश्वराशी एकरूप होऊ शकले. कलियुगांत वरील भावांचा अभाव होत जाईल आणि माणुसकी, सहिष्णुता, बंधुभाव, प्रेमभाव इत्यादि गोष्टी हळूहळू लुप्त होत जातील. वैचारिक अराजकता, व्यक्तिगत प्राप्तीचा हव्यास, सत्तालोलुपता, दुर्बलांचे शोषण, स्त्रियांवरील अत्याचार वाढीस लागतील. अहंभाव, दांभिकपणा, फसवणूक यात वृद्धी होईल. भक्ती मार्ग, सदाचारी वृत्ती, कर्म कांडावर विश्वास क्षीण होत जाईल.

मग या सर्व गोष्टींवर उपाय काय? कलियुगात नाम स्मरणाला पर्याय नाही. नामस्मरण म्हणजे केवळ ईश्वराचे आवाहन करणेच नाही. सर्व शक्तिमान ईश्वराची ऊर्जा स्वतःचा शरीरात अनुभवणे म्हणजे नामस्मरण. देवर्षी नारदाने केलेले 'नारायण नारायण' म्हणजे नामस्मरण. त्यांनीच दिलेला गुरुमंत्र म्हणजे राम राम आणि तोही दिला तो वाल्ह्याला, ज्याच्या मस्तकी ब्रम्हहत्येचे पातक. केवळ राम नामाच्या सतत उच्चाराने त्याचा वाल्मिकी झाला. नामस्मरणाची महती गावी तितकी थोडीच. कलियुगांत सुद्धा तुकोबांनी "विठ्ठल विठ्ठल, जय हरी विठ्ठल", दत्त संप्रदायाने

दिलेला "दिगंबरा दिगंबरा श्रीपाद वल्लभ दिगंबरा", वारकरी संप्रदायाने दिलेला "ज्ञानबा तुकाराम" हे महामंत्र म्हणजे नामस्मरणाचा महाघोष. कलियुगांत मनुष्याने विज्ञानात अमर्याद प्रगती केली. नाही म्हटले तरी ईश्वरीय शक्ती आणि अध्यात्म यांना वैज्ञानिक निकषावर तोलण्याचा मोह मानव जातीला टाळता आला नाही. वारकरी जेंव्हा पंढरपूरच्या वाटेवर आणि विठ्ठलाच्या चरणी लीन होतो तेंव्हा तो सर्व कांही विसरतो, हे विस्मरणच त्याला विठ्ठलाच्या समीप घेऊन जाते. हे जगाचे, ऐहिक भावनांचे विस्मरण जनसामान्यांना झाले तरच ईश्वर सामिप्याचा आनंद उपभोगता येईल. विज्ञान आणि ईश्वरीय तत्व यात दुजाभाव न मानता दोघांशीही भिन्नपणे एकरूप होता आले तरच या दोलायमान स्थितीतून मानव जातीची सुटका होऊ शकेल. नामस्मरणाचा महिमा निःसंशय अगाध आणि तोच या युगांत सर्वांना तारून नेण्याची क्षमता ठेवतो.

परमेश्वराने चार ही युगाची रचना आणि त्यातील अनेक संभाव्य धोक्यांवर उपाय योजना सुद्धा करून ठेवलेली निश्चित जाणवते. कलीची कूटनीती, फसवे रूप लक्षांत घेता आधीच्या युगांतील सप्त चिरंजीवांना अमरत्व त्याच्या नाशासाठी तर दिले नसेल? कल्की भगवानाचे गुरू श्री परशुराम असतील. उर्वरित चिरंजीव, अश्वत्थामा, बळी, व्यास, हनुमान, बिभीषण, कृपाचार्य वेगवेगळ्या क्षेत्रांत प्रकांड पंडित आणि शक्तींनी युक्त असल्याने मायावी कलीचा नाश नक्कीच होईल. भक्ती, नामस्मरण आणि समर्पण हेच या कठीण कलियुगांत आपल्याला तारण्याची शक्ती बाळगतात हेच खरं.सेवानिवृत्ती

वृत्ती, प्रवृत्ती की स्वीकृती...

"थोडा है थोडे की जरुरत है

जिंदगी फिर भी यहाँ खुबसुरत है"

अलीकडे समाज माध्यमांवर "सेवानिवृत्ती" विषयाला धरून कांही न कांही संदेश येतच असतात. सेवानिवृत्तीनंतर काय खावे, काय खाऊ नये, नियमित व्यायाम करणे, फिरायला जाणे, रक्तदाब, मधुमेह नियंत्रित ठेवणे, आनंदी राहणे, बोलण्यावर नियंत्रण ठेवणे इत्यादि मौलिक सूचना संदेशातून मिळत असतात. नियमितपणे आरोग्य तपासणी सुद्धा आवश्यकच. दिनचर्या कशी असावी यावर सुद्धा बरेच संदेश येतात. निष्णात डॉक्टर्सचे व्हिडिओ सुद्धा समाज माध्यमांवर दिसतात. घरगुती उपाय, वनस्पती, आजीचा बटवा, स्वतःचे अनुभव सुद्धा बहुतेक मंडळी उत्साहाने आणि हिरीरीने सांगत असतात. (असे उपचार डॉक्टरी सल्ल्याशिवाय घेऊ नयेत, हेच उत्तम)

कोरोना प्रादुर्भावामुळे ज्येष्ठ नागरिकांच्या बऱ्याच गोष्टींवर मर्यादा आल्या होत्या. पार/कट्टयावरील गप्पा, सहली, ज्येष्ठ नागरिक मंडळाच्या

बैठका, सकाळ संध्याकाळचे फिरणे इत्यादि दिनक्रमावर बंधने आली होती. संपूर्ण वातावरण नैराश्य पूर्ण झाले होते. 2021 च्या सुरुवातीला चांगले संकेत मिळू लागले, कोरोना प्रतिबंधक लस पण आली, दुरुस्तीचा दर समाधानकारक झाला. ज्येष्ठ नागरिक शारीरिक व मानसिक मरगळ झटकून आपल्या जुन्या दिनचर्येकडे वळू लागले. परत कोरोना प्रादुर्भावाने डोके वर काढले. परत काळजी आणि खबरदाऱ्या घ्यावा लागतील. ज्येष्ठ नागरिकांनी तर जास्तच काळजी घ्यायला हवी. आता परिस्थिती बरीचशी नियंत्रणात आलेली दिसते.

"सेवानिवृत्ती" ह्या शब्दाचे सूक्ष्म अवलोकन केले किंवा तो शब्द जर थोड्या वेगळ्या पध्दतीने लिहिला तर त्याचा व्यावहारिक आणि शाब्दिक अर्थ किती वेगळा होऊ शकतो हे लक्षांत येईल. "सेवा" निवृत्ती म्हणजे वयाच्या साठाव्या वर्षापर्यंत कुठल्यातरी संस्थेला अथक सेवा देण्याच्या प्रक्रियेतून निवृत्ती. कांही ठिकाणी हा कालावधी वयाच्या अठ्ठावन वर्षापर्यंत सुद्धा राहतो. कांही संस्था स्वेच्छानिवृत्ती पण देतात. सेवानिवृत्तीचे वय काय असावे यावर अधूनमधून चर्चा होत असतात. भारतीय हवामान, काम करण्याच्या पद्धती, कौटुंबिक जबाबदाऱ्या संपविण्याकरिता लागणारा कालावधी, मुलामुलींची शिक्षणे, लग्न इत्यादि बाबींचा विचार करूनच साठ ही सेवानिवृत्ती साठी वयोमर्यादा सर्वमान्य झाली असावी. परदेशात जोवर एखादी व्यक्ती त्याच्या पूर्ण क्षमतेप्रमाणे काम करू शकते तोवर त्याच्या सेवानिवृत्तीचा प्रश्नच उद्भवत नाही. तिथले उत्साहवर्धक व पोषक हवामान, जीवनाकडे बघण्याचा दृष्टीकोन, सरकार देत असलेली समाज सुरक्षा आणि औषधोपचार, नात्यातील अत्यल्प बांधिलकी, ज्येष्ठ नागरिकांसाठी भरपूर सोयी इत्यादि बाबींचा विचार केल्यास तिथले नागरिक निवृत्तीनंतर स्वच्छंदी आणि बेफिकीर

जीवन जगत असल्याचे आढळून येते. भारतीय सेवा निवृत्तांसाठी हा विषय काळजीचा आणि धसका घेणारा कां ठरावा? याचे आश्चर्य वाटते. निवृत्तीनंतर पुढे काय? हा यक्षप्रश्न ज्यांना पडतो त्यांच्या बाबतीत प्रामुख्याने खालील गोष्टींचा अभाव भासतो...

1. सेवा काळांत आर्थिक नियोजनाचा अभाव,
2. स्वतःच्या आरोग्या विषयीच्या समस्या,
3. निवृत्तीनंतर प्राथमिक कौटुंबिक जबाबदाऱ्यांची पूर्तता न होणे,
4. सेवाकार्य सुरू असताना प्राथमिक जबाबदाऱ्यांसोबत दुय्यम जबाबदाऱ्या जसे की बहिणींची लग्ने, भावांची शिक्षणे, आकस्मिक आर्थिक संकट येणे किंवा तत्सम अनपेक्षित खर्च करणे अनिवार्य होणे की ज्या योगे स्वतःच्या भविष्याकडे लक्ष देण्यास वेळच न मिळणे,
5. तुटपुंजी बचत क्षमता, अपुरा जीवन विमा किंवा आरोग्य विमा. रुपयाच्या घसरत्या किमतीमुळे आणि वाढत्या महागाईमुळे विमा कंपनी कडून भविष्यात मिळणारी व क्षुल्लक वाटणारी रक्कम. (अशी गल्लत जाणकारांकडून सुद्धा होऊ शकते) सुरुवातीला शक्य असलेला प्रीमियम आणि त्या योगे 20/25 वर्षानंतर मिळणाऱ्या तुटपुंज्या रकमेमध्ये त्यावेळच्या खर्चाची पूर्तता न होणे. अलिकडच्या काळात Mediclaim, Accident Insurance Cover इत्यादि सोयी झालेल्या आहेत. यासाठी लागणारा प्रीमियम जास्त असला तरी आकस्मिक आरोग्य आपत्तीसाठी असे इन्शुरन्स करणे सोयीचे आणि व्यावहारिक ठरते. स्टेट बँक ऑफ इंडिया आणि तत्सम संस्था आपल्या कर्मचाऱ्यांसाठी माफक रकमेवर बऱ्यापैकी इन्शुरन्स कव्हर

प्राप्त करून देऊन दिलासादायक कार्य करत आहेत. कांही संस्था निवृत्तीवेतन देत नाहीत, अशा संस्थांमधून निवृत्त होणाऱ्या व्यक्तींसाठी हा विषय अतिशय गहन होतो. त्यांना भविष्या करिता लागणाऱ्या मासिक रकमेचे नियोजन बऱ्याच आधीपासून करावे लागते.

व्यावसायिक, उद्योगी किंवा धंदेवाईक लोकांमध्ये सेवानिवृत्ती जरी वयोमर्यादेवर अवलंबून नसली तरी त्यांच्या शारीरिक क्षमतेवर तसेच भविष्यात कुटुंबातील घटकांच्या "Business Acumen" वर अवलंबून असते. त्यांच्या बाबतीत धंदा, व्यवसाय अपेक्षितरीत्या न चालल्यास परिस्थिती गंभीर होऊ शकते. अशा घटकांसाठी सरकारने बऱ्यापैकी बिमा सोयी उपलब्ध करून दिल्या आहेत. अर्थात त्याचा जास्तीत जास्त उपयोग स्वतःसाठी करून घेणे हा ज्याचा त्याचा पण जिव्हाळ्याचा प्रश्न आहे. थोडक्यांत सेवानिवृत्ती नंतरचा काळ सुखकारक होण्यासाठी आर्थिक नियोजन खूपच आवश्यक.

"समय की धारामे उमर बह जानी है

जो घडी जी लेंगे वो ही रह जानी है"

साठ वर्ष पूर्ण झाल्यावर आपण निवृत्त होणार ही मानसिकता जनमानसात कायमची रूढ झालेली आहे. सेवानिवृत्त झाल्यावर काय बदल घडतो?...

आपला आपल्याकडे बघण्याचा दृष्टीकोन आणि दुसरा महत्त्वाचा बदल म्हणजे दुसऱ्यांचा आपल्याकडे बघण्याचा दृष्टिकोन, दोन्हीही बदलतात. मी स्वतःच जर सेवानिवृत्ती नंतर स्वतःकडे सकारात्मक नजरेने पाहणे थांबविले तर सेवानिवृत्ती क्लेशदायक, त्रासदायक ठरू

शकते. 'आता माझे सर्व कांही संपले', 'कालचा दिवस बरा होता', 'आता माझे किती दिवस राहिले', 'मी कोणाच्या उपयोगी पडू शकणार नाही' असे नकारार्थी विचार (Negative Vibes) जर उराशी जपले तर ते आपला नकारार्थी परिणाम दाखविल्या शिवाय राहणार नाहीत. अशा नकारात्मक विचार सरणीमुळे सेवानिवृत्त व्यक्तींची नकारात्मक प्रतिमा तयार होण्यास वेळ लागत नाही. अशी व्यक्ती कुटुंबीयांपासून अलिप्त होऊ लागते, समाजातील तिचा वावर कमी होऊ लागतो. दिवसातील प्रत्येक घटका जगणे तिच्यासाठी कठीण होऊ लागते.

सेवानिवृत्ती आणि वार्धक्य या एका नाण्याच्या दोन बाजू. दोन्हीही जीवनातले अविभाज्य अंग. जीवनातला हा नाजुक काळ सुखकर होण्यासाठी सकारात्मक जीवन शैली अंगीकारणे अतिशय आवश्यक. अशा अवस्थेचा आनंदाने स्वीकार केला पाहिजे. जीवनात स्थलांतरे / स्थित्यंतरे येणे पूर्वनियोजित. बालपणांतून तारुण्यावस्थेत पदार्पण करतांना सर्व गोष्टी वाढत्या असतात. शारीरिक क्षमता, बौद्धिक पातळी, धडाडी, निर्णयक्षमता इत्यादि सर्व वाढते असतात. वाढत्या गोष्टीकडे बघण्याचा दृष्टिकोन सहेतुक दुर्लक्ष्य करणारा राहतो. कायमस्वरूपी उपजीविकेची साधन मिळविण्याची धडपड, कौटुंबिक जबाबदाऱ्या, स्वतःचे विश्व निर्माण करून त्यात रममाण होण्याची प्रबळ इच्छा ह्या सर्व गोष्टी त्याला जबाबदारीच्या कोशात गुरफटून टाकण्यास कारणीभूत होतात. जीवनाकडे बघण्याचा दृष्टीकोन गंभीर होऊ लागतो. खरंतर हा त्या व्यक्तीच्या जीवनातील संक्रमणाचा काळ. साधारण तीस पस्तीस वर्षात त्याने केलेले प्रयत्न, घेतलेले चूक बरोबर निर्णय, वर्तमानातील खर्चाचे नियोजन आणि समाधानी उत्तर आयुष्याकरिता केलेल्या तरतुदीच ठरवतात की त्याचे वार्धक्य कसे जाणार. सक्रिय व्यावसायिक

आयुष्यांतून निवृत्त होणे ही आनंदाची गोष्ट. जो काळ आणि वेळ आपण दुसऱ्यासाठी खर्च केला आहे त्यातील बरांच प्रतिशत स्वतःला मिळणार असतो. जीवनात वेळ आणि काळ याचे महत्त्व निर्विवाद आहे. कितीही मोठी किंमत मोजून सुद्धा गेलेली वेळ विकत घेता येत नाही किंवा परत येत नाही. निवृत्तीनंतर मिळणाऱ्या वेळेचे नियोजन कसे करायचे हा सर्वस्वी वैयक्तिक प्रश्न आहे. साधारण 80 वर्षांची वयोमर्यादा जर ठरवली तर 75% काळ आपल्या हातातून निसटून गेलेला असतो व हाताशी असतो तो केवळ 25% वेळ. हा मौलिक काळ जर आपण ठेवा म्हणून जपला आणि ज्या गोष्टी आपण विविध कारणांनी भूतकाळात करू शकलो नाही त्या जर करणे योजिले तर तो वेळेचा सदुपयोग ठरेल. नोकरी आणि व्यवसायात सुमारे दहा, बारा तास घराबाहेर राहणाऱ्या आणि सहा तास झोपेत व्यतीत करणाऱ्या व्यक्तीचा वावर पूर्ण वेळ घरांत होऊ लागणे म्हणजे कुटुंबीयांसाठी एका व्यक्तीची उपलब्धि. बऱ्याच ठिकाणी सेवानिवृत्त व्यक्तीसाठी कांही कामे राखून ठेवली जातात. नियमित पूजाविधी, घरगुती आणि घराबाहेरील कामे, नातवंडांना शाळेत पोहचवणे/आणणे इत्यादि. ज्या प्रकारे निवृत्त व्यक्ती वेळेचे नियोजन करतो तसेच कुटुंबीय सुद्धा त्याच्या वेळेचे नियोजन आधीच करून ठेवतात. त्यामुळे बरीच अनपेक्षित कामे त्याच्या मागे लागतात. बहुतेक मंडळी आनंदाने अशी कामे स्वीकारतात. काळाची गरज ओळखून ह्या जबाबदाऱ्या स्वीकारणे हितावह आणि कमी कटकटीचे ठरते.

वेळेच्या नियोजनामध्ये वाचन करणे, संगीत ऐकणे, बागकाम, एखादा छंद जोपासणे, मित्रमंडळीच्या भेटी घेणे इत्यादी समाविष्ट केल्यास उपलब्ध व अंगावर धावून येणारा काळ सुखांत जावू शकतो. निवृत्त होण्याआधी जी कांही ठाम मत बनलेली असतात किंवा योजना आखलेल्या असतात

त्या कालपरत्वे जशाच्या तशाच मूर्त स्वरूपात येतील असा आग्रह धरणे सुद्धा प्रसंगी अयोग्य ठरू शकते. जीवन म्हणजे अनिश्चितता. एखादी गोष्ट ठरल्याप्रमाणे झाली नाही की त्रागा करणे आपण टाळू शकलो तर उत्तमच. कालचक्र अविरत फिरत राहणार, तुमच्यासाठी तसेच तुमच्या संपर्कात असणाऱ्या व्यक्तींसाठी. मी माझे एक स्वतंत्र विश्व निर्माण केले असून ते माझ्या इच्छेनुसारच भ्रमण करेल अशा भ्रामक समजुतीला वेळीच फाटा देणे शहाणपणाचे ठरू शकते. आपल्या मतांचा आणि पर्यायाने आपला सर्वांनी मानमरातब करावा ही भावना बाळगली तर आपण सुद्धा आपल्या आप्तेष्ट, मित्रमंडळी आणि इतर समाज घटकांची परतफेड त्याच पद्धतीने व्हावी, अशी कायम खूणगाठ बांधून घेणे हितावह. नवीन पिढी ही चुकीची वागते असा समज करून घेणे किंवा त्यांच्या बऱ्याच गोष्टी अमान्य होणे सुद्धा साहजिकच. पण हेही विसरू नये की आपण ज्या काळात वाढलो तो खुपसा बदलला आहे, त्यावेळी ज्या गोष्टी आपल्याला उपलब्ध होत्या त्यातल्या बऱ्याच कालबाह्य झालेल्या आहेत. खानपानाच्या आवडीनिवडी बदलल्या आहेत, एवढेच काय तर जीवनाकडे बघण्याच्या दृष्टिकोनात सुद्धा बरेच अंतर आलेले आहे. सद्य परिस्थितीत तरुणाई मधे "Use and Throw" मानसिकता रूढ झाल्याची लक्षांत येते. पूर्वीच्या काळात परीक्षेला जातांना वडिलांनी 20 वर्षे वापरलेले घड्याळ घालून जाण्यात जो आनंद मिळायचा तो काही औरच होता. अलीकडे नातवाच्या वाढदिवसाला अर्धा डझन घड्याळे त्याला गिफ्ट म्हणून मिळतात. अलीकडे वेळेचं महत्त्व जरी कमी झालं नसेल पण वेळ दर्शिवणाऱ्या गोष्टीचे महत्त्व निश्चितच कमी झालेलं आहे. अशा अनेक वस्तू उदाहरणादाखल घेता येतील. प्रत्येक निर्जीव गोष्टीचा कार्यकाळ आता कमी होत चालला आहे. आपण सुद्धा त्यातलीच एक

वस्तू होऊ नये याचा सदैव आणि सखोल विचार करणे आवश्यक आहे. आपल्यां व्यक्तिमत्वाची उपयोगिता कायम ठेवणे अत्यावश्यक ठरते, अन्यथा...

"गम पे धूल डालो, कहकहा लगालो
काटोंकी डगरिया जिंदगानी है
तुम जो मुस्कुरालो राजधानी है
ये होंठ सुके सुके ये बाल रूखे रूखे
अरे छायी उदासी क्यों यारो...

यारो निलाम करो सुस्ती
हमसे उधार लेलो मस्ती
अरे हॅंसती का नाम तंदरुस्ती"

वयाच्या साठीनंतर अनेक मानसिक, शारीरिक धक्के खाल्लेल्या मन आणि शरीरा बरोबर उर्वरित आयुष्य कंठणे अनिवार्य असते. वयाच्या पन्नाशीपर्यंत असे धक्के व्यक्ती पचवू शकते. पन्नाशीनंतर सहनशीलता कमी होत जाते. व्यावसायिक तसेच घरगुती त्रास सहन न झाल्याने रक्तदाब, मधुमेह, कमी झोप या सारख्या व्याधी मागे लागण्याची शक्यता असते. काहींना अशा व्याधी वारसा हक्काने मिळतात. सक्रिय जीवनात व्यस्त दिनक्रम आणि मानसिक, शारीरिक क्षमता वाढवण्यासाठी किंवा टिकवून ठेवण्यासाठी पुरेसा वेळ न मिळाल्याने अशा व्याधी कायमच्या

मागे लागू शकतात. व्यावसायिक जगांत व्यक्तीला बरेच मानापमान सहन करावे लागतात. बऱ्याच व्यक्ती अशा घटना मनांतल्या मनांत ठेवतात आणि त्यामुळे अशा व्याधी त्यांच्यावर लवकर स्वार होतात. कौटुंबिक जबाबदाऱ्या मनांप्रमाणे पार न पडणे, अपेक्षाभंगाचे दुःख, स्वतःविषयी बाळगलेल्या भ्रामक कल्पना इत्यादि गोष्टी तब्येतीवर विपरीत परिणाम करण्यास कारणीभूत होऊ शकतात.

मानसोपचार तज्ज्ञांची याबद्दलची मते उल्लेखनीय आहेत. त्यांच्या मते रक्तदाब, कॉलेस्ट्रॉल, मधुमेह, आम्लपित्त, श्वासदमा, हृदयविकार इत्यादि कायम स्वरूपी आजाराची प्रमुख कारणे मानसिक तणाव, सदैव काळजी करणे, नियमित व्यायामाचा अभाव, आग्रही स्वभाव, रागावरील नियंत्रणाचा अभाव, साध्या घटनांचा बाऊ करणे असू शकतात. आनुवंशिकता हे सुद्धा एक कारण राहू शकते. ह्या व्याधी जशा कायम स्वरूपाच्या तसेच त्यांचे उपचार पण कायम स्वरूपी. मुळांत ह्यांची गणना असाध्य रोग म्हणून होत नसली तरी दुर्लक्ष्य झाल्यास हृदयरोग, पक्षाघात, अंधत्व, अपंगत्व सारख्या जीवघेण्या रोगांत त्याचे रूपांतर होऊ शकते. निवृत्तीनंतर मानसिक स्वास्थ्य जपणे, नियमित व्यायाम, एकाग्रतेसाठी योगासन, 40/45 मिनिटे चालणे खूपच लाभकारी ठरू शकतात. सहचारी किंवा सहचारिणी यांनी एकमेकाचे स्वाथ्य जपणे तितकेच महत्त्वाचे. औषधे वेळेवर घेणे, विसरल्यास एकमेकांना आठवण करून देणे या गोष्टी दोघांनीही पाळावयास हव्या. तब्येतीत जर थोडा देखील बदल जाणवला तरी तो निदर्शनास आणणे अतिशय महत्त्वाचे. “A stitch in time saves nine” ही उक्ती सदैव लक्षांत ठेवली पाहिजे. घाईने जिने चढणे, एकदम वाकणे, बाथरूम मधे निष्काळजीपणाने

वावरणे, स्टुलावर चढणे/उतरणे, झोपेतून उठल्यावर वाट न पाहता उठणे इत्यादी गोष्टी टाळणे हितावह.

उत्तर आयुष्यात स्मृतीभ्रम, कायमचे अपंगत्व येणे यासारख्या दुर्धर व्याधी ज्यांच्या वाटेला येतात ते खरोखरीच दुर्दैवी. अशा व्याधी येऊच नये म्हणून कार्यशील राहणे जरुरी. कुठल्यातरी कार्यात स्वतःला सक्रिय पद्धतीने गुंतवून ठेवल्यास प्रकृती ठीक राहण्यास मदत होऊ शकते. साठीनंतर तब्येतीची काळजी हा अत्यंत महत्त्वाचा आणि जिव्हाळ्याचा विषय. निरोगी आणि रोग प्रतिबंधक शरीर प्राप्त होणे ही नशीबाची देणगी. सर्वांनाच अशी शरीर संपदा प्राप्त होईलच असे नाही. आपले शरीर रोगाचे माहेरघर होऊ नये असे जर वाटत असेल तर योग्य त्या खबरदाऱ्या घेणे काय वाईट?

अलीकडे हृदयरोग, कर्करोग यासारखे आजार बऱ्याच ज्येष्ठांच्या बाबतीत आढळून येतात. अनियमित आहार आणि दिनचर्या, मद्य, तंबाखू, धूम्रपान, भेसळयुक्त खाद्य इत्यादि गोष्टी अशा दुर्धर आजारासाठी कारणीभूत ठरू शकतात. या आजारासाठी प्रदीर्घ सुश्रुषा आणि अद्यावत उपचार जरुरी असतात. सुश्रुषा म्हटले की जवळच्या व्यक्ती अत्यंत आवश्यक. Nursing करण्यासाठी अलीकडे बऱ्याच संस्था निर्माण झाल्या आहेत. त्या सेवा घेण्यासाठी बराच खर्च लागतो. अलीकडे दवाखाना आणि औषधोपचार हे खूपच महागडे झाले आहेत. या खर्चासाठी ज्येष्ठांचा आरोग्य विमा अतिशय आवश्यक. (याचा उहापोह आधी झालाच आहे). पुरेसा आरोग्यविमा असल्यास आजारपण, पती आणि पत्नी कुणाचेही असल्यास आपण दुसऱ्यांवर अवलंबून नाही ह्या गोष्टीचे समाधान तर राहिलच आणि शिवाय आपल्यामुळे कुणाला

आर्थिक झळ पोहचणार नाही ही भावना मनांला संतोष देऊन जाईल. भविष्यांत सेवा, सुश्रुषा, काळजी घेणे ही जर आपली अपेक्षा असेल तर जवळच्या व्यक्तींशी चांगले संबध ठेवणे जरुरी आहे. तुम्ही जेव्हा अतिदक्षता कक्षात असता तेंव्हा बाहेर केवळ पती/पत्नी, मुलगा, सून, मुलगी, जावई हेच आपल्या दुरुस्तीची वाट पाहत असतात. कोरोनाग्रस्त किंवा तत्सम रुग्णाचे एकटेपण किती जीवघेणे असू शकते याची कल्पना जो ह्या दिव्यातून गेला आहे तोच करू जाणे. जवळच्या व्यक्तींना तो/ती असेपर्यंत आणि नसल्यावरही त्याच्या जवळ न जाण्याची अघोरी शिक्षाच नाही का? किती भयंकर परिस्थिती, तरीही आपण खबरदारी घेत नाही हे दुर्दैव. काळजी घ्या, सुरक्षित रहा. विषय जरी अप्रिय वाटत असला तरी वेळीच खबरदारी घेणे अती आवश्यक.

"न मुंह छुपाके जियो और न सर झुका के जियो।

गमोंका दौर भी आये तो मुस्कुराके जियो।

घटा में छुपके सितारे फना नही होते।

अंधेरी रातके दिलमे दिये जलाके जियो।

न जाने कौनसा पल मौतकी अमानत हो।

हर एक पल की खुशी को गले लगाके जियो।

ये जिंदगी किसी मंजिल पे रुक नहीं सकती।

हर एक मकाम से आगे कदम बढ़ाके जियो।

न मुंह छुपाके जियो...

आपसी संबध कुठल्याही वयोगटातल्या व्यक्तींसाठी अत्यंत महत्त्वपूर्ण, मग त्याला सेवानिवृत्त कसा अपवाद राहणार. भारतीय संस्कृतीत कुटुंबातील महत्त्वाचे घटक म्हणजे आई, वडील, भाऊ, बहीण, मुलगा, मुलगी आणि यानंतर विस्तार वाढतच राहतो. मित्रांचे सुद्धा तसेच, जीवनात वेगवेगळ्या टप्प्यावर अनेक लोक भेटत जातात, काहींशी मैत्री होते, काहींशी केवळ व्यावसायिक मैत्री राहते. नवीन संबध, ओळखी झाल्या की कांही जुन्या ओळखी मनःपटलावर धूसर होत जातात. जीवनाच्या संधीकाळात जीवाभावाचे मित्र मोजकेच राहतात. उत्तर आयुष्यात ज्या ओळखी होतात त्यातील बऱ्याचश्या वेळ घालविण्यासाठी असतात. कांही निवृत्त व्यक्ती सेवाभावी संस्थांसाठी आपला वेळ देतात. कांही विरंगुळा केंद्र, ज्येष्ठ नागरिक मंडळ यासारख्या ठिकाणी आपले मन रमविण्याचा प्रयत्न करतात. समवयस्क मंडळी एकत्र जमून धमाल पण करतात. वार्षिक स्नेहसंमेलन, सहली, एकमेकांच्या कलागुणांना वाव देणे इत्यादी गोष्टीमध्ये स्वतःला गुंतवून ठेवतात. अनुभवाने समृद्ध पण वयाने निवृत्त झालेल्या व्यक्तीला सुद्धा स्वतंत्र ओळखीची आणि कौतुकाची गरज भासत असते हे निश्चित. साठीनंतर स्त्रिया देखील भजनी मंडळे, योगासन वर्ग, बीसी सारख्या गोष्टीत स्वतःला व्यस्त करून घेतात. सकाळी, संध्याकाळी फिरणारे ग्रूप्स तयार होतात. पण

हा त्यांच्या दिनचर्येतील ठराविक वेळ. उर्वरित काळ तर त्यांना घरातच काढावा लागतो. कुटुंबातील तरुण मंडळी आपापल्या कामात व्यस्त असतात. ते घरगुती कामे, ऑफीस, मित्रमंडळ यात व्यस्त असतात. घरातील लहान मुले शाळा, होमवर्क, खेळांचे क्लब, क्लासेस यात गुंतलेले. वयस्कांसाठी देण्यासाठी कुणाच लहान मोठ्या व्यक्तीजवळ फारसा वेळ नसतो. त्यामुळे निवृत्त व्यक्तींना दुर्लक्षित झाल्यासारखे वाटणे साहजिकच. पिढीतील अंतरामुळे निवृत्त व्यक्ती स्वतःला "आऊट ऑफ प्लेस" झाल्यासारखी समजु लागते. बरेच वेळा समोरची व्यक्ती आपल्याकडे लक्षंच देत नाही अशी भावना मनांत तयार करून घेते. प्रत्यक्षात तसे नसतेही. लक्ष देऊ न शकणे आणि दुर्लक्ष करणे या दोन भिन्न गोष्टी. अर्थात त्या वेगळ्या आहेत हे सिध्द करणारी मर्यादा रेषा सुद्धा अस्पष्ट. मग मन भरकटत जातं. घरातील संवाद कमी होत जातात. नवीन पिढीशी सुसंवाद ठेवण्याची जबाबदारी ज्येष्ठांची. संवाद विरहित घरे मुकी होऊ लागतात. पुढे त्यातून उपहासात्मक बोलणे, चिडचिड होणे इत्यादि गोष्टी घडू लागतात. एकंदरीत कुटुंबातील वातावरण तणावपूर्ण व्हायला सुरुवात होते. आपसी प्रेम, आपुलकी असून सुद्धा अशा बाबींमुळे उगाचच दुरावा निर्माण होण्याची शक्यता नाकारता येत नाही. एकाएकी एक कार्यक्षम जीवन जगलेला मनुष्य स्वतःला निरुपयोगी समजू लागतो. तो भूतकाळ आणि वर्तमानाची अनाहूतपणे तुलना करून स्वतःला उगाचच दुःखी करून घेतो. असून अडचण आणि नसून खोळंबा असल्याची जाणीव त्याला सतावू लागते. अशा तणावपूर्ण वातावरणात आनंदाची लहर म्हणजे नातवंड. अत्यंत धकाधकीच्या काळात मुले कशी वाढली असतील याची आठवण बरीचशी धूसर झाली असल्याने तो आनंद नातवंडांचे बालपण जवळून बघत अनुभवता

येतो. बालकाच्या चेहऱ्यावरील निर्व्याज हसूं निरागस भाव अलौकिक आनंद देऊन जात. ते निस्वार्थ प्रेम जीवनातील दुःखांचा विसर पाडण्यास कारणीभूत होत. आजी आजोबासाठी ही दुधावरची साय म्हणजे दुसरे बालपणच, जगण्याची नवी उमेद, निसर्गाने त्यांच्या जीवनावर मारलेली मायेची फुंकर. नातवंडांच्या सहवासात ज्येष्ठांचा खुपसा वेळ आनंदात निघून जातो.

एकटे राहणाऱ्या निवृत्त दाम्पत्याची कथा वेगळीच. शरीरात त्राण असेपर्यंत स्वातंत्र्य बरे वाटते. धकाधकीच्या काळानंतर मिळालेला हा विसावा कांही वर्षे आनंददायक वाटतो. पण जसजसे शरीराचे विभिन्न अवयव बोलू लागतात, तशी आधाराची गरज वाटू लागते. बाहेर फिरण्यावर मर्यादा येऊ लागतात. अलीकडे होम डिलिव्हरी, कॅब, टॅक्सी सारख्या सोयी उपलब्ध झाल्याने हे विषय चांगल्या प्रकारे हाताळले जातात. नातेवाईक, ओळखीचे, शेजारी मदतीला तत्पर राहतात. प्रत्येकजण आपापल्या पद्धतीने परिस्थितीला सामोरे जातो. बऱ्याच बाबतीत संबध चांगले असूनसुद्धा मुलामुलींना नोकरीनिमित्त दुसऱ्या ठिकाणी, परदेशात राहणे आवश्यक होते आणि निवृत्त दाम्पत्याला एकटे राहणे भाग पडते. परदेशातील नियमानुसार तिकडे कायमचे जाणे अशक्य असते. अशा परिस्थितीत नाईलाजाने ज्येष्ठांना एकटे राहावे लागते. अशा परिस्थितीत जे उपलब्ध आहेत त्यांच्याशी जिवाभावाचे नाते निर्माण करणे महत्त्वाचे. मोबाईल फोन, व्हिडिओ कॉलिंग सारख्या सोयीमुळे सातासमुद्रापलीकडे सुद्धा प्रत्यक्ष भेट झाल्यासारखे वाटते.

सुसंवाद, विचारांची देवाणघेवाण ही संबध टिकवण्याची गुरुकिल्ली आणि अहम् संबद्ध विच्छेदनाचा जनक, हे विसरून चालणार नाही.

नवीन पिढीच्या निर्णयामध्ये फाजील लुडबुड नेहमीच दुःखदायक ठरते. याप्रसंगी "One should handle the situation tactfully" ही सक्रिय सेवा काळांतील उक्ती आठवते. Tact हा इंग्रजी शब्द इतका व्यापक आहे की त्याचा नक्की अर्थ भल्याभल्यांना नीटसा कळलेला नाही. कुठल्याही क्रियाकलापा मधे तुमचे वागणे योग्य की अयोग्य हे भविष्यकाळात ठरत असते. Tactfully वागणे परिस्थितीतील मिळालेल्या यशावर अवलंबून असते. Tact या शब्दाची निश्चित परिभाषा नसली तरी गतकाळातील अनुभवाचा tactfully वागण्यात निश्चित उपयोग होऊ शकतो. परस्पर संबध, संवादकौशल्य, समोरच्याची नाराजी न पत्करता वागणे बोलणे हा वैयक्तिक विषय असून त्यासाठी प्रत्येकाने आपापली प्रगल्भता वापरणे जरुरी आहे.

"तेरा साथ है तो, मुझे क्या कमी हैं

अंधेरों से भी मिल रही रोशनी है

तेरा साथ है तो,

कुछ भी नही है तो कोई गम नही हैं,

हर एक बेबसी बन गई चांदनी हैं,

तेरा साथ है तो"

सेवानिवृत्ती ही बहुतेक वेळा पुरुषाला उद्देशून चर्चिली जाते. स्त्री ही सर्व बाबतीत गृहितच धरल्या जाते असे म्हटलं तर धाडसाचे होणार नाही. पुरातन काळांपासून स्त्रीला चूल, मूल, आल्या गेल्याची बडदास्त ठेवणे, अर्थार्जन सोडून इतर कौटुंबिक जबाबदार्या सांभाळणे, वंशवृद्धी

या गोष्टींसाठी जबाबदार धरल्या गेले. बाहेरचे जग हे फक्त पुरुषांसाठी आहे, त्याने केवळ अर्थार्जन करावे अशीच मान्यता होती. कांही अपवाद वगळता सर्वसामान्य स्त्रीने देखील हीच मान्यता योग्य अशी खूणगाठ मनांशी बांधली होती. स्त्रीची कार्यकुशलता, पराक्रमी वृत्ती, त्याग, श्रेष्ठत्व हे मोजक्या व इतिहासातील पात्रांपुरते मर्यादित होते. मुक्ताबाई, जनाबाई, जिजाबाई, राणी लक्ष्मीबाई, आनंदी जोशी ते अलिकडच्या शांताबाई शेळके, कल्पना चावला पर्यंत मोजक्याच स्त्रियांचे कर्तृत्व गौरविले गेले. आधुनिक काळांत मात्र परिस्थिती बदलली आहे. स्त्रीला पुरुषाच्या बरोबर दर्जा दिल्या जात असल्याची जाणीव होते आहे. स्त्रीच्या बाबतीत आरक्षण सुद्धा उपलब्ध आहेत. असे कुठलेही क्षेत्र नाही की जिथे स्त्रीने पुरुषांच्या बरोबरीने आपले कर्तृत्व सिद्ध केलेले नाही. ऑटोरिक्षा चालक ते अंतराळातील प्रवास तिने यशस्वीरित्या साधला आहे. बँकांचे अध्यक्षपद देखील तिने भूषविले आहे. देशाची कमान तिने यशस्वीरीत्या सांभाळली आहे. सीमेवर लढण्याची क्षमता आपल्यात आहे हे देखील तिने दाखवून दिले आहे. कामकाजी महिला आणि पुरुष यांच्यासाठी सेवानिवृत्ती नंतरचा काळ जरी सारखा असला तरी मूळ प्रश्न हाच उपस्थित होतो की कुठलीही स्त्री- "कामकाजी किंवा गृहिणी" - खरंच निवृत्त होऊ शकते काय? काळजीपूर्वक विचार केल्यास स्त्री मनांने व शरीराने निवृत्त होत नाही असेच म्हणावे लागेल आणि ते बऱ्याच अंशी खरेच आहे.

फार पूर्वीचा काळ अवलोकिला तर त्यात स्त्रीशिक्षण हा भाग दुर्लक्षितच होता. त्यानंतर लग्न होईस्तोपर्यंतच शिक्षण, त्यातही तिच्या मनांचा, कलागुणांचा, आवडीनिवडीचा विचार केल्या जात नसे. लग्न

झाल्यानंतर वंशवृद्धी ही तिची प्राथमिक जबाबदारी. लग्नाला मुलगी हवी पण तिने मुलीला जन्म देऊ नये ही मानसिकता. या विषयावर सरकार, समाज यांनी बरेच प्रबोधन केल्यानंतर परिस्थितीत सुखावह बदल घडवून आणल्याचे दिसते. कौटुंबिक जबाबदाऱ्यांपासून तिला कधीच मोकळीक मिळाली नाही आणि आजही त्यात विशेष बदल झाल्याचे दृष्टिक्षेपात येत नाही. संसारात स्त्रीकडून जबाबदाऱ्या अंगावर घेतल्या जातात, पुढे त्या अंगवळणी पडत जातात आणि जीवनाच्या उत्तरार्धात त्या अंगावर येतात. या संदर्भात एक बोलका प्रसंग नमूद करण्यासारखा वाटतो. हौस आणि हव्यासापोटी मोठी घरे बांधली जातात. कांही काळ ते बरं वाटत. पुढे नवीन पिढी उद्योगाला निघून जाते. मग घराच्या भिंती अंगावर यायला सुरुवात होते. एवढंच काय, घराची साफसफाई पण अशक्य होत जाते. उत्तर आयुष्यात मनुष्याच्या गरजा कमी होत जातात. अनेक वास्तुंची मालकीण असलेल्या एक स्त्रीच्या मनोगताद्वारे "किचन ऐवजी किचन कम बेडरूम असली तर किती छान होईल" हे कथंन बरंच कांही सांगून जात. एकेकाळी गजबजलेल्या घरांत म्हातारपणी किचन ते हॉल हा प्रवास देखील जीवघेणा होऊ लागतो. प्रसन्न राहण्यासाठी वास्तुसुद्धा रहिवास मागते हेच सत्य.

खरंतर स्त्रीच्या जीवनात रजोनिवृत्ती हा अतिशय महत्त्वाचा टप्पा. या काळातील स्त्रीमध्ये होणारे शारीरिक आणि मानसिक बदल ह्या बाबींकडे दुर्लक्ष करणे एकदम चुकीचे. स्त्रीच्या दृष्टीने विचार केल्यास हाच काळ स्त्रीच्या निवृत्तीचा निश्चित केला गेला पाहिजे. या काळातच तिला भक्कम मानसिक आधाराची गरज भासते. अन्यथा या प्रक्रियेचा दुरोगामी परिणाम दिसू शकतो. साधारण पन्नाशीनंतर स्त्री मानसिक

आणि शारीरिक दोन्ही बाजूंनी क्षतिग्रस्त होऊ लागते. पण मुलामुलींचे विवाह, नातवंडं यात परत गुरफटत जाते. शारीरिक क्षमतेपलीकडे जाऊन तिला या जबाबदाऱ्या पार पाडाव्या लागतात. निवृत्तीचे वय होऊनसुद्धा निवृत्त होऊ न शकणे हीच तिची खरी विडंबना. याच वयात तिच्यामागे रक्तदाब, मधुमेहासारख्या व्याधी मागे लागु शकतात. अंगावर दुखणे काढणे हा सुद्धा स्त्रियांचा स्थायीभाव. तो सुद्धा बऱ्याच व्याधी स्थायी रूपाने तिच्या मागे लागण्यास कारणीभूत ठरतो.

नवीन पिढीच्या नावांने जुन्या पिढीतील लोक खडे फोडताना दिसतात. पण आजकाल नवीन पिढीतील तरुण मंडळी बरोबरीने घरात मदत करतांना दिसतात. दोघेही नोकरी निमित्त बराच काळ बाहेर राहत असल्याने सहकार्याची भावना नसेल तर त्यांच्या वेळेचे नियोजन होणे अशक्यप्राय. निदान आज तरी घरातील ज्येष्ठ मंडळींची उपयुक्तता सुना, मुलीचे बाळंतपण, नातवंडांच्या संगोपनासाठी कां होईना बऱ्याच अंशी टिकून आहे. पूर्वी कुटुंबातील घटक संख्या भरपूर असायची पण आज परिस्थिती बदलली आहे. बऱ्याच बाबीत आऊटसोर्सिंग असल्याने मर्यादित कुटुंब आपल्या दैनंदिन समस्या सोडवण्यास समर्थ ठरतात. पुरुषांनी स्त्री अशा मल्टी टास्किंगमुळे लवकर क्षतीग्रस्त होते हे जर आनंदाने स्वीकारल्यास निवृत्त दाम्पत्यांचे जीवन सुखकर होईल यात शंका नाही.

कांही स्त्रियांच्या बाबतीत समाजात जे विदारक चित्र दिसते, ते खरोखरीच दुःखदायक आहे. रोज वर्तमानपत्र आणि सोशल मीडियावर ज्या स्त्री शोषणाच्या घटना दिसतात त्या अत्यंत क्लेशदायक आहेत. समाजाच्या नजरेत स्त्रीसाठी आदर आणि आधार जर निर्माण झाला

तरच या समस्येचे समाधान होईल. विकृत मनोवृत्तीतून निर्माण झालेल्या समस्या केवळ शिक्षेने सोडवता येणार नाहीत. त्याकरिता खंबीर आणि सकारात्मक मानसिकतेची गरज आहे.

स्त्रीला सुद्धा निवृत्तीची गरज आहे ही मानसिकता कुटुंब आणि समाज यांनी मान्य करावयास हवी तरच ती निवृत्त होऊ शकेल, नाहीतर 'ये रे माझ्या मागल्या '. स्त्रीने नोकरी करणे आणि नोकरी करून त्या क्षेत्रांत महत्त्वाकांक्षी राहणे या दोन भिन्न गोष्टी. उच्चपदस्थ होण्यासाठी स्त्रीला तिच्या निवडलेल्या क्षेत्रांस अधिक वेळ द्यावा लागणे साहजिकच. घरगुती जबाबदाऱ्या आणि कार्यक्षेत्र या दोन्ही बाजू सांभाळणे म्हणजे तारेवरची कसरत. त्यात जर तिला आई ही भूमिका पार पाडायची असेल तर महाकठीण. अपत्य संगोपनाच्या काळात तिला जवळच्यांची गरज भासते. असे खंबीर सहकार्य देण्याची मानसिकता जर कुटुंबीयांनी दाखविली तर तिला ध्येय गाठणे सुलभ होऊ शकते.

सेवानिवृत्त जोडप्यांनी एकमेकांना समजून घेण्याची नितांत आवश्यकता. सुमारे तीन दशकं एकमेकासोबत व्यतीत केल्याने, एकमेकातील गुणदोष, स्वभावदोष दोघांनीही जाणून घेतले असल्याने गुणांचे कौतुक आणि दोषांकडे दुर्लक्ष करणे जास्त योग्य. एकमेकांच्या तब्येतीची काळजी घेणे, परस्पर भावनांचा आणि मतांचा आदर करणे या बाबी जर काळजीपूर्वक अवलंबिल्या तर जीवनाचा उत्तरार्ध नक्कीच सुखा समाधानात जाईल. स्त्रीला पण निवृत्ती आवश्यक आहे अशी खूणगाठ संबंधितांनी मनाशी बांधणे अत्यंत जरुरी आहे.

ये जीवन है, इस जीवन का यही है, यही है, यही है रंगरूप।

थोड़े गम है थोड़ी खुशियां, यही है, यही है, यही है छांव धूप।

ये न सोचो इसमें अपनी हार है, के जीत है।

उसे अपना लो जो भी, जीवन की रीत है।

ये जिद छोड़ो, यूं न तोड़ो, हर पल एक दर्पण है।

धनसे न दुनियासे, घरसे न द्वारसे।

सासोंकी डोर बंधी है, प्रीतम के प्यारसे।

दुनिया छूटे, पर न टूटे, ये कैसा बंधन है।

ये जीवन है...

संमिश्र भावनांचा गदारोळ उराशी बाळगत सेवानिवृत्त व्यक्ती आपले उर्वरित आयुष्य जगत असते. सुख समाधान या सापेक्ष भावना आहेत. मी सुखांत जगतो आहे हे बरेचसे मानण्यावर. मिळालेले आयुष्य कधीतरी संपणार? मनुष्य बरोबर कांहीही घेऊन जात नाही हे जरी त्रिकालाबाधित सत्य असले तरी मी, माझे ही भावना शेवटपर्यंत अंतर्मनात कुठेतरी नक्कीच घर करून असते. सुख दुःखात भागीदार असलेले दोन जीव

कुठपर्यंत एकमेकाची साथ देऊ शकतील हे प्रत्येकाच्या जीवनरेषेवर अवलंबून राहणार. कुणालातरी हा जीवन प्रवास एकट्याला, त्याची वेळ येईस्तोवर करावा लागणार हे सुद्धा पीड़ादायक सत्य. जाणाऱ्या व्यक्तीने उरणाऱ्या व्यक्तीकरिता तजवीज करून जाणे हे अत्यंत महत्वाचे. उरणारी व्यक्ती मी गेल्यावर सुद्धा माझीच जबाबदारी राहील अशी व्यवस्था करू शकणे हेच खरं मानसिक समाधान.

कुठल्याही व्यक्तीचा जीवनप्रवास कधी संपेल हे रहस्य अजून तरी कुणालाच उलगडले नाही. मनुष्यप्राणी जीवनभर जे कांही कमवतो त्यातून स्वतःसाठी आणि आप्तजनासाठी कांहीतरी नक्कीच बाजूला काढून ठेवतो. त्याच्या बँकेतील ठेवी, घर, स्थावर जंगम, सोने नाणे इत्यादि इत्यादि. बऱ्याच वेळा यातील कांही गोष्टींची कल्पना त्याच्या सहचाऱ्याला पण नसू शकते. बँक, इन्शुरन्स कंपनी, म्युच्युअल फंड किंवा तत्सम संस्थांकडे या रकमा न मागितल्यामुळे पडून राहण्याची शक्यता असते. त्यामुळे या सर्व गोष्टींची सूची व मृत्यूनंतर त्या वटवायची प्रक्रिया ही जबाबदार आणि विश्वासू व्यक्तीला समजावून सांगण्याची आणि सोपवायची गरज असते. बँक आणि वित्तीय संस्थेतील रकमा मृत्युनंतर मिळण्याच्या सुलभ पद्धती उपलब्ध असतात. प्रत्येक खात्याला नामांकनाची सुविधा उपलब्ध असते. नामांकन करणे ही अत्यंत महत्त्वाची बाब आहे किंवा ते कर्तव्य समजून करून घेणे अत्यावश्यक. बँकांच्या ठेवी, लॉकरसाठी जॉइंट अकाउंट करणे व त्याला Either or Survivor ही लिखित सूचना बँकेला देणे सुद्धा अत्यंत गरजेचे. जीवनाच्या उत्तरार्धात जोडीदाराबरोबर वरील गोष्टींमधे पारदर्शकता अत्यंत निकडीची. वेळ सांगून येत नसते.

मृत्युपत्राच्या केवळ उल्लेखाने सजीव व्यक्तीच्या अंगावर सरसरून काटा येणे साहजिकच. पण मृत्युपत्र करून ठेवल्यास भविष्यांत बऱ्याच गोष्टी सोपी सुलभ होतात. घर, जमीन व इतर स्थावर याची विल्हेवाट कशी लावायची याचा विचार जर वेळीच करून ठेवला तर भविष्यात वारसदारांना त्रास होत नाही आणि भविष्यात मालकी हक्कावरून वादविवाद होत नाही. स्वतःच्या इस्टेटीचे वाटप स्वतः करून ठेवले की मरणारा सुखाने राम म्हणायला मोकळा. स्त्री असो वा पुरुष, ही कठोर प्रक्रिया करून ठेवणे अत्यंत आवश्यक बाब आहे. प्रसंगी एखाद्या कायदा जाणणाऱ्या व्यक्तीचा सल्ला घेतल्यास जास्त योग्य. सोने नाणे, जडजवाहिर ह्याची सुद्धा वाटणी आपल्यासमोर करून ठेवावी. जे कांही थोडे बहुत असेल ते मृत्यूनंतर सर्वांना आपल्या इच्छेनुसार मिळेल अशी व्यवस्था करून ठेवल्यास जातांना समाधानाने जाता येईल. कदाचित आपली आठवण म्हणून आपले वारस ते जपतील. बऱ्याच संस्था सेवानिवृत्त व्यक्तीला निवृत्ती वेतन देतात. कांही संस्था सेवानिवृत्त व्यक्ती नंतर त्याच्या पत्नी / पतीला फॅमिली पेन्शन देतात. याची जाणीव सुद्धा जोडीदाराला द्यावी.

कुठलीही अपेक्षा न ठेवता जीवन कंठणे हे केवळ संत महात्म्यांनाच शक्य. सर्वसामान्य माणसाला ते शक्य नसते. दुसऱ्याकडून जितक्या जास्त अपेक्षा ठेवल्या की अपेक्षाभंगाचे दुःखही तितकेच मोठे. प्रेम, लोभ, माया, कर्तव्य, अपेक्षापूर्ती ह्या सर्व सापेक्ष भावना आहेत. जन्मभर याचा मापदंड, मूल्यमापन करणारा "मी" स्वतःच असतो. माझ्याच तराजू जर मी वेळेवारी वजन माप परिमाण अधिकाऱ्याकडून तपासून घेतलेला नसेल तर असे मूल्यमापन चुकीचे ठरू शकेल. तेंव्हा निष्कर्षाप्रत पोहाचण्या आधी योग्य विचार करूनच निर्णय घेणे योग्य.

सक्रिय जीवनात व्यस्त असताना परमेश्वराची आराधना, आध्यात्मिक प्रगती, नामस्मरण, पूजा अर्चा, धार्मिक कार्य इत्यादि गोष्टींसाठी वेळ अपुरा असतो. कांही व्यक्ती नोकरी धंद्यात व्यस्त असताना सुद्धा वरील सर्व गोष्टी करताना दिसतात. हा भावना आणि श्रद्धेचा प्रश्न आहे. परमेश्वराचे वास्तव्य यत्र तत्र सर्वत्र आहे. तो कुणाला घरातील छोट्याशा देवघरात दिसतो, काहींना तो मंदिरात दिसतो, काहींना तो दुःखीकष्टी, याचक लोकांत, तर काहींना समाजसेवेत दिसतो. प्रत्येकाला मृत्यूनंतर मोक्ष मिळावा असे वाटत राहणे साहजिकच. पूजाअर्चा, धार्मिक कार्य, कुलाचार हे सर्व मनःशांती, एकाग्रता आणि सतप्रवृती कायम राहण्यासाठी निर्धारित केले गेले आहेत. प्रत्येक उपचाराचा निश्चित उपयोग आहे, प्रत्येकाच्या विश्वासाचा प्रश्न आहे. बऱ्याच सेवानिवृत्त व्यक्ती अशा सत्कृत्यांमध्ये स्वतःला व्यस्त करून घेतात. थोडक्यांत काय तर निवृत्तीनंतर ज्याला ज्या गोष्टीत रस आहे त्यात त्याने स्वतःला गुंतवून घ्यावे. पाप पुण्य, चांगले वाईट ह्याचा हिशोब चित्रगुप्त ठेवत असतो असे मानतात. प्रत्येकाने परस्पर प्रेम ठेवावे, कुणाला दुखवू नये, कुणाचा तळतळाट घेऊ नये, शक्य तितकी समाजसेवा करावी, दुख्खितांचे अश्रू पुसावे, अडीअडचणीत एकमेकांना मदत करावी म्हणजे जीवन आणि जीवनानंतरची वाटचाल निश्चितच यशस्वी राहील.

इति सेवानिवृत्ती पुराणम् संपुष्टम्!!

जीवन: एक प्रवास

"खरंतर जीवन जीवघेणा प्रवास आहे".... माझा मित्र शून्यात नजर लावून बोलत होता. चहाच्या टपरीवर अशा आध्यात्मिक गोष्टी रंगत असतात. पृथ्वीवरील कुठल्याही विषयाला इथे हात घातला जातो. तो खरं बोलत होता की खोटं, मलाही फारस कळलं नव्हतं. अशा संवादाचा प्रभाव हळूहळू पूर उतरल्या सारखा उतरतो. तो त्याच्या घरी गेला आणि मी माझ्या. पण त्याचे वाक्य मला राहून राहून भंडावून सोडत होते. बऱ्याच वर्षे बरोबर काम केल्याने आणि आमचे विचार जुळत असल्याने त्याच्या या वाक्याचा अवमान करणे मला कांही जमत नव्हते. माझे जीवन सरळ साधं. फारशी वळणं नसणार, खाच खळगे नसलेलं. जे ठरवलं ते जरी मिळालं नसलं तरी जे मिळालं ते सुद्धा वाईट नव्हतं. मग मी विचार करू लागलो की खरंच जीवन म्हणजे काय? जगणं कशाला म्हणायचं?, जगण्याचा आनंद घेणे म्हणजे नक्की काय? डोक्यांत विचारांचं काहूर माजलं, झोप अनावर झाली म्हणून झोपलो.

सकाळी उठल्यावर डोके रात्रीच्या संवादाने बधीर झाले होते. कर्तबगार बायकोने गरम चहा दिला आणि बरं वाटलं. बायकांना पुरुषांना नको वाटणारा प्रश्न नको त्या वेळी विचारण्याची निसर्गदत्त देणगी असते. "कालची बैठक चांगलीच रंगलेली दिसते, कोण कोण होत कट्ट्यावर गप्पा मारायला", तिचा खोचक प्रश्न. भरधाव चाललेल्या गाडीला जसा गतिरोधक खीळ घालतो तसंच काहीसं माझं झालं. "कुठे काय? आपले नेहमीचेच" असे जुजबी आणि निरर्थक उत्तर देऊन विषय संपविण्याचा मी निष्फळ प्रयत्न केला. मनांतील आध्यात्मिक वादळ आणि व्यावहारिक विचारधारा ह्यांचा मेळ नेहमीप्रमाणे बसला नाही. बायको स्वयंपाक घरात जाईपर्यंत हा ज्वलंत प्रश्न धगधगत राहणार ह्याची मला खात्री होती. सकाळी सकाळी नाश्त्याला मुक्ताफळं पचवली की दिवस चांगला जातो हे माझं अनुभवाने ठाम झालेल मत. पण जीवनात बायको हा गतिरोधक कितीतरी अपघातातून पुरुषाला वाचवित असतो हे नक्की.

निवृत्त झाल्याने कसलीच घाई नव्हती. सकाळचे कार्यक्रम आटोपून, नाष्ता करून, लावलेल्या सवयीप्रमाणे भाजीची पिशवी हातात घेतली आणि "काय भाजी आणायची" हा गुळगुळीत प्रश्न विचारला. "कालच आठवड्याची भाजी आणून टाकली आहे नं. विसरलात की काय?" असे जळजळीत उत्तर ऐकायला मिळाले. "अलीकडे तुमचं कुठल्या गोष्टीत लक्षच राहत नाही", असा भरपूर अहेर पण मिळाला. असले संवाद जर होत असतील तर संसाराची गाडी व्यवस्थित चालली आहे असे समजण्यास हरकत नाही. पण मनांतला प्रश्न कांही पिच्छा सोडत नव्हता.

साधा प्रवास जरी म्हटला तरी त्रास हा होतोच. थकल्यासारखं वाटत. उन्हाळा पावसाळा असो की हिवाळा, प्रत्येक ऋतूत होणारे त्रास होतच असतात. तरीपण माणसाला प्रवास करावाच लागतो. बऱ्याच गोष्टी त्रासदायक असल्या तरी आवश्यक असतात. जीवनाचे ही तसेच नाही कां? मी स्वतःची समजूत काढू लागलो. जर जीवन हा खडतर प्रवास असेल तर असा प्रवास मनुष्य स्वीकारतो कशाला? एक प्रश्नाचे उत्तर शोधता शोधता नवनवीन प्रश्न कां पडावेत? प्रत्येक गोष्ट आपल्या हातात असती तर.. पण तसं नसतं. मनुष्याचे जन्म घेणे तरी कुठे त्याच्या हातात असते. त्याचे पूर्वजन्मीचे संचित त्याचे प्रारब्ध लिहीत असते. त्याला या जन्मात काय, किती आणि कसे भोगायचे आहे हे निश्चित करत असते. आणि तो जीव चावी भरलेल्या खेळण्याप्रमाणे तितकाच वेळ आपला खेळ खेळत असतो. त्याचे खेळातले सवंगडी देखील पूर्वनियोजित असतात. मनुष्याला जन्म त्याचे पुर्वसंचित वाढवण्यासाठी मिळालेला असतो. हे ज्याला वेळीच लक्षांत येते तोच या भवसागरात तरु शकतो. संत महात्मे देखील हेच सांगत असतात. किंबहुना परमेश्वराने त्यांना मनुष्यप्राण्याच्या उद्धारासाठी मुद्दाम पाठवले असते.

सुस्पष्ट उद्देश मार्ग सुकर करतो. बहुमूल्य जीवनाचा उद्देश जर स्पष्ट नसेल तर.... प्रवास तरी सुखकर होईल कां? कबीर सांगून गेला.. "ढाई आखर प्रेम का पढे सो पंडित होय". इथे पंडीत होणे जरुरीचे नाही. चांगला विद्यार्थी जरी होऊ शकलो तरी पुरे. मी आपल्या बाल बुद्धीनुसार स्वतःची समजूत घालत होतो.

प्रवास म्हटला की मार्ग आला. मार्गाची निवड सुद्धा महत्त्वाची. जवळचा की दूरचा. जवळचा मार्ग नेहमीच खाच खळग्यांचा. दूरचा मार्ग

सरळ सोपा पण लांब पल्ल्याचा. जवळच्या मार्गाने गंतव्य स्थानापर्यंत लवकर पोचायचे की दूरच्या मार्गाने उशिरा पण आरामात पोचायचे हा निर्णय प्रत्येकाचा. दूरचा मार्ग एकदा चोखाळला की त्या मार्गात अनेक प्रलोभन वाट पाहत असतात. अनेक विनंती थांबे मिळतात. प्रवासात वेगवेगळे सहप्रवासी पण मिळतात. आपले गांव आले की उतरून जातात. बरेचदा प्रवासांत त्यांची चांगली ओळख होते. भेटण्याचा आनंद आणि विरहाचे दुःख सुद्धा अनुभवयास मिळते. विचार, अनुभव, दृष्टिकोन ह्यांची देवाण घेवाण होते. लांबचा प्रवास बरंच कांही शिकवून जातो. जवळच्या प्रवासांत फारसे अनुभव येत नाहीत. गंतव्य स्थानावर लवकरात लवकर पोहचणे हाच मूळ उद्देश असल्याने बाकी सर्व वृथा आहे ही भावनांच जोरकस ठरते. केवळ गंतव्य स्थान लवकर गाठल्याचा आनंद उराशी बाळगण्या पलीकडे फारशी प्राप्ती होत नाही. जीवनाचे ही तसेच नाही कां? ध्येयाप्रत पोहचण्याचा मार्ग जेवढा लांबचा तितकेच जीवन अनुभव संपन्न. चवीने जेवणारा आणि पोट भरण्यासाठी जेवणारा यात जो फरक आहे तोच हाच. चवीने जेवणारा पदार्थाचा आस्वाद घेऊ शकतो, अन्न पचन सुलभ होते आणि सर्वात महत्त्वाचे खाल्लेले अंगी लागते. समृद्ध जीवन जगण्यासाठी खूप कांही त्याग करावा लागतो असे मुळीच नाही. पण प्रत्येक गोष्टींसाठी पुरेसा आणि निर्धारित वेळ देणे आवश्यक असते. मग ते कुटुंब असो, समाज असो की स्वतःसाठी असो. स्वतःसाठी जगणे हे जितके जरुरी तितकेच मी तुझ्यासाठी पण जगतो ही भावना फलद्रूप करणे सुद्धा महत्त्वाचे. स्वार्थ आणि परमार्थ दोन्ही साधू शकल्यास जीवन खऱ्या अर्थाने जगल्या जाईल हे निश्चित. म्हणूनच स्त्रीचे महत्त्व जास्त मानल्या जाते. तिच्या प्रेमाने, कर्तुत्वाने, उपयुक्ततेने तिची गरज कधीच संपत नाही. मग ती आई, मुलगी, पत्नी कुणीही असो. जीवन

प्रवासात एकाच स्त्रीचा साक्षात्कार मनुष्याला तीनही रूपात होतोच. या अनुभवाला दैवीच म्हणावे लागेल. या उलट पुरुष कुटुंबाचे संगोपन करणारा, कर्तव्यकठोर, पुत्ररूपात आज्ञाधारक, ध्येयपूर्तीसाठी सदैव प्रयत्नशील, कुलोद्धारक अशी प्रतिमा धारण करणारा. जीवन प्रवासात प्रत्येक व्यक्तीला, स्त्री असो की पुरुष अशा अनेक भूमिका साकाराव्या लागतात. जीवनाच्या प्रवासात रंगमंचावर विविध भूमिका जो कौशल्याने सादर करतो तोच यशस्वी ठरतो. एखादा निष्णात कलाकार जसा प्रत्येक भूमिकेचा सखोल अभ्यास करून त्या जिवंतपणे जगतो तसेच वास्तविक जीवनात देखील वाटेला आलेली प्रत्येक भूमिका जगता आली पाहिजे. रंगमंचावरील कलाकार आपली चूक पुढील प्रयोगात दुरुस्त करू शकतो. वास्तविक जीवनात retake नाही.

प्रवास म्हटला की बरोबर शक्य तितके कमी वजन असावयास हवे. अनावश्यक गोष्टी बरोबर घेणे टाळावयास हवे. पण जीवनाच्या प्रवासात मनुष्य मात्र या महत्त्वाच्या बाबी हेतुपुरस्सर विसरतो की काय असे वाटते. वाजवीपेक्षा मोठ्या अपेक्षा, मानापमान, अहंकार, छोट्या गरजा भागविण्यासाठी मोठ्या खरेदी, येणाऱ्या पिढीसाठी जीवाचा आटापिटा करून केलेला धनसंचय, गरजेपेक्षा जास्त जमविलेले स्थावर जंगम, आणि असंच बरंच कांही उराशी बाळगत तो जीवनाचा प्रवास करत असतो. अशा वस्तू आणि त्या मिळविण्या साठीचा हव्यास बाळगून तो त्याचा प्रवास कष्टप्रद करून घेतो. अहंकार तर त्याच्या खूप आवडीचा आणि सर्वात जास्त वजनदार. अहंकार जपण्यासाठी तो नातीगोती, आपुलकी, एकमेकांच्या गरजेला धावून जाणे, समाजात सहज वावरणे इत्यादि हलक्या फुलक्या गोष्टींकडे सहेतुक दुर्लक्ष्य करीत असतो. स्वतःवरचे प्रेम, ऐहिकतेचा लोभ, आपपरभावावरची माया अशा फाजील

गोष्टी बाळगल्या की व्यक्तिमत्त्वाचे प्रवासातील वजन अतिरिक्त होणारच. विमान प्रवासात वाजवीपेक्षा जास्त वजन वाहून नेण्यासाठी अतिरिक्त खर्च लागतो. वास्तविक जीवनात देखील अशा अतिरिक्त वजन वाहून नेण्यासाठी मोठा मोबदला द्यावा लागतोच. आपसी दुरावा, मतभेद, मानहानी, मनस्ताप अशा रूपांनी तो हा मोबदला चुकवित असतो. माणूस जसजसा मोठा होत जातो तसतसा तो स्वतःच्या चुका मान्य करणे विसरत जातो. कुठल्याही चुकांसाठी सबळ कारणे देण्याचा वायफळ छंद जोपासण्याची जणू तो सवयच करून घेतो. त्याचे जीवनातील प्रवासात असणारे वजन वाढतेच राहते. जेंव्हा या सगळ्याची त्याला जाणीव होते तोपर्यंत उशीर झाला असतो.

जीवन म्हणजे जन्म आणि मृत्यू यामधील अंतर. म्हटलं तर हे अंतर खूप मोठे, नाहीतर अगदी छोटे. प्रत्येक व्यक्ती कसा जगतो, कोणती जीवन शैली अंगिकारतो यावर त्यातील सुखदुःखे अवलंबून राहतात. सुख दुःख देखील सापेक्ष भावनाच. मानलं तरच सुख मिळत अन्यथा जे मिळालं आहे ते कमीच ही भावना जर जोपासली तर वाटेला दुःखच येणार. स्वतःबरोबर दुसऱ्याच्या सुखांत वाटेकरी झालं की आपला आणि त्याचा सुद्धा आनंद द्विगुणित होतो, याउलट दुःखाचे, ते निम्मं होत जात. कळत पण वळत नाही. तुमच्या दिवसभराच्या वागण्या बोलण्यावर, वावरण्यावर, समोरच्याला न दुखवण्यावर तुम्हाला रात्री शांत झोप लागेल की नाही हे ठरत असतं. मृत्यू तरी काय आहे, जन्माच्या उषःकालापासून जीवनाच्या कालरात्रीपर्यंतचा प्रवास. तो जर शांत आणि सुखकर व्हावा असे वाटत असेल तर वर नमूद केलेल्या गोष्टीचा अंगीकार करणे खूप गरजेचे ठरते.

बऱ्याच विचार करण्याने आणि प्रश्नांची उत्तरे मिळाल्यासारखी वाटल्याने डोकं जरा हलकं वाटलं. तेव्हढ्यात "आंघोळ करून घ्या म्हणजे वॉशिंग मशीन लावायला बरं" असे बायकोने अधिकारवाणीने उच्चारलेले ठराविक वाक्य कानी पडले. मी आध्यात्मिक वातावरणातून क्षणांत भूतलावर आलो. संध्याकाळी कट्ट्यावर काय विषय चघळायाचा याचा विचार करू लागलो...

जीभ, चव आणि बरंच कांही

चव ही अनुभूती आपल्याला जीभे मुळे होते. अगदी बाल्यावस्थेत सुद्धा औषध दिल्यावर तोंड वेडेवाकडे करणारे अर्भक पाहिले की त्याला सुद्धा चव कळते हे जाणवते. तर काय, चव जन्मापासून ते अंतापर्यंत आपला पिच्छा सोडत नाही. जगण्यासाठी खाणे की खाण्यासाठी जगणे या संभ्रमात मनुष्य आपले संपूर्ण जीवन व्यतीत करतो. नक्की काय योग्य हे कळे पावेतो त्याचे बरेचसे आयुष्य संपून गेलेले असते. "आता उरलो फक्त उपकारा पुरता" या भावनेने जीवनाच्या उत्तरार्धात तो "काय खावे व काय खाऊ नये?" या बाबत उपदेश करत फिरत असतो. एकंदरीत काय, चव हा जीभेचा चविष्ट उपद्याप. चला आज या चवीचे चर्वी चर्वण करू या. विषय वरकरणी सोपा वाटत असला तरी तो तितकासा सरळ नाही.

जिव्हा शरीराचे अविभाज्य आणि उपयुक्त अंग. जीभेला हाड नसते. मग "तुझ्या जीभेला कांही हाड" हा वाक्प्रचार कां बरे रूढ झाला असावा. तसाच "चव न ढव" हा वाक्प्रचार. पण अनुभवी व्यक्ती अशा वाक्प्रचारांचा जेंव्हा वापर करतो त्यावेळी समोरच्याला त्याचा

शंभर टक्के अर्थबोध नक्कीच होत असतो. असमर्पक, अवांछित आणि अर्थहीन बडबडीसाठी पहिला आणि कामात ढंग नसेल तर दुसऱ्याचा वापर होतो. बहुतेक वरिष्ठ मंडळी याचा स्वैर वापर करतांना दिसतात. पण खरंच या उक्तीचा प्रभाव कायमस्वरुपी राहतो कां? अंतरात्म्याला स्मरून उत्तर दिल्यास नक्कीच नाही असेच येईल. ऐकणारा ऐकून दुर्लक्ष करत असतो आणि सांगणारा सांगून आपली कर्तव्य पूर्ती करत असतो. परिणाम शून्य. प्रासंगिक सरशी करिता जिव्हा शक्तीचा हा दुरुपयोगच नाही कां? चुरूचुरू चालणाऱ्या जीभेला टोक असते असा समज दृढ आहे. तसाच स्पष्ट आणि कठोर वचने बोलणारा धारदार जीभेचा स्वामी समजल्या जातो. चुरुचुरू चालणाऱ्या पण निव्वळ मांसपेशी असणाऱ्या आणि मुखांत स्वैर संचार असणाऱ्या जीभेला टोक कसे आणि ती धारदार कशी? स्वर यंत्राचा उपयोग ध्वनी उत्पन्न करण्यासाठी आणि जीभेचा उपयोग मुख ध्वनी नियंत्रित करून सुनियोजित स्वरोच्चारासाठी. स्वर, व्यंजन आणि पर्यायाने वाचा म्हणजे बोलण्याची शक्ती जीभेमुळे व्यक्तीला प्राप्त होते. निसर्गाने दिलेली बोलण्याची शक्ती किती अनमोल आहे ह्यावर वेगळे भाष्य करायची गरज नाही. टोचून, उपरोधिक, द्व्यर्थी, चाचरत, आत्मविश्वासाने, काळजाचा ठाव घेणारे, विनोदी, आवेशाने बोलणे इत्यादि सर्व यांत समाविष्ट होतात. जिव्हेमुळे बोलणे आणि बोलण्याच्या पद्धतीवरून व्यक्तिमत्वाची भाषा तयार होते. अशा भाषा निर्मितीसाठी व्यक्तीच्या शारीरिक हालचाली आणि चेहऱ्यावरील भाव सुद्धा पूरक ठरतात. वाचेतून वाचा सिद्धी प्राप्त करायची असेल तर व्यक्तीला श्रवणभक्ती, भरपूर वाचन करणे, विषयाचे सर्वांगीण अध्ययन करणे क्रमप्राप्तच. चांगले ऐकून, वाचून आणि बुद्धीचा वापर करून तो चांगला वक्ता होऊ शकतो. कांहीही असो, जीभे करिता वापरलेली विशेषणे मनुष्याचे वास्तववादी चित्रण करतात.

जिव्हा आणि चव यांचे खूपच जवळचे नाते. जीभ बऱ्यापैकी लांब अवयव. कांही व्यक्तींची जीभ तर त्यांच्या नाकाच्या शेंड्याला सुद्धा स्पर्श करू शकते. पूर्ण जीभेवर सर्व प्रकारच्या चवींचा आस्वाद घेण्याची शक्ती असते. वेगवेगळ्या चवी जीभेच्या वेगवेगळ्या ठिकाणी अनुभवता येतात अशी पूर्वी मान्यता होती पण आता वैद्यकीय शास्त्रानुसार पूर्ण जीभेवर चवीचे साम्राज्य पसरले आहे हेच सिद्ध झाले आहे. तीव्रतेनुसार भिन्न चवींचा (खारट, तुरट, गोड, तिखट आंबट) प्रभाव जीभेच्या विविध भागावर कमी अधिक होत असावा. खाद्य पदार्थांचा रसास्वाद घेणाऱ्या आणि शरीराचे आवश्यक अंग असलेल्या जीभेला रसना सुद्धा म्हणतात, ते किती योग्य आणि अर्थपूर्ण.

जीभेवर ताबा असणे अत्यंत आवश्यक, मग तो बोलण्यात असो किंवा खाण्यात. बोलण्यावर ताबा नसेल तर संबध दुरावू शकतात, खाण्यावर ताबा नसेल तर रोगांना निमंत्रण. बऱ्याच वेळा पदार्थांची आवडणारी चव ही भरपूर खाण्यास प्रवृत्त करते. गंमत अशी की ज्या गोष्टी आपल्याला आवडतात, (प्रामुख्याने गोड, तेलकट, तुपकट, तिखट पदार्थ, शीतपेये, चॉकलेट्स, बिस्किट्स) त्याच पुढे घातक ठरतात. न आवडणाऱ्या गोष्टी उदाहरणार्थ उकडलेल्या भाज्या, कमी मीठ,भरपूर पाणी, अगोड पदार्थ ह्याच गोष्टी जीवनावश्यक ठरतात. त्यावरून जीभेचे चोचले पुरवू नयेत हे अनुभवाचे बोल किती महत्त्वाचे आहेत याची प्रचिती येते. आईच्या हातचा चांगल्या तुपातील शिरा, सासूच्या हातचं वालांच बिरडं, बायकोच्या हातची चविष्ट चकली, बहिणीच्या हाताने बनविलेले झणझणीत सामिष पदार्थ, सुनेच्या हातचा तिच्या माहेरचा चमचमीत पदार्थ ह्या सगळ्यांची चव जीभेवर अनंत काळापर्यंत रेंगाळत राहते.

प्रत्येक हाताची चव वेगळीच असते. थोडक्यांत काय तर चव हा सर्वांगाने घ्यायचा अनुभव जो आपला अंतरात्मा तृप्त करून जातो.

जीभेला चव नसणे आणि त्यातून जेवायची इच्छा न होणे म्हणजे धोक्याची घंटा. शरीरात कांहीतरी बिघडले आहे ह्याची ती प्राथमिक सूचना किंवा जाणीव. अशा व्यक्तींच्या वैद्यकीय चाचण्या केल्या तर त्यातून काय उद्भवू शकेल सांगता येत नाही. प्रत्येक प्रसंगी हा मामला गंभीरच असेल असे नाही. कांही दिवसांनी आपोआपच किंवा घरगुती औषधोपचार हा विकार सुधारू शकतो. अलीकडील कोरोना प्रादुर्भावामुळे बऱ्याच लागण झालेल्या व्यक्तींना चव नसणे तसेच वास न येणे या तक्रारी उद्भवतात असे लक्षांत आले आहे. जीभेचे आणखी महत्त्वाचे कार्य म्हणजे अन्न पचविण्याकरिता लाळोत्पादन करणे. बरीच मंडळी जेवतांना मिटक्या मारत, चित्रविचित्र आवाज करत जेवतात. अतिरिक्त लाळोत्पादन हे त्याचे कारण असावे. हळूहळू अशा कृतींची सवय लागते. या सवयी वारंवार टोकल्याने कमी होऊ शकतात. जीभेच्या लाळ गाळणे या गुणधर्माचा चांगल्या अर्थी उल्लेख केल्या जात नाही. झोपेत लाळ गाळणे कांही व्यक्तींच्या बाबतीत आढळून येते. (स्वप्नांत आवडीचे पदार्थ दिसल्यामुळे होत असेल कदाचित.) चटपटीत पदार्थाकडे पाहून किंवा त्याची नुसती कल्पना करून सुद्धा एखाद्या खवैय्याची लाल गळू शकते. एखादे हिंस्त्र श्वापद त्याच्या भक्ष्याकडे पाहून जिभल्या चाटत त्याला गडप करण्याची संधी शोधते अगदी तसेच. जीभेच्या चव ह्या गुणधर्मामुळे क्षुधा शक्ती निश्चित वृद्धिंगत होते.

इतिहासाचा अभ्यास केल्यावर असे लक्षांत येते की जीभ हासडणे किंवा जीभ कापून टाकणे या सारख्या अघोरी शिक्षांचा वापर पूर्वी

केल्या जात होता. ती व्यक्ती पुढे बोलण्याची शक्ती गमावून बसायची. बऱ्याच व्यक्तींमध्ये कांही शब्द स्पष्ट व अचूक न बोलता येणे हा दोष आढळून येतो. याचे मुख्य कारण म्हणजे जीभेचा मुखांर्तगत भागांवर (दात, टाळू, ओठ) होणारा अनियंत्रित स्पर्श. स्वर आणि व्यंजन, पर्यायाने शब्दोच्चार जिभेच्या ह्याच स्पर्शाने उजागर होतात. केवळ 'ह' चा उच्चार महाप्राण प्रकारात मोडतो. नाभ्यांतर्गत भागातून निघणारा ध्वनी 'ह' चा शब्दोच्चार घेऊन मुखाच्या बाहेर पडतो. मुके व्यक्ती केवळ ह, हा, ही बाराखडी मुखातून काढू शकतात कारण यात जीभेचा वापर होत नाही. वाक्चतुर आणि उत्तम वक्ते ह्यांच्यात जिव्हा आणि दंत, ओष्ठ, टाळू स्पर्शाची प्रक्रिया उत्तम राहत असावी. गायक, चित्रपट अभिनेते ह्याच्या आवाजातील चढउतार, ताना, आलापी, मुरक्या इत्यादि स्वरयंत्र आणि जीभ यांच्या उत्तम संयोगाने आणि कार्यप्रणालीने शक्य होतात. अर्थात ह्या कला पुढे त्यावर मेहनत घेऊन सफाईदार आणि श्रोत्यांवर अपेक्षित परिणाम साधणाऱ्या होतात. उच्चार स्पष्ट नसलेले किंवा व्यंग असलेल्या प्रसिद्ध नेते आणि अभिनेत्यांनी यावर भरपूर श्रम घेऊन असे दोष पूर्णपणे नाहीसे केलेले आहेत. वाणी दोष केवळ नैसर्गिक कमीमुळे येतो असे नाही. व्यक्तीचा स्वभाव, त्याचे झालेले सदोष संगोपन अशा अनेक गोष्टींवर अवलंबून असतो. शब्दोच्चार प्रक्रिया जरी सुयोग्य असली तरी कोणते शब्द कुठे, कसे, कोणत्या वेळी वापरायचे, कुठल्या तीव्रतेने वापरायचे किंवा नुसते चूप राहायचे या गोष्टी मन आणि मेंदू नियंत्रित करतात. त्यावर जीभेचे नियंत्रण नसते. 'बोलण्याच्या आधी विचार करून बोला' हे वाक्य आपण अनुभवी लोकांकडून बरेच वेळा ऐकलेले आहे कारण जीभेच्या संपूर्ण प्रक्रियेने व्यक्ती फक्त बोलू शकतो. पण त्या बोलण्यातील अर्थ, भाव आणि समोरच्या व्यक्तीवर होणाऱ्या परिणामांवर

जीभ बापुडीचे कांहीच नियंत्रण नसते. अशा प्रसंगी 'उचलली जीभ आणि लावली टाळूला' ह्या वाक्प्रचारामुळे होणाऱ्या दुष्परिणामांची सत्यता पटते. एक मात्र नक्की की जन्मल्यावर व्यक्तीला सर्व अवयव अव्यंग मिळतील सुद्धा पण त्याचा वापर आणि उपयोग हा सर्वस्वी परिस्थितीजन्य आणि त्याच्या मानसिकतेवर अवलंबून असतो. देवाने दिलेले दोन हात मदतीसाठी वापरायचे की कुणाला बदडून काढण्यासाठी वापरायचे हे ज्याचे त्यानेच ठरवायचे असते. तसाच अद्वातद्वा बोलणाऱ्याच्या जीभेत दोष नसतो तर त्याच्या विचारांत, आकलन शक्तीत किंवा स्वभावात असतो. एकदा नको ते बोलून गेल्यावर जीभ चावून काय उपयोग?

जाहिरात क्षेत्रांत सुद्धा जीभ आणि चव ह्या दोन्ही गोष्टी मागे नाहीत. कैसी जीभ लपलपायी, चवीने खाणार त्याला केप्र देणार, टेस्ट द थंडर इत्यादि Taglines मानवी मनांला भुरळ नक्कीच पाडतात. एवढे मात्र नक्की की जेवण आणि जीवन यात एक लक्षणीय साम्य आहे. विविध स्वादांमुळे जसे जेवण चवदार बनते तसेच जीवनाचे आहे. आपसी संबधातील गोडवा, कटू अनुभवातील खारटपणा, स्पष्टवक्तेपणातील तिखटपणा, स्वभावदोषातील कटुता आणि वागण्या बोलण्यात असलेला तुरटपणा नसेल तर जीवन सुद्धा बेचव आणि नीरस होऊन जाईल.

असो..... जीभेचे रामायण आणि चवीचे पुराण वाचून पोटात महाभारत घडू नये म्हणजे मिळविले.

समाज माध्यमे: उपयोग की दुरुपयोग

समाज माध्यमांवर (सोशल मीडिया) क्षणा क्षणाला लाखो संदेश पोस्ट होत असतात. पण अलीकडे असे दिसून आले आहे की पोस्ट करणार्याला भावना पोहचवण्या पेक्षा स्वतःच्या पोस्ट किंवा संदेशाला किती likes येतात हे बघण्याचेच जास्त कौतुक असते. फेसबुक, व्हॉट्स ॲप सारख्या सोयी वापरणारा खरंच न्यायिक रीत्या (judiciously) वापरतो की नाही याचा संभ्रम निर्माण होतो. कुणीतरी बनविलेला कृत्रिम संदेश आपण तत्परतेने दुसर्याला न विचार करता पाठवतो. 'One to one communication' आता जवळपास संपल्या सारखे वाटते, आता सुरू झाले ते 'One to all communication'. समूह सुविधा (Group mechanism) सुरू झाल्याने कितीतरी निरर्थक संदेश उगीचच ज्यांच्याजवळ जायला नको त्यांच्यापाशी जातात. खरं तर खूप संदेशांचा बऱ्याच लोकांना कांहीच उपयोग नसतो. दुसरं महत्त्वाचं म्हणजे वाढदिवसाच्या शुभेच्छा, लग्नाचे वाढदिवस, अभिनंदनाचे संदेश शेकड्याने येतात, सोपस्कार म्हणून त्याला उत्तरंही दिलं जातं. कल्पना करा की परीक्षेत उत्तीर्ण झालेल्या विद्यार्थ्यांला पाठीवरून हात फिरवून शुभेच्छा दिल्या गेल्या तर त्याला

किती आनंद होईल. पण संदेश पाठवून त्याच्या चेहऱ्यावरचा आनंद आपण बघू शकतो का? स्पर्शाची जादू या नवीन पद्धतीने नाहीशी झाली हे प्रकर्षाने जाणवते. बऱ्याच संवेदना आता बोथट होत चालल्या आहेत. भावनिक स्पर्शाची जागा आता बोटाच्या (फिंगर टच) स्पर्शाने घेतल्याचे प्रकर्षाने जाणवते. भ्रमणध्वनी (मोबाईल) मुळे पत्राचार संपला. संदेशामुळे गाठीभेटी संपल्या. लोक स्वतःला योग्य वाटेल तसे व्यक्त होऊ लागले. हातात हात घेणे, डोक्यावरुन हात फिरवणे, पाठीवरची कौतुकाची थाप, चेहऱ्यावरचे भाव अशा अनेक गोष्टी आपण सोशल मीडियामुळे गमाऊन बसलो आहोत की काय?

सर्वच चुकीचे आहे असे म्हणणे योग्य होणार नाही. कम्युनिकेशन खूप फास्ट झाले, इंटरनेटमुळे दुर्लभ आणि दुर्मिळ गोष्टी (तसेच अवांछित गोष्टीसुद्धा) एका click वर उपलब्ध होऊ लागल्या. कितीतरी गोष्टी नमूद करता येतील. लेखन कलेचा विकास होतो आहे, संगीताचा सहज आनंद घेता येतो, वेगवेगळ्या इंटरनेट साईट्स विद्येची माहेरघर झाली आहेत, उद्बोधक साहित्य सहज प्राप्त होते आहे, घर बसल्या बरीच कामे होत आहेत, सोशल साईट्स वर जोडीदार पण निवडले जाऊन लग्नही होतात. पूर्वी अज्ञानात सुख असायचे, आता दूरच्या गोष्टी झूम करून स्पष्ट बघता येतात, त्यातील गुण दोष दिसतात. अनेक उदाहरणे देता येतील. तरीसुद्धा कर्तव्याची इतिश्री करावी या उद्देशाने सोशल मीडियाचा वापर वाढतो आहे असे नाईलाजाने नमूद करावे लागेल. कर्तव्यपूर्तीने अपेक्षापूर्ती होतेच असे नाही. याला उत्तर म्हणजे स्वतःलाच न्यायाधीश होऊन ठरवावे लागेल की सोशल मीडियाचा आपण किती व कसा योग्य वापर करावा. एकमेकातील अंतर कमी करण्याच्या नादांत आपण ते वाढवत तर नाही ना. परदेशात राहणाऱ्या अपत्याच्या बऱ्याच दिवसांनी

आलेल्या फोनमुळे खुशाली निश्चित कळते पण भेटीची अनामिक आस नक्कीच वाढते.

कांही अधिक कांही उणे, कुठे गुणाकार तर कुठे भागाकार, कधी नफा तर कधी तोटा. योग्य की अयोग्य ही सापेक्ष भावना. व्यक्तिपरत्वे बदलत राहील. कुठलाही अतिरेक वाईटच. बाकी समाज माध्यमांचा वापर करणारे सुजाण आहेतच.

गर्वाचे घर खाली

एकदा मानवाला स्वतःच्या कर्तृत्वाचा गर्व झाला. तो तडक मंदीरात गेला आणि साक्षात परमेश्वराला त्याने आव्हान केले. तो म्हणाला, परमेश्वरा, 'मी' च तुला अस्तित्व दिले, निरनिराळी रूपे दिलीत. मला ज्या ज्या रूपांत तुला पहायची ईच्छा झाली, त्या त्या रुपात 'मी' तुला पाहिले. शिल्पकाराने त्याला भावेल तो आकार तुझ्या रूपाला दिला. चित्रकाराने तुझ्यात त्याला आवडतील ते रंग भरले. एवढेच काय तर सर्व मानव जातीला तुझ्या अस्तित्वाची जाणीव 'मी' च करून दिली. समस्त जन तुझी पुजा अर्चा करू लागले त्यांच्या बुद्धी कौशल्याने, क्षमतेप्रमाणे. 'मी' च तुझ्यासाठी देवालये बांधली. भाविकांची गर्दी सुद्धा 'मी' च जमवली. त्यामुळे 'मी' च या जगांत सर्वश्रेष्ठ. माझ्या भक्तीने 'मी' च तुझ्यात देवपण जागवले. त्यामुळे लौकिक अर्थाने निःसंशय 'मी' च श्रेष्ठ. तेव्हढ्यात मंदीरात मनुष्याने स्थापिलेली मूर्ती थरारली. आणि.. साक्षात परमेश्वर तिथे प्रकट झाला. आता मनुष्य आश्चर्यचकित झाला. तरी सुद्धा त्याच्यातील अहंकार तसूभरही कमी झाला नाही. त्याने परमेश्वराला शरण जाण्याऐवजी उद्दामपणे सांगितले, शेवटी स्वतःची बाजू मांडण्यास तुला यावेच लागले.

याचा अर्थ थोड्याच वेळापूर्वी मी जे कांही बोललो ते तुला मान्य आहे तर. आता खरंच वेळ आली आहे की तू तुझं श्रेष्ठत्व सिद्ध करावसं. परमेश्वर मनुष्याला पाहून किंचितसा हसला. मनुष्य आपल्याच युक्तिवादावर एव्हढा खुश होता की त्याने तिकडे लक्ष ही दिले नाही.

आणि परमेश्वर मनुष्याला सांगू लागला...

वत्सा, क्षणभर तुझा सगळा युक्तिवाद मला मान्य. तू निश्चितच श्रेष्ठ आहेस यात कुठलेही दुमत नाही. चौऱ्यांशी लक्ष योनीतून भ्रमण केल्यानंतर तुला मनुष्य जन्म मिळाला. या क्षणी मी तुझ्या प्रत्येक जन्माचा साक्षात्कार तुला करून देऊ शकतो, पण तू त्यावर विश्वास ठेवणे अशक्य आहे. तुझा माझ्यावरच विश्वास नाही तर तू माझ्या क्रिया शक्तीवर कसा विश्वास ठेवणार. तरी मी तुला कांही दाखले देतो, बघ तुला पटतात काय.

बा मनुष्या, सूर्याचे तेज, चंद्राची शीतलता, ग्रहताऱ्यांचा मानवी मनांवर होणारा परिणाम तू अनुभवतोस की नाही. दिवसानंतर रात्र येते की नाही. प्रेम आणि विनयाने जग जिंकणारे महानुभाव तू पाहिले आहेस की नाही. ज्ञानेंद्रिय आणि पंचेद्रियांच्या संवेदना आणि उपयुक्तता तू जाणतोस की नाही. जगांतील चांगल्या वाईट गोष्टी तू बघतोस ते तुला जन्मतःच मिळालेल्या नेत्रांनी, ज्या घ्राणेंद्रियाने गंधाचे अस्तित्व अनुभवतोस, कर्णेंद्रियाने तू भलं बुरं ऐकू शकतोस, त्वचेने तू स्पर्श अनुभवु शकतोस, तुझ्या मुखांने चांगल्या वाईट भावना व्यक्त करू शकतोस या अद्वितीय शक्ती तुला कोणी दिल्या. तू ज्या पृथ्वीवर वास करतोस तिथे जीवसृष्टी कोणी निर्माण केली. पृथ्वीवर मोठ्या प्रमाणात समुद्राच्या रूपाने मोठे जलसाठे आहेत, त्यांना कोण नियंत्रित करतो. अन्यथा ही पृथ्वी केव्हांच जलमय झाली असती. तुझ्या कुटुंबातील व्यक्तींमधे जो प्रेमाचा अत्यंत

नाजूक पण चिरकाल टिकणारा प्रेमाचा धागा कोणी निर्माण केला असेल. अशा असंख्य प्रश्नांची उत्तरे तू शोधून काढ, मग माझे खरे अस्तित्व जाणवेल. हे सर्व माझी महती तुला कळावी म्हणून कथन करीत नसून, केवळ तुझ्या भ्रमाचा भोपळा फुटावा म्हणून सांगतो आहे. युगानुयुगे हा घटनाक्रम अविरत सुरू आहे आणि असाच सुरू राहील. जे जन्मते ते नाश पावणारच, फिरून जन्मणार परत नाश पावण्यासाठी. सृष्टीची निर्मिती करतांना मी एका गोष्टीची काळजी घेतली ती म्हणजे प्रत्येक जीव दुसऱ्याहून भिन्न आहे. लाखो रंगाची, गंधाची पुष्पे तू बघत असशील. तू म्हणशील ही सर्व निसर्गाची किमया आहे. पण निसर्ग तरी कोण आहे, मीच, हो की नाही. आम्रवृक्ष आम्रफळच देणार, त्याला कधीच नारळ लागणार नाही. तू तुझ्या महत्त्वाकांक्षी स्वभावाने निसर्गचक्र भेदण्याचे सदैव प्रयत्न करीत असतो आणि त्याचे परिणाम पण भोगत असतो. साधुसंत व अनेक थोर व्यक्ती माझे अस्तित्व तुझ्यातच आहे हे कंठशोष करून सांगत असतात, तू मात्र मला इतरत्र शोधत फिरत असतो. आणि आज तर तू माझचं अस्तित्व नाकारतो आहेस.

मी पृथ्वीवर तुज कल्याणाप्रत आणि माझ्या तुझ्यात असलेल्या अंशरुपी अस्तित्वाची जाणीव करून देण्यासाठी थोर विभूती धाडल्या. त्यांना नाना प्रकारे विरोध दर्शवित तू माझेच तुझ्यात असलेले अस्तित्व झिडकारतो आहेस? गतजन्मी तुझ्या हातून घडलेल्या पुण्यकर्मानुसार तुला मनुष्यजन्म प्राप्त झाला, तुला कुशाग्र बुद्धी प्राप्त झाली, विवेक मिळाला, अवती भवतीचे दुःख अनुभवण्यासाठी तुला मन मिळाले. आणि आज ह्या अननुभुत शक्तींचा तू गैरवापर करू लागला. भौतिक सुखांच्या प्राप्तीसाठी तू सर्व सीमा ओलांडू लागलास. तू सर्व भेद विज्ञानाच्या कसोटीवर तपासून पाहू लागलास. अद्याप तुला स्वतःच्या

जन्म आणि मृत्यूचा भेद तरी कळला आहे का? आणि अशीच वृत्ती कायम ठेवली तर युगांतापर्यंत कळणारही नाही. काळ, वेग आणि ऊर्जा निर्मितीच्या क्षेत्रात तू लक्षणीय प्रगती केलीस हे मान्य. पण तुझ्या नश्वर देहामध्ये जन्मांपासून मृत्यूपर्यंत वावरणाऱ्या आत्म्यारुपी ऊर्जेचे काय? ती कुठून येते, ती कोणी निर्माण केली, त्याचे कालमापन कोण करत. तू घेत असलेल्या लाखो करोडो श्वासाचे नियंत्रण कोण करत. धन्वंतरीच्या औषधी क्षेत्रांत तू अभूतपूर्व प्रगती केली आहेस. पण आजही मृत्युरुपी त्रिकालाबाधित सत्य अविजित आहे. ज्ञान प्राप्त करण्याच्या नादात आत्मज्ञान विसरला की काय? ज्ञान मिळविले पण ध्यान विसरलास. दुसऱ्यांवर विजय मिळवण्याचा नादात स्वतःचे मन जिंकायचे राहूनच गेले. दुसऱ्याला दुःखी करण्यापेक्षा त्याचे अश्रू पुसण्यात जास्त आनंद मिळतो ह्याचे तुला विस्मरण का बरं होत असावं. सारासार विचाराला तिलांजली का बरं देतोस. दया, क्षमा, शांति आणि प्रेमभाव ह्यांनी जर जग जिंकता येते तर अवांछित हव्यासापोटी स्वतःला आणि मानवजातीला कां बरं दुःखात लोटतोस? तुझं यश हे माझचं यश, तुझी कीर्ती ही माझीच कीर्ती. आईबापाला त्यांच्या अपत्याच्या उत्कर्षाचा कधी हेवा वाटेल काय? मी तर तुझी आई आणि बाप सुद्धा.

शेवटी परमेश्र्वराची परिभाषा ती काय? जो सर्वश्रेष्ठ तो परमेश्वर. जो अनाकलनीय तो परमेश्वर. जो गूढ तो परमेश्वर. जो अनुभवण्यासाठी सरल पण त्याच्यात एकरूप होण्यासाठी कठीण तो परमेश्वर. त्याच्यापाशी अनेक मार्ग जातात, आपल्या क्षमतेनुसार तो निवडायचा असतो. तूच निर्माण केलेले अडथळे तुला भ्रमित करतील. मार्ग कुठलाही असो, भक्तीचा, योगाचा की समर्पणाचा, तू निश्चितच माझ्यापाशी येऊन पोहचशील. षडरिपुंवर विजय मिळव, आपसी प्रेमभाव वृद्धिंगत कर,

दुःखी कष्टी जनांचे अश्रू पुस. मी तुझ्यातच आहे, तुझ्यापाशी आहे, तुझ्या अवती भवती आहे.

परमेश्वराचे कथन ऐकून मनुष्याच्या डोळ्यांतून अश्रुंच्या धारा वाहू लागल्या. त्याला स्वतःचे वजन हलके वाटू लागले. त्याच्यातील अहंकार, आपपरभाव, अवास्तव सर्व श्रेष्ठत्वाची भावना गळून पडली होती. परमेश्वराच्या युक्तिवादांचे त्याच्याजवळ उत्तर नव्हते, किंबहुना ते शास्वत सत्यच आहे ह्याची जाणीव त्याला झाली होती. कृतार्थ भावनेने तो त्या स्वनिर्मित मूर्तीसमोर कधी लीन झाला हे त्याचे त्यालाच कळले नाही. साक्षात्कार म्हणतात तो हाच की आणखी कांही वेगळं...

माझे केशकर्तन

कंप्लीट लॉकडाऊनमधे कांही गोष्टी आपोआप वाढत असतात. त्यात
प्रामुख्याने डोक्यावरील केस (बायकोने शाबूत ठेवले असतील तर),
दाढीमिशी, नखं हे येतात. बरं, याचा त्या मनुष्य प्राण्याला कुठलाही
त्रास होत नसतो. पण पाहणारे अस्वस्थ होत असतात. त्यातल्या त्यात
बायकोचे सदैव टुमणे "कसे दिसतात ते केस? एकदा कापून या बरं.
अरे हो, पण आता तर लॉक डाऊन. सर्व सलून बंद." ही वाक्ये तिने
उच्चारताच माझ्या मनात शंकेची पाल चुकचुकली. भविष्यातील संभाव्य
धोका नजरेसमोरून तरळून गेला. "सर सलामत तो पगडी पचास" ही
म्हण आठवली. कसे तरी दोन रविवार मी टाळले. शेवटी तिचा निर्धार
जिंकला. 'आज मी तुमची कटिंग करणार', माझ्या दुबळ्या विरोधाला
ती मानणार नव्हती हे निश्चित होते. 'आज तुम्ही जर कटिंग करू दिली
नाहीतर तर मी परत करून देणार नाही असा निर्वाणीचा इशारा सुद्धा'
द्यायला ती अजिबात विसरली नाही. 'बकरे की मां कबतक खैर मनायेगी',
अस्मादिक त्या दुर्धर प्रसंगाला तयार झाले. माझा होकार ऐकुन तिचा
निर्धार आणखीनच बळावला, लग्नाचा होकार ऐकुन जेव्हढा आनंद

तिला झाला नसेल त्याही पेक्षा जास्त आनंद तिच्या चेहऱ्यावर झळकत होता. 'आता बघा याला मी कशी भादरून काढते' अशा विजयी मुद्रेने तिने पुढील तयारीस सुरुवात केली. ईश्वराने मला इतर संपदेबरोबरच केशसंपदाही भरपूर दिली असल्याने आता ही कोणते कौशल्य वापरणार हा विचार मनांत येऊन त्यावर विचार करिस्तोपर्यंत मी खुर्चीवर चादर गुंडाळून बसलेलो होतो. बऱ्याच विचारांती तिने शिलाईची कैची, मुलाचे दाढीचे ट्रिमर घेतले होते. मला तर ती महिषासुर मर्दिनी सारखी भासू लागली. पुराणांत महिषासुर आणि दुर्गेचे तुंबळ युद्ध झाल्याचे दाखले मिळतात. इथे तर परिस्थती एकदमच वेगळी. इथे तर युद्ध जाऊच द्या पण मतप्रदर्शन करण्याचे स्वातंत्र्य देखील नव्हते. एका हातात शिलाईची कैची आणि दुसऱ्यात ट्रिमर. बेछूट वाढलेल्या कण्हेरीच्या फांद्या ज्या निर्दयतेने कापल्या जाव्या त्याच प्रकारे या शंकराच्या जटा कापल्या जाऊ लागल्या. कधी कधी तर ओला नारळ सोलल्यासारखेही भासू लागले. परशुरामाने ज्याप्रमाणे एकवीस वेळा पृथ्वी निःक्षत्रिय केली आणि जे विजयी भाव त्याच्या चेहऱ्यावर विलसत असतील ते 'याची देही याची डोळा' मी अनुभवत होतो. कांही क्षणातच माझा डोक्यावरील भरपूर भार कमी झाल्याचे जाणवले. आते पावेतो कुठलीही शारीरिक इजा न होता तिचे काम सुरू होते. न्यूझीलंडला मेंढीचे केस काढतांना त्यांच्या मानेजवळील कुठलीतरी नस दाबतात ज्यामुळे त्या निश्चल पडून राहतात आणि केस कापणाऱ्याचे काम सोपे होते. इथे तर पूर्ण शुद्धीत असताना हा प्रकार सुरू होता. अधूनमधून ती कांही त्रास होत नाही ना अशी प्रेमाने विचारपूस करत होती. पूर्ण भयग्रस्त अवस्थेत मी कापऱ्या आवाजात हो म्हणत होतो. पहिल्या बाद फेरीत अलौकिक यश मिळाल्याने सौ. फार खुशीत होत्या.

दुसरी फेरी मात्र माझ्या दृष्टीने कठीणच होती. डाव्या हातातील ट्रिमर आता तिच्या उजव्या हातात आला होता. मला कां कुणास ठाऊक शेत नांगरणीचा प्रकार आठवला. नांगराचा फाळ जमिनीत खोलवर ऋतवून मातीची ढेकळ वर काढणे म्हणजे नांगरणी. आता आपले डोकेही नांगरले जाणार या कल्पनेने मी भीतीने शहारून गेलो. पण सुदैवाने तसे काही झाले नाही. माफक इजा वगळता माझी सही सलामत सुटका झाली. मुख्य म्हणजे अगदी 230 volt विजेचा वापर करून सुद्धा एखादा शॉक लागला नाही. नारळ सोलून, फोडून संपूर्ण डौल दिमाखात बाहेर निघावा तसेच माझ्या विपुल केशसंभारातून तिने माझे डोके बाहेर काढले. 'आता लॉक डाऊन वाढला तरी कटिंग ची काळजी नाही' हे तिचे वाक्य ऐकून मी तर पुरता थिजून गेलो आणि मनोमन सलून लवकर सुरू व्हावे याची प्रार्थना करू लागलो. द्वापार युगांत कृष्णाने संपूर्ण महाभारत युद्धांत शस्त्र वापरले नाही पण कलियुगात मात्र आमच्या सौ. ने शस्त्र आणि शास्त्र दोन्हीही वापरून अस्मादिकाला निःकेश केले ही तिच्या कौशल्याची आणि माझ्या संयमाच्या पराकाष्ठेचीच गोष्ट नाही काय?

आध्यात्म एकटेपणाचे

"मी एकटीच माझी असते कधी कधी

गर्दीत भोवतीच्या नसते कधी कधी

येथे न ओळखीचे कोणीच राहिले

होतात भास मजला नुसते कधी कधी

जपते मनांत माझ्या एकेक हुंदका

लपवीत आसवे मी हसते कधी कधी

मागेच मी कधीची हरपून बैसले

आता नको नकोशी दिसते कधी कधी

जखमा बुजून गेल्या साऱ्या जुन्या तरी

उसवीत जीवनाला बसते कधी कधी"

कविवर्य सुरेश भटांची ही गझल ऐकणाऱ्यास अंतर्मुख करून जाते. ऐकणारा प्रत्येक कडव्यांत व्यक्त केलेल्या शब्दरूप भावनांशी एकरूप होत जातो. भटांचा शब्दानुभव स्त्री पुरूष दोघांनाही सारखाच लागू आहे. मनुष्याच्या जीवनात एकटेपण पांचवीलाच पुजलेले. एकटेपणा हा जगण्याचा स्थायीभाव आहे आणि कोणीही हे सत्य नाकारू शकत नाही.

जगांत माणूस एकटाच येतो आणि जातो सुद्धा एकटाच. तो जगांत पाय न टेकवता येतो आणि पाय न टेकवताच अनंताच्या प्रवासाला निघून जातो. जोपर्यंत हृदयाची धडधड सुरू असते आणि श्वास चालू असतो तोपर्यंतच त्याची मिजास. एकदा का त्याचे शरीर शांत झाले की आत्मा सुद्धा त्याला एकटं सोडून नवीन देहावरणाच्या शोधात निघून जातो. जन्मवेळे पासून ते मृत्यूपर्यंत त्याचा काळ मुख्यत्वेकरून पत्नी, अपत्ये, आप्तगण, मित्रमंडळी यांच्या सोबत मजेत जात असतो की तो आजन्म एकटाच असतो. विचार करायला लावणारी गोष्ट. मनुष्य कितीही मोठा असो, संपत्तीने, मानाने, हुद्द्याने, पण आपल्या दैनंदिन आणि व्यस्त कार्यक्रमातून निवृत्त होऊन जेंव्हा रात्री बिछान्यावर पहुडतो, त्या क्षणांपासून त्याचा एकटेपणाचा प्रवास सुरू होतो, तिथे सामान्य व्यक्तीची काय कथा. हे एकटेपण काय आहे आणि ते कधी संपते का? प्रत्येक व्यक्ती स्वतःशी संवाद साधत असतो. स्वतःच प्रश्न उभे करतो आणि आपल्या आकलन शक्तीप्रमाणे उत्तरपण देत असतो. या प्रश्नोत्तराच्या काळात तो भौतिक जगांपासून दूर एकटाच असतो. अशा स्वसंवादातून उपस्थित झालेल्या प्रश्नांचा तो सर्वांगीण विचार करत

असतो. स्वतःच स्वतःला उत्तर देण्याच्या प्रक्रियेला निर्णयक्षमता म्हणता येईल कां?. एकदा कां निर्णय घेतला की सर्व जबाबदारी त्याचीच होते. निर्णय बरोबर ठरला तर कोणी फारसं लक्ष देणार नाही आणि जर चुकला तर रावणासारख्या दहा तोंडानी परखड प्रतिक्रिया यायला सुरुवात होते.

काय आहे हे एकटेपण, चांगले की वाईट. कांही व्यक्ती मुळातच कमी बोलणाऱ्या तर कांही बोलक्या. बोलक्या व्यक्ती स्वतःही बोलतात आणि समोरच्यालाही बोलकं करतात. म्हणून त्यांची एकटेपणाची मात्रा कमी असते कां? कमी बोलणारे जास्त एकटे असतात कां? उत्तर देणे कठीण आहे. मनुष्य गर्दीत वावरून देखील एकटा असू शकतो. मनुष्याचा शरीर रुपाने असणारा वावर शेकडो लोकांसोबत असेलही पण मनांने तो जर त्या ठिकाणी नसेल तर या भाऊगर्दीत तो एकटाच नाही का? या उलट आपल्या लोकांपासून शेकडो मैल दूर असून जर तो आपल्याच लोकांचा विचार करत असेल तर त्याला एकटेपण म्हणता येईल काय? कदाचित ही वैचारिक जवळीके बरोबरची भावनिक दूरी त्याला एकलेपणाची नक्कीच जाणीव करून देत असेल आणि त्यामुळेच तो Homesick होत असावा.

फार पूर्वीच्या काळी ऋषी मुनी तपश्चर्या करायला जंगलात वर्षानुवर्षे एकटे राहत असत. ते आपल्या मनांवर ताबा ठेऊन असायचे, मनांला भरकटू देत नव्हते. आत्मा आणि परमात्मा एकरूप करण्यासाठी खडतर तप करायचे. त्यांना एकटेपण येण्याचा प्रश्नचं नव्हता कारण त्यांचे आराध्य त्यांच्यासोबत सदैव असायचे. त्यांना स्वकीय आणि परकीयांचे भान राहत नसे. तो एकटेपणा नसून त्याला एकांतवास म्हणणं जास्त संयुक्तिक होईल.

एकटेपण, एकलेपण, एकांतवास, एकलकोंडा स्वभाव, रितेपण आणि एकाकी होणं हे शब्द वरवर पाहता सारखेच वाटत असले तरी त्यात फरक निश्चितच आहे. गरज असलेली व्यक्ती जवळ नाही किंवा ती तात्पुरती जवळ नाही या प्रक्रियेतून एकलेपणाची भावना निर्माण होते. पत्नीचे बाळंतपणासाठी जाणे, मुलगा मुलगी शिक्षणासाठी वा उपजीविकेसाठी बाहेरगावी असणे, बऱ्यांच दिवसात जवळच्या व्यक्तींची भेट न होणे इत्यादि गोष्टी मनांत एकलेपणाची भावना निश्चितच निर्माण करतात. दोन्ही बाजुकडून हे एकलेपण प्रयत्नपूर्वक दूर होऊ शकते. बहुतांशी ते अस्थायी स्वरूपाचे असते. या उलट दीर्घकाळापर्यंत येणारे एकलेपण एकटेपण देऊन जाते. आपलीच जवळची व्यक्ती गरज पडली तरी आपल्या उपयोगी पडू शकणार नाही किंवा त्याच्या कामी आपण येऊ शकणार नाही ही भावना मनांला हळवं करू जाते. अशाही परिस्थितीत जे आनंदात जगतात ते अशा एकटेपणावर बऱ्याच अंशी मात करू शकतात.

एकांतवास स्वनिर्मीत प्रकारात मोडतो. त्यासाठी निर्धार, पराकोटीची भक्ती, निश्चित ध्येय व त्यागी वृत्तीसारख्या गोष्टी आवश्यक असतात. साधु संत, थोर महात्मे असा मार्ग चोखाळतात. असे सर्वसंगपरित्याग केलेले व्यक्ती कधीच एकलेपण, एकटेपणा अनुभवत नाही. संसारी व्यक्ती सुद्धा एकांतवास अनुभवु शकतो. बंगाली व हिंदी चित्रपटाची लोकप्रिय अभिनेत्री सुचित्रा सेन हिने जीवनाच्या उत्तरार्धात एकांतवास पत्करला होता. सिनेसृष्टीत जनसंपर्क अती आवश्यक. तरीसुद्धा तिने हा मार्ग यशस्वीरीत्या जोपासला. या दरम्यान तिने कुठलाही पुरस्कार कार्यक्रमात जाऊन स्वीकारला नाही. कुठलातरी छंद, वाचन, विरक्तीची भावना जर एखाद्यात असेल तर तो अशा मार्गाचा अवलंब यशस्वीरीत्या

करू शकतो. रागावर नियंत्रण ठेवणे, आजूबाजूच्या परिस्थितीवर व्यक्त न होणे, दैनंदिन गरजा न्यूनतम ठेवणे अशा गोष्टींचे पालन आवश्यक होते आणि पुढील मार्ग सुकर होतो.

एकलेपण,एकटेपण आणि एकांतवास या तिन्ही गोष्टींपेक्षाही दुखःदायक प्रकार म्हणजे एकाकीपण. जीवनातील एखादा अपघात, न विसरू शकणारा एखादा प्रसंग, जोडीदाराचे जीवनातून निघून जाणे, सतत जवळच्या लोकांचे मनांविरुद्ध वागणे, प्रेमभंग, अपेक्षाभंग आणि विश्वासघात या सारख्या अनेक गोष्टी व्यक्तीला एकाकी होण्यास कारणीभूत ठरू शकतात. एकाकी होण्याची सुरुवात साधारण वारंवार येणाऱ्या नैराश्यातून सुरू होते. एकाकीपणाचा परिणाम मनांवर आणि शरीर स्वास्थ्यावर नक्कीच होतो. दीर्घकाळ येणारे एकाकीपण अशा व्यक्तींमधे मानसिक आजारसुद्धा बळावू शकते. वेळीच काळजी न घेतल्यास आणि मानसोपचार न केल्यास अशी व्यक्ती कायमस्वरूपी मनोरुग्णसुद्धा होऊ शकते. त्याच्या आजूबाजूला वावरणाऱ्या आप्तेष्ट आणि मित्रांनी ही परिस्थिती अत्यंत काळजीपूर्वक हाताळायला हवी.

लहान मुलांच्या बाबतीत सुद्धा एकलकोंडा होणे ही समस्या उद्भवू शकते. पालकांचे स्वतःच्या अपेक्षांचे ओझे पाल्यावर लादणे, सतत त्याच्या चुका काढणे, पाल्याला लागणाऱ्या भावनिक सुरक्षिततेचा अभाव, त्याच्यावर दाखविला जाणारा अविश्वास आणि स्पर्धेचा बडगा अशा गोष्टींमुळे लहान मुले किंवा पाल्य एकलकोंडे होऊ शकतात. चिडचिडा स्वभाव, आत्मविश्वास गमावणे, स्वतःकडे लक्ष केंद्रित करून घेण्याची सवय लागणे असे दुष्परिणाम भविष्यात आढळून येतात. वेळीच अशा गोष्टींची काळजी न घेतल्यास परिणाम गंभीर होऊ शकतात.

जेष्ठ नागरीकांच्या जीवनात रितेपण निर्माण होणे सहज शक्य. आर्थिक चणचण, स्वतःच्या जबाबदाऱ्या दुसऱ्यास पार पाडाव्या लागत असल्याने, स्वतःच्या शब्दाला किंमत न मिळाल्याने, स्वतःच्या वा जोडीदाराच्या सतत आजारपणामुळे, सतत समवयस्कांशी तुलना करण्यामुळे, महत्त्वाच्या वेळी चुकीचा निर्णय घेतल्याने रितेपण अनाहूतपणे येऊ शकते. उमेदीच्या काळात हसत खेळत राहणारे व्यक्तिमत्त्व जीवनाच्या संधीकाळात अतिशय गंभीर व अबोल जीवन जगत असल्याचे आपण अवतीभवती पाहत असतो. व्यक्तीचे वास्तविक जीवनात असणे आणि तो तसा नाही हे दर्शविणे यातच त्याचा बहुमूल्य वेळ निघून गेलेला असतो. स्वभावदोषांवर कांही काळ पडदा टाकता येतो पण मूळ स्वभाव बदलणे सहज शक्य नसते. असं म्हणतात की दुसऱ्याच्या ताटाकडे पाहून जेवल्यास भूकही शमत नाही आणि जेवणाचा आनंद सुद्धा उपभोगता येत नाही. दुसऱ्याकडे आपल्यापेक्षा काय जास्त आहे यापेक्षा माझ्या जवळ जे आहे त्यात आनंद मानणे जास्त गरजेचे. स्वभावदोषांमूळे मनुष्य स्वतःच स्वतःचे जीवन दुःखी कष्टी करत असतो.

वरील त्रुटी बऱ्याच अंशी आजूबाजूचे सूक्ष्म अवलोकन केल्यास सर्वसामान्य व्यक्तीला सुद्धा दिसून येतील आणि आत्मचिंतन केल्यास आपल्यामध्ये पण दिसून येतील. मानवी मनांची स्वैरता, विचार करण्याची पद्धत, स्वभाव धर्म, प्रत्येकातील 'मी' ची मात्रा व्यक्तिपरत्वे कमी अधिक असते. या उणीवांमधेच जीवनातील अनेक गहन प्रश्नांची उत्तरे लपलेली आहेत. मनःपटलाचा विस्तार करणे, सकारात्मक विचारसरणी ठेवणे, स्वभावाला मुरड घालणे, अहंभावावर विजय प्राप्त करणे हीच या समस्यांवर विजय प्राप्त करण्याची गुरुकिल्ली आहे. त्रुटी दाखविणे सोपे पण त्या दुरुस्त करणे महाकठीण. जसजसे वय वाढते तसतसे चूक

स्वीकारणे कठीण होत जाते. जगणे आणि जगत राहणे यात मानलं तर खूप तफावत आहे अन्यथा दोन्हीही समानार्थी वाटतात. पण या गोष्टींचा सखोल विचार करणे आवश्यक आहे अन्यथा त्याचे परिणाम दुःखदायक होऊ शकतात. कलियुगामध्ये नामस्मरणाचा महिमा खूप महत्वपूर्ण असा सांगितला आहे. नामस्मरण नियमित केल्यास चित्त थाऱ्यांवर येण्यासाठी मदत होते, सैरभैर झालेले मन शांत राहते, अंतःकरण समृद्ध होते. सर्वशक्तिमान परमेश्वराशी कुठल्याही स्वरूपात एकरूप होण्याचा प्रयत्न केल्यास अशा गंभीर परिणामांची मात्रा निश्चितच सुसह्य होऊ शकते. कोरोना संक्रमण सुद्धा आपल्याला काय शिकवून गेलं आहे? मनुष्याच्या तीन मूल गरजा: अन्न, वस्त्र आणि निवारा, त्या पलीकडे जे कांही आपण उपभोगत होतो ते सर्व गौण आहे. एकटेपणा आणि वर चर्चा केलेल्या प्रकारांचा चांगला उपयोग केला तर निश्चितच फायदा होऊ शकतो. मनुष्याच्या जीवनामध्ये आत्मपरीक्षण आणि चिंतन खूप जरुरी आहे. ही संधी मिळणे सध्याच्या धकाधकीच्या जीवनात कठीणच. ध्यान करणे, स्वतःला स्वतःच्या आवडीनिवडीत गुंतवून ठेवणे, छंद जोपासणे, समवयस्कांबरोबर वेळ घालविणे, नामस्मरण आणि भक्ती मार्गाचा अवलंब, शक्यतो मन शांत ठेवणे इत्यादि साठी एकटेपणा वरदान ठरू शकतो. पण यासाठी एकटेपणा समस्या ठरू देण्यापेक्षा त्याकडे सकारात्मक आणि व्यापक दृष्टीने बघणे जरूरी आहे. अशामुळे माणसाचे प्रत्येक पाऊल शांत, स्थिर आणि समृद्ध जीवनाकडे उचलल्या जाऊ शकेल. श्री साईनाथमहाराजांनी सांगितलेले श्रद्धा आणि सबुरी हे दोन शब्द किती अर्थपूर्ण आहेत आणि त्यांचा उपयोग प्रत्येकाचे जीवन सुखी होण्यासाठी निश्चितच होतो. जीवनात भोगलेले किंवा वाटेला आलेले दुःख कवटाळत बसण्यापेक्षा येणारा प्रत्येक क्षण आनंदी कसा करता येईल हे लक्षांत घेतल्यास जीवन सुखी व समाधानी होईल.

(मन) मानी

बरेचदा जुन्या आठवणी मनांत काहूर मांडतात आणि जुन्या गोष्टींना नवीन अर्थ देऊन जातात. वयापरत्वे संदर्भांचे अर्थ बदलत असतात, हे माना अगर मानू नका, पण शाश्वत सत्य आहे. लहानपणी कारल्याची भाजी न आवडणारी मंडळी मोठेपणी आवडीने खातात कारण आजूबाजूचा कडवटपणा पचवायची त्यांना सवय झाली असते. जीवनातील घटना, आनंद, दुःख, भ्रमनिरास, यश, अपयश मनुष्याला अनाहूतपणे कांहीतरी नक्कीच शिकवीत असतात. हे प्रकार नुसतेच शिकवून जात नाहीत तर ते त्याचा जगण्याबद्दलचा दृष्टिकोन सुद्धा बदलवत जातात. प्रत्येक जण कालपरत्वे वेगवेगळ्या भूमिका जगत असतो. ज्याचे ह्या भूमिका समर्थपणे जगण्याचे कौशल्य चांगले तितकाच तो यशस्वी होत असतो. बालपणी आईवडील आपल्या अपत्यांना बऱ्याच युक्तीच्या गोष्टी सांगत असतात पण अनुभव नसल्याने त्या नवीन पिढीला मान्य होत नसतात, पण ते सुविचार त्यांच्या निद्रिस्त मेंदूत नोंद होऊन पडतात. ती बालके जेंव्हा आपल्या आईवडिलांच्या वयाचे होतात तेंव्हा तेच सुविचार थोडे बहुत रूप बदलवून त्यांच्या मुखांतून अनाहूतपणे निघू लागतात.

मन ही संकल्पनाच अफलातून आहे. नश्वर शरीराचे ते अविभाज्य अंग असले तरी तो अवयव नाही. ज्ञानेंद्रियासारखी त्याला रंग, वास, चव, स्पर्श आणि श्रवणाची कुठलीही शक्ती उपलब्ध जरी नसली तरी ती स्वतःच एक अभूतपूर्व शक्ती आहे. एका क्षणांत ते साता समुद्रापार जाऊ शकतं, दुसऱ्याच्या दुःखाने विदीर्ण होऊ शकतं, स्वतः आनंदित तर होतंच पण दुसऱ्याच्या आनंदात सुद्धा सामील होऊ शकतं. स्वतःबद्दल आणि दुसऱ्याबद्दल चांगला वाईट विचार पण करू शकतं. मनांचा योग्य विचार झाला नाही तर मानसिक आजार पण बळावू शकतात. अलीकडे अशा आजारावर उपचार पण होतात. मनुष्याने अनेक वेगवान गोष्टी आपल्या बुद्धिमत्तेने निर्माण केल्या असल्या तरी त्याला मनांचा वेग साधता आलेला नाही. शांतिप्रिय जीवन जगण्यासाठी मन शांत असणे अति आवश्यक आहे. मनांचे खेळच न्यारे... अगदी मृत्युशय्येवर पडलेल्या व्यक्तीचा कुठलाही अवयव कार्यरत नसेल पण मन मात्र जुन्याच कार्यक्षमतेने कार्य करीत असते. मन निरोगी आणि निकोप असेल तर आठवणी सुद्धा जशाच्या तशाच राहतात. मनुष्यप्राणी हजारो प्रसंगातून जातो. कांही प्रसंग त्याच्या मनांवर जसेच्या तसे कोरले जातात, बऱ्याच गोष्टी त्याच्या लक्षांत राहत नाही. प्रत्येक गोष्ट जर त्याला तंतोतंत आठवत राहिली असती तर..... त्याचे जीवन कठीण झाले असते. विस्मरण होणे हे देवाने मनुष्याला दिलेले सर्वोत्तम आणि मोठ्ठे वरदान आहे. अन्यथा जुन्या दुखःद आठवणी न विसरता आल्याने तो सदैव दुःखी राहिला असता. कमाल म्हणजे सर्व गोष्टी त्याच्या लक्षांत राहत नाही तर कांही गोष्टी तो अजिबात विसरत नाही. उदाहरण घ्यायचे झाले तर मी पाचवीत असताना शाळेत पोहचायला उशीर झाला की उजव्या हातावर छडीचा प्रहार होत असे. त्या गोष्टीला साठ वर्षे होऊन गेली पण तो छडीचा प्रहार आणि त्या वेदना

आजही आठवतात. बाकी शाळेतील गोष्टी आठवत नाही. असं का होत असावं हाच विचार मला सदैव भेडसावतो. एखादा मानसोपचार तज्ज्ञ याचे उत्तर शास्त्रोक्त भाषेत नक्कीच देईल.

"मुझे कुछ याद नही आ रहा", सिनेसृष्टीत हा डायलॉग खूप प्रसिद्ध आहे. बऱ्याच चित्रपटात नायकाचा अपघात होतो आणि त्याची स्मरणशक्ती एकाएकी नाहीशी होते. डॉक्टर अतिशय गंभीर चेहऱ्याने "इन्हे पुरानी बाते याद दिलानेकी कोशिश किजीये, शायद इनकी याददाश्त वापस आ जाये". वैद्यकीय क्षेत्रांतील सविस्तर माहिती नसल्याने या संबधी वेडेवाकडे विधान करणे योग्य होणार नाही. पण तंदुरुस्त व्यक्तीला सुद्धा जर जुन्या गोष्टी आठवून दिल्या तर त्याला त्या बऱ्याच वेळा आठवतात. मनांचा आणि आठवणींचा खूप जवळचा संबध असावा. मन हा जर शरीरातील कुठलाही अवयव नाही आणि त्याच्या क्रिया शक्तीच्या कुठल्याही परिभाषा नसतील तर ते इतक्या प्रभावीपणे आजन्म कसे काय क्रियाशील राहत असेल? मन हा कवी, गीतकार यांचा जवळचा विषय. 'मन ही ईश्वर मन ही देवता मनसे बडा न कोय', 'मन रे तू काहे न धीर धरे', 'मन पिसाट माझे अडले रे', मन वढाय वढाय, माझिया मना जरा थांब ना एक ना अनेक. या मंडळींनी मनांच्या आपल्या विचारशक्ती प्रमाणे परिभाषा केल्या, त्याला असंख्य विशेषणे लावली, तरी मनांचा थांग कुणाला तरी लागला कां? नक्कीच नाही. मन आणि हृदय जवळ असूनही एकदम वेगळे. हृदयाचं कार्य एकदम भिन्न. शरीर कार्यरत राहावं ही त्याचीच जबाबदारी. एकदा कां हृदयाची स्पंदने थांबली की मनांचे अस्तित्व सुद्धा संपुष्टात. मनुष्य जरी जन्मभर मनांचे चोचले पुरवित असला, त्याच्या तालावर नाचत असला तरी तो फक्त

जन्म आणि मृत्युच्या दरम्यान. मग तो ह्या वेड्या मनांची अरेरावी का बरं सहन करत असावा?

अशी खात्रीलायक मान्यता आहे की प्रत्येक व्यक्तीमध्ये परमेश्वराचा अंश असतो. तोच म्हणजे मन तर नाही ना. जशी परमेश्वर म्हणजे अदृश्य शक्ती ज्याचे अस्तित्व नाकारता येत नाही तीच कथा मनांची, निर्गुण निराकार. मग साधुसंत मनांवर ताबा मिळवण्याची भाषा का बरं करत असावेत. उत्तर सोपं आहे. मनांला जर भरकटू दिलं तर ... सज्जनाचा दुर्जन व्हायला वेळ लागणार नाही. श्री रामदास स्वामींनी तर मनांचे श्लोक लिहिलेत आणि हा गहन विषय सोपा करून सांगितला. चौऱ्यांशी लक्ष योनींतून भ्रमण करून मिळालेला मनुष्यजन्म जर मोक्षांप्रत पोहोचवायचा असेल तर आपल्या मनांला काबूत ठेवणे आणि त्याला (मन) मानी करू न देणे हेच इष्ट. भक्तिमार्ग, कर्मयोग, समाजसेवा, दुःखितांची मदत, वाईट मार्ग न अवलंबणे, दुसऱ्याचे मन सांभाळणे या विविध गोष्टीत त्याला गुंतवून ठेवल्यास मनःशांती मिळेल आणि नराचा नारायण पण होईल. बघुया जमते काय ते?

विना शीर्षक

आताशा मला कशाचेही वाईट वाटतं नाही, दुःख होत नाही. मन विषण्ण होत नाही, हृदय हेलावून जात नाही. एवढंच काय तर जवळच्या व्यक्तीला अखेरचा निरोप देण्यासाठी घाटावर जावे लागले तर स्मशान वैराग्य सुद्धा येत नाही. समाजातली, देशातली, एवढंच काय तर जगातली दुःखे पाहिल्यावर स्वतःच्या दुःखाचे कौतुक वाटेनासे होते. चितेवरची व्यक्ती सांसारिक यातनांमधून मुक्त झाल्याचे पाहून आपणच सुटकेचा निःश्वास टाकावा असे वाटू लागते. इथे जीवंत व्यक्तीला जाळण्यात कुणाला कशाचेही कांहीच वाटत नाही तिथे जगून मेलेल्या निर्जीव कलेवराला अग्नी देताना कुठल्या भावना दुखावणार. भयाचा मृत्यू झाल्यावर मृत्यूचे भय संपते हेच खरं.

कालपरत्वे शब्दांचे अन्वयार्थ बदलले की काय असे जाणवू लागते. प्रेम, माया, लोभ किती स्वच्छ आणि सुंदर शब्द. पण आता प्रेम म्हणजे जे फक्त स्वतःवर करावे ते, माया लावायची नाही तर भरपूर जमवायची, लोभ शब्दाचे रूपांतर लोभीपणात कधी झाले ते कळले पण नाही. त्याग, निस्वार्थी, जीव लावणे, जीवन वेचणे असे अनेक शब्दप्रयोग कालांतराने

शब्दकोशात दिसेनासे झाले आहेत. प्रत्येक व्यक्ती जीवनाला अर्थ देण्यास अगदी मरेपर्यंत व्यस्त असतो. इथे 'अर्थ' शब्दाचा अर्थ किती व्यापक आहे. पण जीवनावश्यक गरजा पुऱ्या करण्यास त्याला अर्थाची गरज भासत असते, अर्थात धन, दौलत, घरदार इत्यादि इत्यादि. ते जमवता जमवता त्याच्या जीवनातला अर्थ निघून जातो. असे निरर्थक जीवन संपल्यावर शेवटी त्याची अर्थीच निघते. जीवनभर जो अर्थाच्या शोधात भटकत फिरला त्याचा अंतिम प्रवास अर्थीच्या योगे व्हावा किती समानार्थी.

देशप्रेम फक्त स्वातंत्र्यदिनी व प्रजासत्ताक दिनानिमित्त राष्ट्रगीत म्हणण्यासाठी शिल्लक राहिलेले आहे असे वाटू लागते. वाहतुकीचे नियम निव्वळ तोडण्यासाठी असतात असे दिसून येते. वर्तमानपत्र भयानक अपघातांच्या बातम्यांनी भरलेले असते. स्त्रियांवरील अत्याचारात कमालीची वाढ झाली. रोज निर्घृण हत्या होत असतात. पुत्रप्राप्तीसाठी कुणाच्यातरी पुत्राचा बळी दिल्या जातो. कन्या नको म्हणून तिचे जीवन गर्भातच संपविले जाते. जागेच्या किमती माणसापेक्षा जास्त झाल्यात. ईस्टेटीसाठी खून पडतात. फसवणूक, लुटमार, बलात्कार कायमस्वरूपी होतच असतात. खेळामध्ये पैसा आला आणि सारा पैशाचाच खेळ झाला. शिक्षण क्षेत्रांत खूप प्रगती झाली, हजारो शिक्षण संस्था स्थापन झाल्या. शाळा कॉलेजेस ओस पडू लागली. शिक्षणाचा खर्च आणि स्तर यांचे व्यस्त प्रमाण झाले. तंत्रद्यान आले पण त्याच्या उपयोगापेक्षा दुरुपयोग वाढू लागला. विदेशात राहणे आवडू लागले, नंतर आपल्या देशात वापस येण्याची इच्छा संपू लागली. विवाह संकल्पना बदलू लागली. प्रेम विवाहात प्रामुख्याने व्यवहार वाढू लागला. मायबापाला मुलगा मुलीशीच लग्न करतो आहे याचेच समाधान वाटू लागले. एकत्र कुटुंब पद्धतीला

केंव्हाच तिलांजली दिल्या गेली आहे असे दिसते. घरे मोठी झालीत आणि घरांत राहणाऱ्यांची संख्या रोडावली. वृद्धाश्रमाच्या संख्येसोबतच वृद्धांवरील अत्याचार वाढले. जातीयवाद बळावला. धर्मांध भावनेने डोके वर काढले. अस्थिर मनस्थिती काबूत ठेवण्यासाठी संत महंतांचे पेव फुटले. माणूस माणुसकी विसरला, आप्त आपुलकी विसरले, मित्र मैत्री विसरले. या विसरण्यावर उपाय मात्र सापडत नाही. आपसी संबध आपसी विकासापुरते मर्यादित राहिले. दिशा दाखविणाऱ्यांमुळे की काय समाज दिशाहीन झाला. जीवनावश्यक गोष्टी महागल्या आणि चैनीच्या गोष्टी स्वस्त झाल्या. औषधांचे नवनवीन शोध लागले, वयोमान वाढू लागले. लोकसंख्या नियंत्रणाचे प्रयत्न थिटे पडू लागले. घरांची संख्या वाढली पण घरातील घरपण संपायला आले. सामान्यजन केवळ मतदानापुरते उपयोगी ठरले. आपपरभाव केवळ सत्तेसाठी दूर करण्यात येतो आहे, तत्वांची तडजोड महत्त्वाची ठरते आहे.

एक ना अनेक, लाखो व्यथा. "परदुःख शीतल" म्हणायची वेळ राहिली नाही. "पाहिले दुःख तुझे जेंव्हा, दुखः माझे लहानसे झाले" कविवर्य सुरेश भटांच्या ओळी इथे अगदी सार्थ वाटतात. 'शिव कल्याण राजा' मधे बाजी प्रभूच्या तोंडी दिलेले गीत आठवते "सरणार कधी रण प्रभो तरीही, कुठवर साहू भार शिरी".

एवढे मात्र नक्की, द्रौपदीची लाज राखण्यासाठी आता श्रीकृष्ण येणे नाही. स्वराज्य निर्मिती साठी शिवबा येणार नाही. रामराज्य येण्यासाठी रामाची करुणा भाकण्यापेक्षा आपल्यालाच राम, कृष्ण, शिवबा होणे आवश्यक आहे. पहा पटत असेल तर.

भुक

सरकारी इस्पितळांतील सामान्य वॉर्ड मधील एक बेड. त्यावर झोपलेली एक अत्यंत गरीब स्त्री. नुकतेच तिने एका मुलीला जन्म दिलेला. शरीरभर वेदना, मनांत आनंद पण खोलवर कुठेतरी दडून बसलेली मुलीच्या भविष्याबद्दलची काळजी. नवरा औषध आणायला गेलेला. बाजूला एका जुनाट थर्मास मध्ये सकाळी आणलेला आणि थंड झालेला चहा घेऊन खोकत बसलेली म्हातारी सासू. तेवढ्यांत नवजात अर्भकाच्या इवल्याश्या मुखांतून रडण्याचा मोकळा आणि ठणठणीत आवाज निघतो, जणू कांही स्वतःच्या अस्तित्वाची जाणीव या जगांला करून देण्यासाठी. कण्हत ती आई तिला छातीशी घेते आणि दूध पाजते. मुलगी शांत होते. मनुष्य प्राण्याची भुकेशी ही पहिली ओळख. हाच वडवानल शांत करण्यासाठी जीवनभर त्याची फरपट, धडपड, घालमेल होते ती अगदी त्याच्या शेवटापर्यंत. भुकेचे मायाजाल मनुष्याला जन्मभर आपल्यात गुरफटून टाकते. हा मायावी राक्षस प्रत्येकाला वेगवेगळ्या रूपांत भेटतो आणि सदैव त्याला आपल्या प्रभावाखाली ठेवतो. भुक शब्दाचा अर्थच मुळी कधी सकारार्थी तर कधी नकारार्थी. उद्देशानुसार या शब्दाचा अर्थ बदलत

जातो. लावाल तो अर्थ निघणारा लवचिक शब्दप्रयोग म्हणजे भुक. कधी अभिप्रेत असणारा तर कधी परिस्थिती जन्य. कधी आवडणारा कधी आवडून घ्यावा लागणारा.

आर्यन बारावीची परीक्षा देणारा हजारो विद्यार्थ्यांतील एक. आई आणि बाबा शहरातील प्रथितयश डॉक्टर्स. आर्यनला सर्व सोयी उपलब्ध. त्यानेही डॉक्टरच व्हावे ही पालकांची ईच्छा. त्यांच्या अपेक्षांचे ओझे डोक्यावर घेऊन रात्रीचा दिवस करणारा आर्यन मात्र कॅनव्हासवरील रंगात रमणारा. अथक प्रयत्नांनी तो डॉक्टर होईलही कदाचित. पण त्याच्या अंतरीची भुक मिटेल का? या व्यवसायी शैक्षणिक जगांत कर्तव्य म्हणून ज्ञानार्जन करणे व त्याच्या आधारे उपजीविका करणारे लाखो अर्जुन असतील. पण त्यात एखादा तरी एकलव्य सापडेल का? ध्यास, ध्येयपूर्ती, धनुर्धर म्हणून ख्याती मिळवण्यासाठी लागलेली भुक शमविण्यासाठी गुरूच्या पुतळ्यासमोर केलेले अथक परिश्रम म्हणजे दुसरे तिसरे कांही नसून ज्ञानार्जनाची भुक. ही भूक केवळ विद्यार्थी दशेतच असते असे नाही. मनुष्य आजन्म विद्यार्थीच राहतो पण ही भुक मनांत खोलवर कुठेतरी धगधगत राहावयास हवी तेंव्हाच ती साधकाला यश आणि प्रसिद्धी मिळवून देऊ शकते.

एका पंचतारांकित हॉटेल मध्ये साजरा होणारा गर्भ श्रीमंत जोडप्याच्या मुलाचा वाढदिवस. वाढदिवसाला लागणाऱ्या सर्व गोष्टींची ओंगळ लयलूट. शेकडो लोकांसाठी केलेल्या ईच्छा भोजनाची तयारी. केक कापण्याची सर्व आतुरतेने वाट पाहत आहेत. उपस्थितांना कर्तव्याची इतिश्री करणे भाग आहे कारण व्यावसायिक संबंध टिकविणे जरुरी आहे. गिफ्टस् ची देवाण घेवाण. डिनरचा निर्देश झाल्याबरोबर अन्नावर तुटून पडलेले

निमंत्रित. तब्येतीमुळे खाऊ न शकणारे, डायटिंगमुळे आहार मर्यादा असणारे आणि भुकच नसणारे असे अनेक एकाच डायनिंग हॉल मध्ये जमा होऊन जेंव्हा खाद्यपदार्थांची वृथा स्तुती करत जेवल्यासारखे करतात तेंव्हा ही कोणती भुक असा प्रश्न पडतो. याउलट 'आई मला खायला दे, भुक लागली' म्हणणारा मुलगा व त्याला पोटाची खळगी भरण्यासाठी लागणारं अन्न न देऊ शकणारी आई आणि हे सगळं पाहू न शकणारा व मुकाट्याने झोपडीतून उठून जाणारा बाप पाहिला की भुकेचे खरे महत्व, रूप कळते. सारखी शरीररचना, गरज, निसर्गनियम असून देखील हा विरोधाभास अनुभवून मन विषण्ण होणार नाही असा कोणी सापडेल कां? डॉक्टरकडे भूक लागत नाही, कांहीतरी औषध द्या अशी तक्रार करणारे लाखो आहेत. पण डॉक्टर भुकच लागायला नको असं औषध जर एखाद्या गरीबाने मागितलं तर ते देऊ शकतील कां? निश्चितच नाही. वेळेवर चांगली भुक लागणे हे उत्तम आरोग्याचे लक्षण आहे. पण चांगली भुक लागल्यावर वेळेवर उदरभरण करू न शकणे ही समस्या आहे. पोटाची खळगी भरण्यासाठी कच खाऊन चोऱ्या माऱ्या, लुटमार, खून, दरवडे, शरीर विक्री सारखे गंभीर गुन्हे घडत असताना समाज निष्प्राण डोळ्याने बघत असतो. समाज व्यवस्थेतील ही विसंगती साक्षात ब्रम्हदेव सुद्धा दूर करू शकेल का? एकवेळा पोटाच्या भुकेवर उत्तर सापडेल कारण मर्यादित साधनांनी हा प्रश्न सुटू शकतो. भुकेलेल्याची गरज केवळ अन्न हीच असते. एकदा कां ती शमली की त्याची सद्विवेक बुद्धी पूर्ववत होते. जेंव्हा भुकेमध्ये लोभ, हव्यास, स्वार्थ यासारखे दुर्गुण मिसळतात तेंव्हा ही भुक कधीच शमत नाही. गरजेपेक्षा जास्त पैसा, धन, संपत्ती, प्रसिद्धी मिळवण्याची भुक जेंव्हा एखाद्याला लागते तेंव्हा तो स्वतःच्या स्वार्थापोटी अनेकांचे संसार उद्ध्वस्त करतो. एकाच ठिकाणी होणारा

अमर्याद धन संचय आणि त्याचे दुष्परिणाम समाज व्यवस्था उलथून पाडण्यास कारणीभूत होतात. सदैव सर्वोत्तम राहण्याचा हव्यास, सत्ता लोलुपता, प्रसिद्धी या भुकांपायी कितीतरी श्रमजीवी, लायक, प्रामाणिक प्रयत्न करणाऱ्या लोकांच्या आशा आकांक्षाचा नाहक बळी जातो.

शरीराची भुक हा निसर्गनियम. समाज व्यवस्थेचा समतोल साधण्यासाठी तसेच प्रजजना साठी अगदी सुरवातीपासून विवाह संस्थेची निर्मिती करण्यात आली. अलीकडे वृत्तपत्रे आणि सोशल मीडियावर विनयभंग, बलात्कारा विषयीच्या बातम्या थैमान घालतांना दिसतात. त्यातून होणाऱ्या मनुष्य हत्या ज्यात प्रामुख्याने स्त्री हीच बळी जात असल्याचे दिसून येते. बलात्कार म्हणजे बळाचा वापर करून दुसऱ्याची इच्छेविरुद्ध मौल्यवान गोष्ट हस्तगत करणे. असं म्हटलं जात की "कामातुराणा न भयं न लज्जा". शारीरिक भुक मिटवण्यासाठी मनुष्य कुठल्याही थरांपर्यंत जाऊ शकतो, हे रोज घडणाऱ्या घटनांवरून अगदी स्पष्ट लक्षांत येते. असे विकृत लोक केवळ कामवासना भागवून थांबत नाहीत तर स्वतःच्या कृत्यावर पांघरूण टाकण्यासाठी निरपराध व्यक्तींची निर्घृण हत्या करतात. मनांचा संयम ढळला की अशा दुर्घटना घडतात. तूर्तास कलियुगाची सहा हजार वर्षे सुद्धा पूर्ण झालेली नाहीत. तरीसुद्धा त्याचा प्रभाव मोठ्या प्रमाणावर पृथ्वीतलावर दिसतो आहे. असं म्हटल जात की कलीला परमेश्वराने बांधून ठेवला होता, हळूहळू तो सुटतो आहे त्यामुळेच हे सगळं अराजक माजते आहे. पुराणातील दाखल्या नुसार कलीचा नायनाट करायला कल्की भगवान येतील. या हिडीस शारीरिक भुकेला रोकण्यासाठी सतर्क राहण्याची गरज तर आहेच पण सुरक्षा आणि न्याय व्यवस्थेला कल्कीचे रूप धारण करणे आवश्यक झाले आहे.

परमेश्वराने 84 लक्ष योनीतून प्रवास केल्यावर मनुष्य जन्म दिला आहे. जीवनाचा मनमुराद आस्वाद घेण्यासाठी पंचेंद्रिये दिली आहेत. परंतु हे सगळं दिल्यावर प्रत्येक शरीराला मन नावाचा अव्यक्त अवयव सुद्धा दिला आहे. मनांचे खेळच निराळे. त्याला ताब्यात ठेवले तर सगळं काही ठीक. जर का मनांचा लगाम सुटला तर हीच पंचेंद्रिये मानवाला हीन कृत्ये करावयास भाग पाडू शकतात. दोन हात हजारो काम करू शकतात तेच कोणाचा गळा सुद्धा आवळू शकतात. मनांला ताब्यात ठेवल्यास कोणत्याही अवांछित भुकेची उत्पत्ती होणार नाही. तो कुठेतरी आपल्यातच आहे, त्याचा शोध घ्या, त्याचे विस्मरण होऊ देऊ नका. तोच आपल्या सगळ्यांना योग्य मार्ग दाखवेल. त्याच्या दर्शनाचा ध्यास, भेटण्याची आंस मनांत निर्माण करा, म्हणजे आपली आध्यात्मिक भुक शमेल, मन शांत होईल आणि सगळं काही सुरळीत होईल.

सर्व प्रकारच्या भुकांवर सेवाभावी संस्था, सरकार, जागतिक संघटना प्रयत्नशील आहेतच. पोटाची भुक इतकी महाकाय आहे की हे सगळे प्रयत्न कितपत यशस्वी आहेत किंवा होतील यावर भाष्य करणे कठीणच. शिक्षण क्षेत्रांत सुद्धा भरपूर प्रयत्न होत आहेत. पण मानसिकता, जीवघेणी स्पर्धा, शैक्षणिक खर्च, उपलब्ध असणाऱ्या संधी व मागणी यातील तफावत असे अनेक अडथळे ज्ञानार्जनाची भुक शमविण्यासाठी कमी पडतात असे दिसून येते. इतर सर्व भुका मानसिक असंतुलातून निर्माण होतात. त्याकरिता कायदा व सुव्यवस्था कठोर असावयास हवी. पण केवळ शिक्षेने प्रश्न सुटले असते तर किती बरे झाले असते. या गंभीर समस्येवर विचार होतांना दिसतो आहे व कुणीतरी हा महाभयंकर प्रश्न सोडविण्यासाठी प्रयत्नशील आहे, हेही नसे थोडके.

जागतिक पालक दिन
(Global Day of Parents)

01 जून UN General Agency ने 2012 पासून सर्व जगांतील पालकांच्या सन्मानार्थ आणि नवीन पिढीसाठी त्यांची निस्वार्थ बांधिलकी आणि त्यांनी केलेल्या आजन्म त्यागाच्या भावनेची आठवण करून देण्यासाठी हा दिवस साजरा करणे सुरू केले आहे.

पालकत्व ही एक सुखद भावना आहे आणि ती स्वीकारणे ही जबाबदारी. पालकत्वाचा संगोपन हा स्थायी भाव आहे. चांगल्या पालकत्वाचा मापदंड म्हणजे सुसंस्कृत आणि यशस्वी पाल्य. पाल्याला जन्म देणे ही एक नैसर्गिक प्रक्रिया असली तरी त्या योगे मिळणारा जगांतील महत्त्वपूर्ण सन्मान म्हणजे आई बाप होणे. पण येथे एक गोष्ट सदैव लक्षांत ठेवणे आवश्यक आहे की अपत्य हे त्याच्या इच्छेने जन्मास येत नसते त्याकरिता आई, बाप म्हणजेच पालक हे त्यांना हवे म्हणून अपत्याला जन्म देत असतात. त्यामुळे पाल्याची सर्वांगीण काळजी म्हणजे त्यांचे योग्य संगोपन, आजार आणि त्या योगे करावी लागणारी

सुश्रुषा, शिक्षण, सर्वांगीण विकासाकरिता लागणाऱ्या सोयी पुरविणे हे पालकांचे आद्य कर्तव्य आहे. अपत्य सुखाचा आनंद अनुभवताना कर्तव्या सोबतच त्याच्यावर प्रेम करणे आणि त्याला भावनिक सुरक्षा देणे हे सुद्धा पालकांकडून अपेक्षित असते. आपण करीत असलेला त्याग, त्यामुळे दैनंदिन जीवनात होणारी असुविधा याची जाणीव पाल्याला वारंवार करून देणे फारसे बरोबर नाही. लहान मूल मोठं होत असताना या गोष्टींचा त्याच्या बाल मनांवर अनाहूतपणे परिणाम होत असतो. शेवटी संस्कार म्हणजे ते काय? मूल मोठं होतांना आपल्या आई वडिलांना बघून जे शिकतात तेच. त्यांच्यातील गुणदोष हे हळूहळू त्या मुलाच्या व्यक्तिमत्त्वाचा भाग बनत जातात. म्हणतात ना खाण तशी माती. आनुवंशिकतेने मुलांमधे जसे गुण आपसूकच येतात तसेच दोष ही येतात. कला, क्रीडा, आकलनशक्ती, हुशारी असे गुण पालकांकडून पाल्याकडे येतात तसेच स्वभावदोष, सहनशक्ती, वागण्या बोलण्यात असलेली विसंगती इत्यादि दोषसुद्धा जन्माबरोबरच येतात. समज यायल्या लागल्यानंतर मोठ्यांचा मान ठेवणे, आल्या गेल्याशी आदराने बोलणे, ईश्र्वरावरील श्रद्धा अशा अनेक गोष्टीं संदर्भात मुलं आपल्या पालकांच्या निरीक्षणातून शिकत असतात व त्यांचे अनुकरण करत असतात. त्यामुळे पालक झाल्यानंतर स्वतःवर बरीच बंधने येत असतात आणि ती जर अंगीभूत केली नाहीतर तर त्याचे परिणाम भविष्यात पाल्यांवर दिसणे स्वाभाविक आहे,

पालकत्व आणि त्यायोगे करण्यात येणारे संगोपन प्रामुख्याने चार प्रकारात मांडता येतील...

1. मी म्हणतो तेच योग्य...

या प्रकारात मुलांना सदैव धाकात ठेवणे, त्यांच्या चुकांना कठोर शिक्षा करणे, त्यांचे मत ऐकुन न घेणे किंवा त्यांची मते विचारात न घेणे इत्यादि गोष्टी मोडतात. पालकांच्या अशा वागण्याने मुलांच्या मनांत त्यांच्याबद्दल भीती निर्माण होते. त्यांची निर्णयक्षमता कमी होते. शिक्षेपोटी खोटे बोलण्याची सवय लागू शकते. हळूहळू अशा पाल्यात आत्मविश्वासाचा अभाव जाणवू लागतो. समाजात स्वतंत्रपणे वावरण्याची त्याची क्षमता सुद्धा कमी होऊ शकते. कालांतराने अशी मुले चिडचिड करणारी आणि आत्मकेंद्रित होऊ शकतात,

2. बरं, तुझं काय म्हणणं आहे ते तर सांग...

या प्रकारातील पालक स्वतः सारासार विचार करणारे, शिस्तप्रिय पण प्रेमळ, ज्यांच्याबद्दल मुलांना आदर वाटतो, भीती नाही असे असतात. ते पाल्यासाठी सुस्पष्ट आणि योग्य अशी नियमावली ठरवितात, प्रत्येक गोष्टींच्या मर्यादा ठरवून देतात आणि आपल्या पाल्याला त्याचे मत मांडण्याची संधी देतात. जेंव्हा पालकच पाल्याचे ऐकुन घेण्याची तयारी दर्शिवतात त्यामुळे पाल्याचा सुद्धा त्याला सकारात्मक प्रतिसाद असतो. अशा पालकत्व प्रक्रियेने पाल्य आत्मविश्वासी, सहकार्याची भावना जोपासणारा, दुसऱ्यांवर स्वतःची मते न लादणारा, योग्य निर्णयक्षमता असणारा होऊ शकतो,

3. तुला काय करायचं ते तूच ठरव...

अशा प्रकारचे पालक अती प्रेमळ, मुलाचे अवास्तव लाड करणारे, त्यांच्या चुकांकडे दुर्लक्ष करणारे, मुलांना वाजवीपेक्षा जास्त स्वातंत्र्य देणारे असतात. त्यांचा दृष्टिकोन अतिशय मवाळ असतो. भविष्यांत अशा पालकांचे पाल्य निष्काळजी, बेजबाबदार, बेशिस्त आणि हट्टी होऊ शकतात,

4. मला काय त्याचे...

असे पालक पाल्याच्या संगोपनात जवळ जवळ गैरहजर असतात. बऱ्याच वेळा पाल्याच्या अडचणीच्या वेळी ते उपलब्धही नसतात. ते स्वतःच पाल्याची जबाबदारी घेण्यास सक्षम नसतात. त्यांचा पाल्याप्रती प्रतिसाद शून्य असतो. असे पाल्य संगोपन दुर्लक्षिततेमुळे तणावपूर्ण वातावरणात जगतात. त्यांच्या भविष्यातील यशाचा मार्ग खडतरच असतो.

मग प्रश्न उरतो की संगोपनाचा योग्य प्रकार कोणता? मुळांत संगोपन हा प्रकारच तारेवरच्या कसरतीसारखा आहे. पालक आणि पाल्य यांच्यातील प्रेम, विश्वास, आदर यावर तो पूर्णपणे अवलंबून असतो. कुठलाही प्रकार वापरला तरी त्याचे यश दिवसाकाठी मापता येणे अशक्य आहे. वरील दुसरा प्रकार जरी योग्य म्हणून वाटत असला तरी अती लाड, उतू जाणारं प्रेम, अतिशय धाक, पाल्याची मते विचारात न घेणे हे शक्यतो टाळले पाहिजे. शेवटी यश मोजता येणं कालांतरानेच शक्य आहे. आणि यश ही सुद्धा सापेक्ष भावना आहे. आजकाल बोर्डात 90% गुण मिळवून सुद्धा पालक आणि पाल्य दोघेही नाराज होतात तर केवळ पास झाल्याच्या आनंदात कांही पालक पेढे वाटत फिरतात.

पालकत्व आनंद, अभिमान, समाधान आहे. आई वडील खस्ता खात असतात, असुविधा सहन करत असतात, आपल्या मुलाबाळांचे त्याच्या परीने संगोपन करत असतात. आपल्या अपत्याच्या चांगल्याची आणि यशाची कामना करत असतात आणि तेही अत्यंत निरपेक्ष पद्धतीने आणि निस्वार्थ बुद्धीने. त्यासाठी आजचा दिवस पालकांच्या कौतुकासाठी मुद्दाम राखून ठेवला आहे. जगांतील सर्व पालकांच्या कर्तृत्वास सलाम.

(विशेष आभार: श्री आनंद शर्मा यांच्या "Parenting Styles" लेखाचे)

आई सारखे दैवत नाही

'दुरितांचे तिमिर जावो' या नाटकातील भालचंद्र पेंढारकरांच्या आवाजातील "आई तुझी आठवण येते" हे गीत जेंव्हा केंव्हा ऐकू येते, तेंव्हा डोळे आपसूकच पाणावतात. पेंढारकरांचे आर्त सुर काळीज कापून जातात, हृदय गलबलून जातं. आईची महतीच तशी आहे. नऊ महिने गर्भात असहनीय त्रास सहन करत, अपत्याच्या जन्माच्या वेळी प्राणांतिक वेदना सोसत जेंव्हा एक स्त्री अर्भकाला जन्म देते तदनंतर तिच्या चेहऱ्यावर स्मित असते, एक अलौकिक समाधान असते, आई होण्याचं. ते समाधान, ते सुख असतं अपत्यानं तिला आई म्हणून हाक मारण्याचं. एका आई होण्याच्या सुखद भावनेने ती सगळे त्रास, यातना क्षणांत विसरून जाते. आईचं प्रेम, तिची माया हे सर्व शब्दातीत असतं, अतुलनीय असतं. सर्वशक्तिमान परमेश्वराची तीन मूळ रूपं... ब्रम्हा, विष्णु आणि महेश. त्यांना सुद्धा खरं खुरं मातृप्रेम अनुभवण्यासाठी पृथ्वीतलावर अवतरून मनुष्यावतार घ्यावे लागले. वामन, परशुराम, श्रीराम, श्रीकृष्ण याची उत्तम उदाहरण आहेत. श्री परशुरामाने पित्याच्या आज्ञेचे पालन करून स्वतःच्या आईचा म्हणजे श्री रेणुकामातेचा वध केला, पण लगेच

वडीलांकडून आईला जिवंत करण्याचे वरदान मागून घेतले. श्रीकृष्णाला जन्मदात्रीचे प्रेम मिळाले नाही तरी ते त्याने यशोदेकडून प्राप्त केले. श्रीरामाने आईचे मन मोडू नये म्हणून वनवास पत्करला.

आईचा एकमेव स्वार्थ, स्वार्थ कसला परमार्थच असतो तो तिच्या अपत्याने जगांत सर्वश्रेष्ठ व्हावे, तिच्या अपत्याचे सर्व दूर कौतुक व्हावे. त्या दृष्टीने ती त्याचे संगोपन करत असते, झिजत असते, थकत असते, त्यांच्यावर चांगले संस्कार करतं जगत असते. मुलगा, मुलगी चुकले तर कधी कधी ती रागावते, चिडते आणि नंतर स्वतः एकट्यांत जाऊन रडत बसते. तिच्या प्रेमाची तुलना कशाशीच होऊ शकत नाही. उगाचच नाही आईच्या पायी सात स्वर्ग आहेत असं म्हणतात. व्यावहारिक व आप्पलपोट्या जगांत आईच्या कुशीत विसावण्यासारखं दुसरं कुठलेही सुख नाही. ईश्वर, गुरु आणि आईबाप यांच्या श्रेष्ठत्वाचा क्रम कुठल्याही शहाण्याने लावू नये, त्याचा विचार सुद्धा मनांत आणू नये. आईची महत्ता तिच्या हयातीत अपत्याला कळत असेल किंवा नसेलही, मात्र तिच्यामागे तिचे मोठेपण पदोपदी जाणवतं. बापाच्या कलेवराला खांदा देतांना त्या ओझ्यापेक्षा जबाबदारीचे ओझं मनांला जाणवतं. आई तर त्याला पोरकंच करून जाते. खरंतर कांही शब्द आणि वाकप्रचारांचे खरे अर्थ अनुभवानेच कळतात हेच खरं. मुलगा मुलीपेक्षा आईच्या जास्त जवळ असतो असं म्हणतात. पण आईची माया दोघांवरही सारखीच असते. मुलीच्या भविष्यांत तिच्यावर येणार असणारी मातृत्वाची जबाबदारी तिला किंचित काळजीत टाकते. मातृत्वाच्या जबाबदारीला पेलण्याची क्षमता मुलीत यावी हीच तिची काळजी रहात असावी. मुलीचे लग्न झाल्यावर ती तिच्या दूर जाते पण मनांनी ती तिच्या जास्त जवळ असते. मुलाचे लग्न झाल्यावर तो तिच्यासाठी कधीच परका होत नसतो, कदाचित

मुलाचीच तिला समजून घेण्याची आकलन शक्ती परिस्थितीनुसार कमी होत असावी. मुलगा बापा पेक्षा आई जवळच मन मोकळं करू शकतो, कारण तो आणि बाप हे दोघेही पुरुष असल्याने त्यांच्या अहंकाराचे द्वंद्व आड येत असावं. आईला पर्यायवाची शब्दही नाही आणि तिला पर्याय तर मुळीच नाही. आई असेल तर तिची काळजी घ्या, तिचा आदर करा, तिला मनांपासून प्रेम द्या. आई नसेल तर तिची मनांपासून आठवण काढा, तिची साद, तिचे अस्तित्व तुमच्या आसपास तुम्हाला नक्कीच जाणवेल.

खरं सांगायचं तर वेगवेगळे दिन साजरे करण्याची आपली परंपरा नाही. हिंदू संस्कृती प्रमाणे देव, संत, महात्मे, थोर पुरुष इत्यादि वंदनीय, पूजनीय जनांचे जन्मोत्सव साजरे केल्या जातात. पण अलीकडे अगदी छोट्या छोट्या गोष्टी विशेष केल्या जातात आणि एका विशेष दिवसाच्या रूपांत साजऱ्या केल्या जातात. उद्देश असा की त्या गोष्टींचे महत्त्व जन सामान्यांच्या लक्षांत आणून द्यावे म्हणून. उद्देश चांगलाच आहे. "वसुंधरा दिन" साजरा केल्या जातो आणि त्या निमित्ताने पृथ्वीची महत्ता आणि उपयोगिता आणि जर वेळीच काळजी घेतली नाही तर येणारा भीषण भविष्यकाळ या सगळ्यांची जाणीव व्हावी म्हणून. त्याच परंपरेतला मातृदिन. आईची महती ही एक दिवस गुणगान करून इतिश्री होण्या इतकी छोटी नसून ती निरंतर आणि चिरंतन आहे. हिंदू संस्कृती प्रमाणे नवरात्री सण हा जगत जननीचे गुण गाण्यांसाठीच साजरा केला जातो. मातृशक्ती दुर्गा, लक्ष्मी, काली, सरस्वती अशा वेगवेगळ्यां रूपांत पुजल्या जाते. दुर्गा ही शौर्यवान, दुष्ट प्रवृत्ती विरुद्ध लढणारी, लक्ष्मी म्हणजे धन धान्य, संपदा, ऐहिक सुख प्रदान करणारी, सरस्वती विद्येची देवता आणि महाकाली कठीण, संकटकाळी आपले विराट रूप दाखवून शत्रूचे दमन करुन जातकाचे रक्षण करणारी. पौराणिक दाखले, कथा

आणि देवी पुराणानुसार स्त्रीचे महात्म्य खूप विशाल आणि विस्तीर्ण आहे आणि सर्वदूर त्याचीच पुष्टी केली आहे. परमेश्वराने स्त्रीची निर्मिती सर्व गुण महात्म्य एकवटून केली. तिच्यात वात्सल्य, ममत्व, धीर, प्रेम, त्याग, समर्पण, शौर्य, प्रसंगावधान इत्यादि गुण एकवटून तिला संकटाची चाहूल भासवणारे सहावे इंद्रिय सुद्धा दिले आणि तिचे नामाधिकरण आई किंवा माता म्हणून केले. स्त्री कुठल्याही रूपांत असो शेवटी ती आईच असते. ती पत्नी असो, मुलगी, बहीण असो की साक्षात आई असो, तिच्यात मातृत्वाचा अंश ईश्वराने कायमस्वरूपी समाविष्ट करूनच टाकलेला आहे. आपल्या संस्कृतीत कुमारिका पूजन करण्यात येते ते याचं भावनेनं. कुमारिकेत असलेल्या स्त्रीत्व आणि मातृत्व शक्तीचे ते पूजन. स्त्रीला क्षणांची पत्नी आणि अनंत काळाची माता उगाच म्हटलेले नाही.

मनुष्य जन्मांतच नाही तर पशू, पक्षी, प्राणी यातही आईचे महती तितकीच मोठी आहे. आपल्या पिलाला दाणा भरवणारी पक्षिणी असो, वासराला प्रेमाने चाटणारी धेनु असो, तिच्यातले ममत्व दृष्टिगोचर होत असते. आपल्या पिलाचा जीव वाचविण्यासाठी हरिणी सुद्धा वाघाशी लढू शकते.

असं म्हणतात की जी गोष्ट आपल्याला उपलब्ध असते तिचे फारसे महत्त्व नसते. आई काय आहे आणि तिचे किती महत्त्व आहे हे ज्यांना हे सुख मिळत नाही किंवा लवकरच हिरावून घेतल्या जाते ते नक्की सांगू शकतील. तिच्या डोळ्यांत सामावलेले वात्सल्य, कारुण्य अवर्णनीय आणि केवळ अनुभवण्याजोगं. तिचा राग, तिने मारलेला धपाटा, कटू वचन हे अपत्याच्या चांगल्यासाठीच. तिने सहज आणि सुलभ पद्धतीने केलेले संस्कार उज्वल भविष्य घडावे म्हणूनच आणि समाजात आपल्या

अपत्याचे व्यक्तिमत्त्व खुलावं म्हणूनच. तिच्या डोळ्यांतील एकेक अश्रूंची किमंत साक्षात कुबेर सुद्धा चुकवू शकणार नाही. तिच्या अहोरात्र घेतलेल्या श्रमाचे मूल्यमापन होऊच शकत नाही. सर्वेश्वराला पूर्णता आईच्या पोटी जन्म घेऊनच मिळाली. "स्वामी तिन्ही जगाचा, आई विना भिकारी" म्हणतात, ते त्रिकालाबाधित सत्य आहे. कलियुगांत सर्व गोष्टींची क्षती होईल पण आईचे प्रेम, वात्सल्य, करुणा, त्याग यांचे महत्त्व कधीच कमी होणार नाही. आईची थोरवी गावी तितकी थोडकी.

मातृ शक्तीला त्रिवार वंदन. खरंच आई समान दैवत नाही.

सावरं रे सावरं रे...

वेळ सकाळची. तो चहा पिण्यासाठी एका बऱ्यापैकी रेस्टॉरंटमध्ये प्रवेश करता झाला. सुमारे साठीतला आणि मोठ्या कंपनीत चांगल्या पदावर काम करणारा सुदेश सकाळी या रेस्टॉरंटमध्ये बरेचदा येत असे, लांब फिरून आल्यावर चहा घेऊन तो आपल्या निवासाकडे जात असे. भरपूर पगार, सर्व सुखसोयी असल्यानं सुदेशचं जीवन आनंदात जात होतं. आज मात्र त्याच्या जीवाला कशाची तरी हुरहूर लागली होती आणि त्याचा डावा डोळा सुद्धा फडकत होता. रेस्टॉरंटमधे खूप गर्दी असायची. त्यामुळे सकाळच्या वेळी स्वतंत्र टेबल मिळणे कठीणच. रेस्टॉरंटमधे चहा पिता पिता आलेल्या लोकांचे अवलोकन करणे हा त्याचा मुळी छंदच झाला होता. सकाळी जॉगिंग करून, खेळून आलेली तरुणाई न्याहाळत त्याचा अर्धा पाऊण तास सहज निघून जात असे. एकटा असल्याने तेव्हढांच काय त्याला विरंगुळा. इतक्यांत रेस्टॉरंटच्या मुख्य द्वारातून एक महिला आणि बहुतेक तिची नात असावी, प्रवेश करत्या झाल्या. मुलगी साधारण सात आठ वर्षाची आणि महिला साठीतली. त्यांना कुठेही रिकामे टेबल मिळाले नाही, त्यामुळे त्या त्याच्या टेबलकडे येऊ लागल्या. त्या मुलीने

"काका, आम्ही इथे बसू कां?" अशी पृच्छा केली. मानेनेच त्यानं 'हो' म्हटलं. त्या महिलेला चालतांना त्रास होत होता हे त्याच्या लक्षांत आलं. तसेच तिची स्थिर पण कुठलीही ओळख न दाखवणारी नजर सुद्धा त्याच्या लक्षांत आली होती.

लहान मुलीनं वेटरला ऑर्डर दिली. कांहीतरी बोलायचं म्हणून त्याने छोट्या मुलीला तिचं नांव विचारलं. "इशा", तिनं फारसं लक्ष न देता आपलं नावं सांगितलं आणि आपल्या आजीशी बोलण्यात ती गुंतली. तिच्याच उल्लेखामुळे ती महिला तिची आजी आहे हे कळलं. त्या महिलेचं कुठेही लक्ष नव्हतं. खुर्चीवर बसतांना तिचा किंचित तोल सुद्धा गेला होता. "काका, तुम्ही इथे रोज येता"... इशानं त्याला विचारलं. त्याला इशा चुणचुणीत व चंट वाटली. तिच्याशी संवाद साधतांना त्याला उत्साह वाटू लागला. "ही कोण तुझी आजी कां?"... त्याने इशाला विचारले. "हो"... इशाचं जुजबी उत्तर. "त्यांना कांही त्रास होतो कां?... त्याचा प्रतिप्रश्न. "तिला अल्झायमर झाला आहे"... इशाने माहिती पुरवली. "डॉक्टरने तिला सकाळी फिरायला सांगितलं आहे, मी तिला घेऊन येत असते"... इशाने सांगितले. कुणीतरी बरोबर असायला पाहिजे नं... इति इशा. त्यांनी त्या महिलेला एकदा काळजीपूर्वक पाहिलं. चेहरा ओळखीचा वाटत होता पण ओळख पटत नव्हती. बराच विचार केल्यावर गाढ झोपेत असताना खाडकन जागं यावी, असं काहीसं त्याचं झालं आणि तो एकदम भूतकाळात गेला.

ही सुनंदा प्रधान तर नाही... हो हो नक्कीच तीच असावी. तरी त्यानं आपल्या मेन्दवर ताण देत फेरविचार केला. कांही सेकंदात त्याची खात्री पटली. हो, ही सुनंदा प्रधानच, नक्की. "आपण सुनंदा प्रधान कां?"...

त्यानं महिलेला विचारलं. महिलेच्या चेहऱ्यावर कुठलेही भाव नव्हते. डोळे थिजले होते. त्याने परत तोच प्रश्न विचारला. आता त्याला उत्तराची फारशी अपेक्षा नव्हती. तरी त्याने प्रयत्न केलाच. "आजी, काका काय विचारतात?"... इशा मध्येच बोलली. महिलेला डोक्यावर ताण देताना देखील भरपूर त्रास होत होता असं त्याला जाणवलं. इशा फ्रेंच टोस्ट खाण्यात गुंग होती. तिने त्याच्याकडं पाहत सांगितलं... "आजीला लवकर आठवत नाही. कांही वेळाने तिची लिंक लागते". त्याचा चहा संपत आला होता. तो चहा संपवून आणि बिल चुकवून निघू लागला. त्याने परत एकदा त्या महिलेकडे निरखून पाहिलं आणि त्याची खात्री पटली की ती सुनंदा प्रधानच आहे म्हणून. तितक्यात आजीने नातीला लवकर चल म्हणून इशारा केला. सुदेशला त्यांच्याकडून आणखी माहिती मिळावी असं वाटतं होतं. तो आठवाच्या गर्तेत गेला होता. थोडा वेळ तसाच निघून गेला. इशाच्या "बाय काका, थॅंक यू" मुळे तो किंचित भानावर आला. आजीला उठायला त्रास होत होता. महत्प्रयासाने आणि इशाच्या मदतीनं ती उठण्याचा प्रयत्न करीत होती. कशीबशी ती उभी झाली आणि परत तिचा तोल गेला. सुदेशने पटकन उठून तिचा डावा हात हातात घेतला आणि तिला सावरण्याचा प्रयत्न केला. ती सावरल्यावर सुदेश आपला हात सोडवण्याचा प्रयत्न करू लागला. पण तिने त्याचा हात इतका घट्ट धरून ठेवला होता की त्याला आपला हात सोडवणं कठीण होत होतं. त्यानं तो हात तसाच धरून इशाला सांगितलं की "चला, तुम्हाला दरवाजा पर्यंत सोडतो". दरवाजापर्यंत सोडून येइस्तो पर्यंत त्याचा हात तिने घट्ट पकडून ठेवला होता. तो रेस्टॉरंटच्या दारातून त्या दोघींच्या पाठमोऱ्या आकृतीकडे बराच वेळ बघत होता. मनांतले विचार त्याला अस्वस्थ करीत होते.

त्याला कॉलेज मधली सुनंदा प्रधान आठवत होती. ती रूपगर्विता जिच्या साठी कॉलेजमधील अनेक तरुण घायाळ होते. अभ्यासात हुशार, रूपानं देखणी, रोज कॉलेजमध्ये कारने येणारी सुनंदा कॉलेज तरुणांची धडकन होती. पण स्वभावाने फटकळ असलेल्या सुनंदाशी बोलण्याची किंवा सलगी साधण्याची कुणाची हिम्मत होत नसे. वर्ष दोन वर्षाचा काळ असाच निघून गेला. सुदेशला सुनंदा खूप आवडायची. त्याने एक दिवस तिच्याशी संवाद साधण्याचा प्रयत्न सुद्धा केला पण त्याला अतिशय तुटक व कोरडा प्रतिसाद मिळाला. शेवटी कॉलेजचा शेवटचा दिवस उजाडला. सुदेशने पुढे शिकायचं ठरवलं असल्यानं त्याला बंगलोर शहरी जावं लागणार होतं. त्या दिवशी त्यानं मनांचा हिय्या करून तिला लग्नाबद्दल विचारलं. पण सुनंदाचा स्पष्ट नकार त्याच काळीज चिरून गेला. पुढचा मागचा विचार न करता ती त्याच्याकडं रागाने पाहत आपल्या कारकडे घाईघाईने निघाली. तिचे सॅंडल्स् हाय हिल्स् चे असल्याने तिचा तोल गेला. सुदेशने तिला सावरलं. तिचा डावा हात त्याच्या हातात होता, जो तिने घट्ट धरून ठेवला होता, पडू नाही म्हणून. तोल सावरल्यावर अतिशय कोरड्या शब्दात सुनंदाने सुदेशचे आभार मानले आणि कार मध्ये बसून निघून गेली.

बऱ्याच दशकानंतर ती आज भेटली होती आणि भेटली ती कुठल्या अवस्थेत. त्याला गलबलून आलं. विलग होण्याच्या शेवटच्या क्षणी तिचा हात त्याच्या हातात होता आणि आज सुद्धा तिचा हात अपघाताने त्याच्या हातात आला होता. दोन्ही वेळा सुनंदाने त्याचा हात घट्ट पकडून ठेवला होता, केवळ आधारासाठी. भूतकाळात सुदेशने तो हात कायम हातात असावा म्हणून प्रयत्न केला होता, पण.... दोन प्रसंगातील साधर्म्यावर

कसं प्रतिकृत व्हावं त्याला सुचत नव्हतं. जीवनात अनेक प्रश्न अनुत्तरित राहतात. बऱ्याच प्रश्नांची उत्तरे शोधून देखील सापडत नाहीत. नियती म्हणतात ती हीच कां.

तो आपल्या निवासाकडे जड पावलांनी चालू लागला. कधीतरी पोहचायचं... घरी तरी त्याची वाट पाहणार कोण होतं म्हणा.

प्रेरणा, प्रभाव आणि बरचं काही...

जीवनाची परिभाषा करणे अतिशय क्लिष्ट आहे. जन्मापासून मृत्यूपर्यंतचा प्रवास वाटतो तितका सोपा नाही. प्रत्येक व्यक्ती हा प्रवास आपल्याला योग्य वाटेल अशा पद्धतीने करत असतो. जीवन सुकर व्हावे असे वाटत असेल तर कांही नीतिनियम पाळणे जरुरी असते. कधी कधी आकस्मिक रीत्या उद्भवलेली परिस्थिती जीवनाला अनपेक्षित कलाटणी देऊ शकते आणि अशी कलाटणी ही सुखदच असेल असं नाही. विपरीत परिस्थितीत जगायचं कठीण तर असतंच पण अशा दुर्धर काळात मनुष्याला मौलिक अनुभव मिळत असतात. जे कायमस्वरूपी गाठीशी बांधले आणि त्यापासून जर आपण शिकत गेलो तर पुढील आयुष्य सहज होऊ शकते. लहान मुलाला जेंव्हा प्रथम चटका बसतो त्यानंतर तो त्या गोष्टींच्या वाटेस जात नाही. पण त्याला तो अनुभव येणे आवश्यक असते. "अभ्यास कर, अभ्यास कर" असे पालक कितीही ओरडले तरी जेंव्हा विद्यार्थ्याला परीक्षेत कमी गुण मिळतात आणि त्याला ह्या गोष्टीची जाणीव होते तेंव्हा तो स्वतःच नियमित अभ्यास करू लागतो. अपेक्षित क्रिया

घडून येण्यास कांहीतरी कारण मीमांसा लागते. अपेक्षित प्रतिक्रिया जुळून येण्यास सर्वप्रथम क्रिया आवश्यक असते.

अपत्य जन्मास येते ते आपल्या आईवडिलांकडून गुण दोष घेऊनच. जन्मापासून मिळालेले गुण वृद्धिंगत करणे हे सर्वस्वी त्या जातकावर अवलंबून असते. त्याचप्रमाणे दोष सुद्धा न्यूनतम करणे हे सुद्धा त्याच्या वरच अवलंबून असते. ईश्र्वरकृपेने मिळालेले जीवन कसं जगायचं याची जाणीव जर योग्य वेळी झाली तर पुढील आयुष्य खडंतर जात नाही. जाणीव हा शब्द खूप व्यापक आहे. एखाद्या गोष्टीची जाणीव होणे आणि त्याचा आपल्या बऱ्या वाईटासाठी उपयोग करून घेणे ही वाटते तितकी सोपी गोष्ट नाही. एखादी गोष्ट जाणीवपूर्वक केली तरी त्याचे परिणाम भविष्यात दिसून येतात. एखादी क्रिया बरोबर की चूक हे ठरण्यासाठी कांही काळ जावा लागतो. निर्णय घेणे जीवनात अतिशय महत्त्वाचे. निर्णय क्षमता ही फसवी गोष्ट आहे. घेतलेला निर्णय योग्यच ठरेल असे ठामपणे सांगता येत नाही. निर्णयक्षमता ही व्यक्तिपरत्वे कमी जास्त असते. निर्णय चुकीचा ठरेल या भया पोटी निर्णय न घेणे ह्या सारखी दुसरी मोठी चूक नाही. निर्णय बरोबर ठरला तर तुम्हाला यश मिळेल अन्यथा अनुभव मिळेल आणि मिळालेला वाईट अनुभव भविष्यात निश्चित उपयोगी पडतो.

मनुष्य आजन्म कुणाच्या तरी प्रभावाखाली जगतं असतो. जन्मापासून तो आई वडील भाऊ बहिण किंवा अन्य आप्त हे कसे वागतात, कसे बोलतात ह्याचे तो निरीक्षण करीत असतो. त्याचा प्रभाव त्याच्या व्यक्तिमत्त्वावर होत असतो. हळूहळू जसजसं त्याच वय वाढत जात तसतसं त्याला काय चूक काय बरोबर हे कळू लागतं. त्याची एखाद्या

कृतीचे विश्लेषण करण्याची शक्ती कालपरत्वे वाढू लागते. आणि तो भूतकाळात ज्या प्रभावाखाली वावरत असतो तो प्रभाव हळूहळू कमी होत जातो. वयोमानानुसार त्याचे परिक्षेत्र वाढू लागतं. मनुष्य हा समाजशील प्राणी असल्याने समाजात वावरतांना त्यावर समाजातील बऱ्या वाईट गोष्टींचे प्रभाव त्याच्या वागण्या बोलण्यात दिसू लागतात. काय घ्यायचं आणि काय सोडायचं याच भान जर बाळगता आलं नाही तर मात्र दुष्परिणाम स्वाभाविक. प्रभावित होणे ही सापेक्ष गोष्ट आहे. शिक्षक शाळेत अनेक विद्यार्थ्यांना शिकवितात आणि सारखं शिकवतात पण त्याचा प्रभाव सर्व विद्यार्थ्यांवर सारखा पडत नाही. आई मुलावर संस्कार करत असते, त्याला चांगल्या गोष्टी शिकवीत असते. जोपर्यंत व्यक्ती तिच्या प्रभावाखाली असते तोपर्यंत तो अनुकरण करत असते. एकदा कां त्याची विश्लेषणात्मक शक्ती वाढू लागली की त्याच्या आकलनानुसार तो कांही गोष्टी सोडून देतो. थोडक्यांत काय, प्रभाव ही कायमस्वरूपी गोष्ट आहे असे ठामपणे म्हणता येणार नाही. याचं उत्तम उदाहरण म्हणजे चित्रपट सृष्टीतील हिरो हिरोईनचा कांही प्रेक्षकांवर प्रभाव. लोकप्रिय नट नट्यांचे अनुकरण करणे, त्यांच्या सारखी हेअर स्टाइल ठेवणे, त्यांच्या लकबींची नक्कल करणे, त्यांच्या सारखे वस्त्र परिधान करणे... हा सर्व प्रभावाचाच प्रकार. त्या कलाकारांची लोकप्रियता ओसरली की त्यांचा प्रभाव देखील हळूहळू कमी होऊ लागतो. जसजशी त्याची प्रगल्भता वाढू लागते तसतसा तो अशा प्रभावातून दूर जाऊ लागतो. प्रभावित होणे म्हणजे कुठल्या तरी गोष्टीचा सकारात्मक किंवा नकारात्मक परिणाम होणे. एकाच गोष्टीचा वेगवेगळ्या व्यक्तींवर वेगवेगळा प्रभाव पडू शकतो. जोरदार पाऊस येण्यापूर्वी निर्माण होणारे वातावरण एखाद्यावर नकारात्मक परिणाम करू शकते, तर आता जोरदार पाऊस येणार

याने शेतकरी आनंदित होतो. कुठल्यातरी गोष्टीमुळे प्रभावित होणे हा मनुष्य प्राण्याचा स्थायीभाव आहे. प्रभावित झाल्याने त्याच्या स्वभावात किंवा व्यक्तिमत्त्वात आमूलाग्र बदल होईलच असे ठामपणे सांगता येत नाही. चंचल स्वभावाचा व्यक्ती वेगवेगळ्या परिस्थितीत वेगवेगळ्या वेळी बऱ्याच भिन्न भिन्न गोष्टींमुळे प्रभावित होऊ शकतो. त्यामुळे जुन्या प्रभावातून तो हळूहळू बाहेर निघू लागतो.

जीवन जगतांना ध्येय, उद्दिष्ट, उद्देश ह्या सारख्या वेगवेगळ्या गोष्टींचे महत्व निर्विवाद आहे. ध्येय जर निश्चित केले नाही तर जीवनात प्रगती होणार नाही. मनुष्याला जन्माला येण्याचा काय उद्देश आहे हे जर नीट कळले नाही तर इतका मूल्यवान मनुष्यजन्म मिळून काय उपयोग. उद्दिष्ट हे विशिष्ट कार्य करण्यासाठी विशिष्ट कालावधी साठी सिमित राहू शकते. प्रदीर्घ कालावधी साठी उद्दिष्ट ठेवल्यास त्याचे रूपांतर उद्देशात होईल. ध्येय निश्चित करण्यासाठी बऱ्याच गोष्टीची आवश्यकता असते. सर्वांगीण विचार, वैयक्तिक क्षमता, प्राप्त परिस्थिती, समाजातील वावर, मूलभूत संस्कार, प्रबळ इच्छाशक्ती अशा अनेक गोष्टींवर ध्येयनिश्चिती अवलंबून असते. ध्येय साध्य करण्यासाठी कसोशीचे प्रयत्न, योग्य मार्गदर्शन आणि सरतशेवटी नशीबाची साथ सुद्धा आवश्यक असते. क्षमता असूनसुद्धा ध्येयपूर्ती न झाल्याची अनेक उदाहरणे आपल्याला दिसून येतील. असे असले तरी हातावर हात धरून बसणे योग्य असतं नाही.

प्रेरणा एक स्रोत आहे. प्रेरित होण्यासाठी ध्येय, उद्दिष्ट, उद्देश, अथक प्रयत्न, विशिष्ट प्रभाव अशा अनेक गोष्टी आवश्यक असतात, किंबहुना ते त्याचे महत्त्वपूर्ण घटक आहेत. कुठल्यातरी प्रसंगावरून, घटनेवरून, वक्तव्याने मनुष्य प्रेरित होऊ शकतो आणि एकदा जर

त्याला सकारात्मक प्रेरणा ऊर्जा मिळाली की त्याची ध्येयाकडे वाटचाल सुरू होते. वरील गोष्टीं सोबत प्रेरित झाल्यावर लक्षाप्रत पोहचण्यासाठी संयम आणि निर्धार हे दोन ग्रह अनुकूल असावयास हवे. संयम आणि चिकाटी ह्या एकाच नाण्याच्या दोन बाजू. संयम हा मनाचा खेळ आहे तर चिकाटी ध्येय प्राप्तीसाठी केलेले बाह्य परिश्रम. प्रेरणा शब्दाचा अर्थशोध वाटतो तितका सोपा नाही. प्रेरणा म्हणजे प्रेरित झाल्यापासून ध्येयप्राप्ती पर्यंतच्या अखंड प्रवासात लागणाऱ्या असंख्य लिखित व अलिखित गोष्टी. व्यक्ती ह्या प्रवासात जर थकून गेला किंवा त्याने प्रयत्नात कसूर केला तर त्याने ध्येयाप्रत पोहचण्याची अपेक्षाच करू नये.

प्रेरणा स्त्रोताचे दोन प्रकार आहेत... एक आंतरिक आणि दुसरा बाह्य. आंतरिक प्रेरणा व्यक्तीच्या मनांतच रुजलेली असते. अशा व्यक्ती मुळातच संघटित प्रवृत्तीच्या असतात. त्यांचा निर्धार पक्का असतो आणि ते आपल्या निश्चयापासून कधी ढळत नाहीत. ते ध्येयप्राप्तीसाठी पराकोटीचा संयम बाळगू शकतात. ते प्रयत्नात कधीच कमी पडत नाहीत. त्यांना कांही अनपेक्षित घटनांना सामोरे जावे लागले नाही किंवा विपरीत परिस्थिती आली नाही तर ते निश्चितच ध्येय शिखरावर आरूढ होतात. बाह्य प्रेरणा मिळण्यासाठी एखादा व्यक्ती, प्रसंग, पुस्तक, मौलिक विचार किंवा एखाद्या व्यक्तीचे जीवन कारणीभूत ठरू शकतात. एक अडखळत बोलणारा व्यक्ती भविष्यात उत्तम वक्ता व्हावा म्हणून प्रेरित झाला आणि तो एका टेकडीवर जाऊन तासनतास मोठमोठ्याने बोलत असे. अथक प्रयत्न केल्यानंतर तो उत्तम वक्ता होऊ शकला असं इतिहास सांगतो. खरंतर हे आंतरिक प्रेरणा व बाह्य प्रेरणेचे उत्तम उदाहरण ठरते. उत्तम वक्ता होणे ही आंतरिक प्रेरणा व कुठल्या तरी यशस्वी वक्तांची भाषणे ऐकून ती व्यक्ती प्रेरित होणे अशक्य वाटत नाही. दिलीपकुमार

हिंदी चित्रपट सृष्टीतला सुप्रसिद्ध कलाकार. त्याच्या Method Acting ने बरेच नंतरच्या पिढीतले कलाकार प्रेरित झाले होते आणि त्यांनी अमाप यशसुद्धा मिळविले होते. सचिन तेंडुलकरला तर क्रिकेटचा देव मानल्या जाते. अनेक प्रथितयश भारतीय व आंतरराष्ट्रीय खेळाडू त्याच्या खेळाने प्रेरित झालेले आहेत आणि होतील ही. कधी कधी जीवनात घडलेल्या नकारात्मक गोष्टी सुद्धा प्रेरणास्त्रोत ठरू शकतात. ऑफिस मध्ये साहेबांचा सतत धाकदपटशा, वारंवार सर्वांसमोर अपमान करणे यासारख्या गोष्टी जरी नकारात्मक असल्या तरी अशा परिस्थितीतून निघण्यासाठी प्रेरित करून जातात. अतिशय रागीट स्वभावाचे वडील मुलाला भविष्यात कांहीतरी भव्यदिव्य करण्याची प्रेरणा देऊन जातात तर कांही अपत्यांचे व्यक्तिमत्त्व खुजे करून जातात.

उदबत्तीच्या पुड्यातील प्रत्येक काडीचे नशीब पेटवल्या जाणे हे जरी असले तरी आसमंत सुगंधित करणे हेच तिचे ध्येय असते. कुठली काडी कधी पेटविली जाईल हे सुद्धा त्यांना माहीत नसते. हळूहळू संपणारी उदबत्तीच्या काडीच्या नशिबी राख होणे असले तरी दुसऱ्यांना सुगंध देण्याची प्रेरणा तिचे आयुष्य सफल करून जाते. देव्हाऱ्यात जळणाऱ्या दिव्याला सुद्धा पूर्व कल्पना असते की त्याचे जीवन तेल किंवा वात संपेपर्यंत. पण आपल्या मिणमिणत्या ज्योतीने आजूबाजूच्या परिसरात पावित्र्य राखण्याचे कर्तव्य तो करत राहतो. प्रेरणा व्यक्तीला जगताना ध्येयाप्रत पोहचण्यास मदत तर नक्कीच करते पण त्याचा जीवन काळ संपल्यावर सुद्धा इतरांना प्रेरित करते. अशावेळी कविवर्य सुरेश भटांच्या एका गजलेच्या दोन ओळी आठवतात....

मी विझलो तेंव्हा सारे

आकाश उजळले होते...

शेतकऱ्याला "पेरते व्हा, पेरते व्हा" असं ओरडत जाणारा पक्षी पेरणी करण्यास प्रेरित करतो, तसेच वरील विवेचन आम्हास सत्कार्य करण्यास प्रेरित करून जावो आणि प्रेरणादायी व्यक्तिमत्वाची निर्मिती होवो हीच शुभकामना.

Review 1

ललित लेखन हे लेखकाच्या प्रतिभेतून व कल्पना शक्तीतून निर्माण होते. या लेखनाला वास्तवातील व्यक्ती/घटना/प्रसंग/तपशील ह्यांचा पायाभूत आधार असून त्यातून साकारणारे 'अनुभवविश्र्व' ही लेखकाची कल्पक निर्मिती असते.

'सहज सुचलं म्हणून' हा लेखसंग्रह आत्मनिष्ठ आणि विविधांगी अनुभवांचा आणि रंगीबेरंगी फुलांचा गुच्छ. यात अनुभव दर्शन आणि विचारांचे मुक्त आविष्करण असून त्यात आत्मनिष्ठ, मुक्तचिंतन अधिक जाणवते व 'मनाची स्वैर क्रीडा' अधिक प्रकर्षाने स्वानुभावावयास येते. आत्मनिष्ठ, अधिक मुक्त, लवचिक, काव्यात्म, तरल प्रतिभांनी समृद्ध आणि चिंतनशील - अशा काव्यगुणांनी संपन्न असलेला हा लेखसंग्रह.

यातील लेख 'हृदया हृदय एक जाले/ ये हृदयीचे ते हृदयी घातले' या ज्ञानेश्वरीतील ओवीप्रमाणे 'हृदयस्थांशी' साधलेला हृद्य संवाद असून रसिकांच्या मनाला उभारी देणारे आहेत. कुठे कुठे रसिक मनाला अनाहतनादाची दिव्य अनुभूती येते.

या सर्व लेखांची शैली हलकी-फुलकी असून सहज संवादातून पुढे पुढे जाते. उपहासात्मक विनोद ही कुठे कुठे जाणवतो. मांडणीही उत्कंठापूर्वक आहे. निसर्ग, माणूस, मानवी मन, वैयक्तिक नाती व कुटूंब हे लेखनाच्या चिंतनाचे मुख्य विषय असून निसर्गाच्या कलाकुसरीची वर्णने अतिशय साजिवंत उतरली आहेत. त्यामुळे हे लेख नसून अनुभवकणिका आहेत.

मानवी मनातील विविध भ्रम-विभ्रम, भावकल्लोळ उत्तम रित्या टिपले आहेत. म्हणूनच हा लेखसंग्रह म्हणजे संवेदनांच अफाट अवकाश आपल्या कवेत घेणारी आकाशगंगा आहे. अत्यंत संपृक्त, आटीव, चपखल, अल्पाक्षरी अशी शब्दकळा आहे. माती, माणूस, माणुसकी पासून दुरावलेला समाज, भावविश्वाची पडझड, मूल्यव्यवस्थेची कोलमड, तंत्रज्ञानाच्या ताब्यात गेलेली पिढी, यामध्ये हेलकावे खाणाऱ्या संवेदनशील मनाच्या आयुष्यात अनुभवास आलेल्या समुद्राच्या भरती - ओहोटीची गाज पानोपानी प्रत्ययास येते. आणि म्हणूनच यातून नवअनुभूतीची जाणीव आहे. चिंतनाच्या सखोलतेची प्रचीती पदोपदी येत असल्यामुळे रसिकाला 'वाचनानंदा'चा आस्वाद सहज घेता येतो. लेख संग्रहाचे शीर्षकही चित्ताकर्षक असून मनाचा तळ उपसणारे आहे. यातील काही लेख म्हणजे एकेक मनोवस्था, भावावस्थेचा इंद्रधनुष्यी आलेख आहे.

खुशवंतसिंग यांची 'आत्मशोधा'च्या पदपथावरील प्रसिद्ध कविता...

प्रेम करायचं असेल तर उर्दू शिकायला पाहिजे

आणि

उर्दू शिकायची असेल तर, प्रेमात पडायला पाहिजे

'सहज सुचलं म्हणून' हा ललित लेखसंग्रह आत्मशोधाचा प्रवास असून ती 'मन की बात' आहे, त्याच्या प्रेमात पडू या.

डॉ श्री प्रदीप विठाळकर

माजी उपप्राचार्य श्रीमती बिंझाणी महाविद्यालय, महाल, नागपूर

माजी विभाग प्रमुख, राष्ट्रसंत तुकडोजी महाराज अध्यासन, नागपूर विद्यापीठ, नागपूर.

Review 2

मानवी मनांचा गुंता उकलता उकलत नाही. ते एक गहनगूढ कोडं आहे या अफाट विश्र्वासारखं. पण ते उलगडण्याची विलक्षण तहान लेखकाला व्याकूळ करते. मनाचं विश्लेषण करणं हा त्यांचा छंद आहे. जीवनाशी नातं सांगणाऱ्या सर्व विषयांशी स्पर्श करत जीवन मूल्यांचा पुरस्कार करणारे हे लेख म्हणूनच मनाला भिडतात.. भावतात!

आज माणसा-माणसातला संवाद हरवत चाललाय. जगण्याच्या व झुठ्या प्रतिष्ठेच्या जीवघेण्या स्पर्धेत मानवी संवेदनाच बोथट झाल्यायेत. घरातल्या घरपणापेक्षा उत्तुंग हवेलीला व निर्जीव वस्तूंना नको ते मोल आलंय. कुटुंब व्यवस्था मोडकळीस आलीय. मनामनातले निरपेक्ष प्रेमाचे झरे आटत चालले आहेत. सोशल मीडियाच्या घट्ट विळख्यात मैत्रीतली, नात्यांतली वीण उसवत चालली आहे. त्यामुळे निखळ आनंदाला माणूस पारखा होत आहे. मानवी नात्याचं हे जखमी होणं, लेखकाला सलते .. अस्वस्थ करते. पण हे सारे बदल काळाचा महिमा म्हणून ते स्वीकारतात आणि काळाबरोबर बिन तक्रार चालत चालत पिढ्यापिढ्यांतला विसंवाद

समजून घेतात. त्यातून जमेल तसा माणूसपणाचा जागर करत राहणे, ही त्यांची मनोभूमी लाखमोलाची!

जीवनावर अपार श्रद्धा असणारा हा लेखक आहे. त्या श्रद्धेचा निचोड म्हणजे हे लेख. या लेखांत काही दोष, वैचारिक मतभेद असतील. "ऊस डोंगापरी रस नोहे डोंगा.." चोखोबांच्या या वचनाप्रमाणे यांतील वाङ्मयीन मूल्ये "डोंगे" असतीलही, परंतु लेखकाच्या अंतहृदयीचा भाव डोंगा नाही. तो निरागस, निर्मळ आहे. जगण्यावरलं हे प्रामाणिक भाष्य म्हणजे त्यांच्या आत्मशोधाचा अनोखा प्रयास आहे. अध्यात्म व विज्ञान.. या केंद्राभोवतीच्या असीम परिघाचा हा निष्ठावान पथिक आहे. आयुष्यभर मनात साचलेलं चिंतन या लेखांद्वारे मुक्त झालं ... श्वास मोकळं झाल्यागत. जयंत देशपांडे यांचं निरामय जगणं आणखी समृद्ध होवो.. त्यांच्या जन्माचं गाणं होवो, एवढंच!

बबन सराडकर, अमरावती

(वैदर्भीय प्रथितयश कवी व गझलकार)

(मो: 9970909709)

Made in United States
North Haven, CT
22 August 2025

72014590R00184